மதுர விசாரம்?

மணி எம்.கே. மணி

யாவரும் பப்ளிஷர்ஸ்

The views and opinions expressed in this book are the author's own. The facts contained herein were reported to be true as on the date of publication by the author to the publishers of the book, and the publishers are not in any way liable for their accuracy or veracity.

- மதுர விசாரம்? ● நாவல் ● மணி எம்.கே.மணி © ● முதல் பதிப்பு : டிசம்பர் 2019
- Matura vicāram? ● Novel ● Mani M.K.Mani © ● First Edition : Decber 2019

Pages : 272 ● Price : ₹ 325/-

Designed by : Gopu Rasuvel

Front cover Art: Pablo Picasso

ISBN : 9789388133494

Released by :
Yaavarum Publishers,
214, Bhuvaneshwari Nagar IIIrd Main Road
Velachery, Chennai-600 042
90424 61472 / 98416 43380
editor@yaavarum.com
Url : www.yaavarum.com; www.be4books.com

All rights, including professional, amateur, motion pictures, recitation, public reading, broadcasting and the rights of translation into foreign languages are strictly reserved. No part of this book may be reproduced in whole or in part or utilized in any form or by any means electronic or mechanical, including photocopying, recording or by any information storage and retrieval system now known or hereafter invented, without the prior written permission of the author/publisher.

நண்பன்

முரளி திருஞானத்துக்கு

நன்றி

யாவரும் பதிப்பகம்
ஜீவ கரிகாலன்
கவிதைக்காரன் இளங்கோ
கண்ணதாசன் தங்கராசு

பல்லவி

கொஞ்ச நேரம் இயக்குநர் சொன்ன காட்சியைக் கேட்ட பிறகு அவரது முகத்தை வெறித்திருப்பேன். பார்வையாளர்களை துணுக்குற வைத்து பரவசம் காய்ச்சியாக வேண்டும். ஆமாம், அவர்கள் அதில் முனைந்து விடுவதற்கான தந்திரங்கள் முழுமையாக வேண்டும். அவர்களால் நம்ப முடியாததாக, வியப்பு மேலிட்டு தொடையைத் தட்டிக் கொள்ளும் ஆத்திரம் நேர்ந்து விட்டதென்றால் ஒரு வெகுஜனப் படத்துக்கு வெற்றி கிடைத்து விடும். ஆனால் அதற்கே யோசனை. இதற்கு எல்லாம் நமது மக்கள் பழக்கப்பட்டிருக்கிறார்களா? விற்குமா? ரிவர்ஸ் வந்து விட்டதென்றால்? ஆறின கஞ்சித் தண்ணியையே இன்னும் ஒருமுறை கொதிக்க வைத்து கொடுத்தால் என்ன தப்பு?

நல்ல சினிமா போல பண்ணலாம். நல்ல சினிமாவே பண்ணிவிட முடியாது. அது தூரத்து கனவு மட்டுமே. இந்த இடியாப்ப சிக்கல்களுக்கு நடுவே நாம் சொல்லுகிற இந்தத் திரைக்கதை என்பதெல்லாம் பெரிய காமெடி. மிகச் சிலரே அதை வெற்றிகரமாக செய்திருக்கிறார்கள். அவர்கள் யார் என்பதுகூட சினிமாவின் கான்ஷியசில் இருக்காது. பழைய கதை வசனம், மற்றும் அறுபது அல்லது நூற்றி இருபது காட்சிகளை கோந்து தடவி ஒட்டுவதுதான் திரைக்கதை என்று ஸ்தாபிக்கப்பட்டு விட்டது. புதிய பார்வையை, புதிய குருதியை, புதிய ஜீவனை, புதிய சுரணையை அடைவதே கிடையாது. ஆர்வக் கோளாறில் சொந்த கதைக்காக நான் எழுதின பலவும் தூசு தட்டவும் அவசியம் இல்லாமல் அப்படியே கிடக்கின்றன.

ஆனால் திரைக்கதை எழுதுவது என்பது யாருக்குத் தெரிந்தாலும், தெரியாத போதிலும் அது ஒரு நாவல் எழுதுவதைக் காட்டிலும் சிரமமானது.

அதை நான் பல காலமாக பலரிடமும் சொல்லியவாறு இருந்தேன்.

இந்தப் பின்னணியில் சினிமாவில் ஒரு மறுமலர்ச்சி உதயமாக வேண்டி என்னளவில் யோசித்து நான் இதைத் தான் செய்ய வேண்டும் என்பதற்காக இந்த நாவலை எழுதினேனா என்றால் அதுதான் இல்லை. நமக்கு அவ்வளவு ஆன்ம வலுவெல்லாம் கிடையாது.

முதலில் ஓர் எண்ணம். அது ஒரு கதையாயிற்று. அதை ஒரு திரைக்கதையாக எழுதிப் பார்த்தேன். அது என்னை மூழ்கடிப்பதாகவே நிறைந்து ததும்பியது. முதலிலிருந்தே ஏன் இந்த எண்ணம் வந்தது என்பது தொடங்கவே, அதன் புனைவில் அலைக்கழிந்தேன். சினிமாவில் நான் ஒரு திரைக்கதை எழுத்தாளன் என்று நானும், என்னை நம்பத் தலைப்படுவோர் பலரும் உள்ளதால் ஒன்றைச் சொல்லியாக வேண்டும். இக்கதையில் நான் இல்லை. இல்லாமலும் இல்லை. இறுதியாக இந்த நாவல் எதைப் பற்றியது என்று போனால்— சினிமாவைப் பற்றியதோ, திரைக்கதையைப் பற்றியதோ அல்ல— மூன்று பெண்களைப் பற்றியது. அவர்கள் ஒருவரையொருவர் அறிய வாய்க்காதவர்கள், ஆனால் அவர்களுக்குள் ஓர் ஆத்ம பிணைப்பு இல்லாதிருக்காது. சொல்லப் போனால் இந்தப் பிணைப்பின் வெளி மேலும் பரந்திருக்கிற ஒன்று என்பதைத் தவிர நாவலைப் பற்றி சொல்ல வேறு எதுவும் இல்லை.

இப்போது நிலவுகிற சூழலின் பிரகாரம் ஒரு சினிமா ஆசாமி நாவலை எழுதி விட்டதால் அதற்கு யாரிடமாவது நோ அப்ஜெக்சன் சர்டிஃபிகேட் வாங்க வேண்டுமெனில் தெரிவியுங்கள்.

இந்நாவலின் முதல் வாசகர் கவிதைக்காரன் இளங்கோ. ஒவ்வொரு உரையாடலிலும் உச்சி குளிர செய்தார். திளைத்தேன் என்றே சொல்ல வேண்டும். அவர் சொன்ன ஒரு மாற்றம் மிக முக்கியமானதாக இருந்தது. மாற்றிக் கொண்டேன். அவர் தான் இந்த நாவலுக்குப் பின்னுரையும் எழுதியிருக்கிறார். நாவலைப் படித்து விட்ட யாருக்கும் அவர் தொடங்குகிற உரையாடல் மிகுந்த மகிழ்ச்சியைத் தரும். நானே எனது எழுத்தை வெளியில் இருந்து பார்ப்பது போலிருந்தது. அவருக்கு என் நன்றியும் அன்பும். யாவரும் பதிப்பகம் ஜீவா அவர்களுக்கு என் வந்தனம்.

சிறு வயதிலிருந்து நண்பர்கள் சூழ் ஜீவிதம் என்னுடையது. அவர்களில் அடைக்கலமாகி என்னைப் பாதுகாத்துக் கொள்வது வழக்கம். குறைகளை எல்லாம் பார்த்தால், எனது குறைகளைக் காட்டிலும் அவை பெரிதல்ல. அப்படி ஒரு கூட்டத்தோடு தனிமையில் இருக்கிற எனக்கு எப்போதாவது என்னைப் பகிர்ந்துகொள்ள தோது செய்கிறவர்களில் மிக முக்கியமானவன் முரளி. இந்நாவலை அவனுக்கு சமர்ப்பிக்கிறேன்.

சியர்ஸ்! சியர்ஸ்!

மணி எம் கே மணி.

சென்னை. 2019.

mkmani1964@gmail.com

9791097147

மதுர விசாரம்?

*

பாகம் ஒன்று

அத்தியாயம் – 1

கேரளா திருச்சூரில் குன்னம் குளம், பழஞ்சி கடந்து பெருந்துருத்தி என்கிற ஊர் இருக்கிறது. சிறிய ஊர்தான். எந்த அலட்டலும் இல்லாத, மரங்கள் சூழ்ந்த ஒரு பெரிய சிவன் கோயில். பாம்புப் பிரதிஷ்டை உண்டு. பகவதி இருக்கிறாள். 'நான் அங்கே உனக்காக ஒரு விளக்கை ஏற்றி வைக்கவா?' என்று கீர்த்தி ஃபோன் பண்ணிக் கேட்டாள். பரமு சிரித்து வைக்கவே முயற்சி செய்தான். ஈனமான குரலில் சரியென்றான்.

வேலைகள் நிறைய இருந்தன. சிட்டுவைக் கூப்பிட்டு நாளைய படப்பிடிப்புக்கு என்னென்ன வேண்டும் என்று சொல்ல முயன்றான். எடுக்கப் போகிற காட்சி, உள்ளே வந்து போகாதிருக்கவே.. ஆர்டிஸ்ட் யாரெல்லாம் என்று சொல்ல முடியவில்லை. ஆனால் சற்று நேரத்தில், சிட்டு எல்லாவற்றையும் சரியாக நடத்திக் கொண்டிருப்பதை அறிய முடிந்தது. திரைக்கதையின் வலிமையான வரிகள் மனதில் அப்படிப் போயிற்று. அதன் முகங்கள் விரிந்தன. ஒரு மெல்லிய ஜில்லிப்பு தோன்றி வளர்ந்து அதன் ஆழத்தில் சஞ்சாரம் போக முடிந்தது. அப்படி எவ்வளவு நேரம் மடங்கி நிமிர்ந்தது என்று தெரியாது. திடீர் என்று கீர்த்தி விளக்கேற்றுகிற ஒரு க்ளிக் கேட்டு அந்தப் புன்னகையில் நெஞ்சு வலித்தது.

இல்லை என்று சொல்லிக் கொண்டான் அவன்.

நடக்கக்கூடாது என்று சொல்லிக் கொண்டான்.

கையில் ஒரு செல் இருக்கிறது என்று பெயர். அது பேசுவதைத் தவிர எதற்கும் வக்கற்றது. அதை அணைக்க வேண்டும் என்று முந்துவதற்குள் மணியடித்தது. அவளேதான். உடனே அதை எப்போது ஆன் பண்ணினோம் என்பதை யோசிக்கும் வேளையில் அவள் சின்னக் குழந்தை போல எவைகளையோ சொல்லிக் கொண்டிருந்தாள். எல்லாத்துக்கும் சரிதான். ஓகேதான். ஓஹோ

அப்படியா என்பது உறைப்புக்கு வரும்போது, இரவு நேரமாயிற்று. காலையில் விழிக்க வேண்டுமில்லையா. சீரான தூக்கத்துக்காக இரண்டு பெக் விஸ்கி என்றால் அது ஒரு கணக்கு. அது தூங்காமலிருக்கச் செய்யும். எங்கோ ஒரு புரட்சிக்கான விழிப்புணர்ச்சி மாதிரி.

என்ன சொன்னாள் அவள்? பாக்குத் தோட்டம் நடுவே அமர்ந்து ஆகாயம் பார்க்க பயமாய் இருக்குமாம். காற்றில் அந்த மரங்களின் தலைகள் காற்றோடு போய் திரும்பும் அமைதி திடுக்கிடச் செய்யும். கொஞ்சம் திகிலோடு இருந்துவிட்டு தோட்டத்தின் எல்லைத் திட்டுக்குப் போய் அமர்ந்திருக்கிறாள். கண்ணுக்கு எதிரே அப்படியே பச்சைப் பசும்வெளி. தூரத்தில் திட்டுத் திட்டாய் தீவுகள் போல் மேலும் மேலும் தோட்டங்கள். அப்படியே உட்கார்ந்திருந்தேன் என்றாள். 'நீ சொன்ன யாமினியில் திளைத்திருந்தேன். அது என்னை என்னவோ செய்து கொண்டிருக்கிறது. அது பரவாயில்லை. கணம் கூட சிதறாமல் நான் உன்னையே நினைத்துக் கொண்டிருக்கிறேன், பரவாயில்லையா?" என்றாள். அவள் ஒரு மௌனத்தில் நிலைப்பது தெரிந்தது. அந்த இடைவெளி, உண்மையில் கொந்தளித்தது பற்றி பரமு யோசிக்க வேண்டியிருந்தது. ஏன்?

கைவிடப்பட்ட ஒரு குரலில் 'சே, இதெல்லாம் தப்புதான் இல்லையா?' என்று சொன்னாள்.

ஆமாம். இப்போது கொரகொரவென ராவிக் கொண்டிருப்பது அதுதான்.

காலை. நதியோரத்தில் இருந்த அந்த ஊரின் பெயரை இன்னும் கேட்டுக் கொள்ளவில்லை. யூனிட்டில் இருக்கிற அத்தனைப் பேரும் சந்தோஷமாக இருப்பது போலவும், தான் மட்டுமே ஒரு பந்தை விழுங்கி அலைந்து கொண்டிருப்பதாகவும் பரமு நினைத்தான். ஆனால் நடிகரான சம்சுதீனிடம் காட்சியை விளக்கும்போது ஒரு தீவிரம் பற்றியதாக நினைத்துக் கொள்ள முடிந்தது. எடுக்கப் போகிற காட்சி அப்படிப்பட்டது. புருஷனாய் நடிக்கிற சம்சுதீன், மனைவியின் காதலனிடம் அவளை விட்டுப் போவென்று கெஞ்ச வேண்டும். மற்றவன் சீறுகிறான். ஒரு பூச்சி மாதிரி, தான் வாழ்ந்த கதையை சொல்லி தனக்குக் கிடைத்த அன்பை சொல்லுகிறான். அதில் ஒரு ஜென்மம் பூராவும் முக்குளித்து வாழப்போகிறேன் என்கிறான். கத்தியைக் காட்டி நீ போ, வேறு கல்யாணம் செய்து கொள் என்று தனது இறுதி தீர்மானத்தை அறிவிக்க வேண்டும்.

உண்மையைச் சொல்வதென்றால், சம்சுதீன் பெரும் பதட்டத்திலிருந்தார். அவர் இந்த நிலை தனக்கே நடந்தது போல்

கற்பனை செய்திருக்கலாம். துரோகம் செய்கிற மனைவியின் முகம். அது ஒரு பளுவாக அழுத்திக் கொண்டிருக்கும். பரமு சிகரெட்டைப் பற்ற வைக்கும்போது தனக்கும் ஒன்றைக் கேட்டு வாங்கிக் கொண்டார். மனைவியின் காதலனாக நடிக்கக் கூடிய மனோஜ் கொஞ்சமே கூட அலட்டிக்கொள்ளாமல் இலகுவாயிருப்பதை சம்சுதீனால் தாங்கிக்கொள்ள முடியவில்லை. அதைப்பற்றி இலேசாக முணுமுணுத்தது அவருக்கே கூட கேட்டிருக்காது.

எனினும் பரமுவிடம் வேறொன்றைக் கேட்டார்.

“எப்படிய்யா இந்தக் கருமத்தை எழுதினான் அவன்? ராத்திரியெல்லாம் தூக்கமே வரமாட்டேங்குது.”

“விடுறா. நீ நடிச்சிருவ.”

“அதப் பத்தியா பேச்சு? என்ன படம் பண்ணித் தொலைச்சிருக்கேன்னு சம்சாரம் கேப்பா. மாமன் மச்சான் மயிராண்டிங்க பூரா பயலும் கேப்பானுங்க. ஏன், பரமு குடி தண்ணில வெஷம் கலந்துட்டார்னு எழுதப் போறாங்களா இல்லையா பார்.”

“வந்துட்டேன், முடிச்சாவணும்”

“உன்கிட்ட பேசறதுக்கு நான் அந்தப் பக்கமா போய் முட்டிக்கலாம். இன்னொரு தம்ம குடு நீ.”

இந்தக் கதையை எழுதினது தற்செயல்தான் என்றிருந்தார் சிவதாசன். எந்தப் பொறியிலிருந்து அது கிளம்பியது என்பதுகூட சரியாக தெரியாது என்றுதான் சொல்ல வேண்டும் என்றார். பார்க்கிற மக்களிடம் அது ஒரு வலியைத் தோற்றுவிக்கும் என்று பரமு நம்பினான். அவ்தார் போன்ற அனுபவங்களிலிருந்து வேறுபட்ட ஒன்று முடியும் என்பது யோசனை. நீ தன்னை ஒப்படைத்து அடைக்கலமாகி வாழுகிற ஒரு பெண்ணின் நெஞ்சில் உன்னைப் போலவே வேறொருவன் இருக்கிறான் என்று கார்னர் பண்ணும்போது ஒரு பார்வையாளனால் தப்பித்துக்கொள்ள முடியாது என்பது லாஜிக் என்றால், இதில் வேறு பிரச்சினைகள் இருக்கின்றன.

முதல் முறை கதை சொல்லும்போது, மனோஜ் பிட்டு பட கதை மாதிரி இருக்கிறதே என்று சந்தேகம் கேட்டான். பின்னால், எனது எதிர்காலத்தில் மண் அள்ளிப் போட்டு விடாதீர்கள் என்று பணிவன்புடன் பலமுறை கேட்டுக் கொண்டிருக்கிறான். ஒவ்வொரு காட்சியை எடுக்கத் தொடங்கும்போதும் சட்டையைக் கழட்டிவிட்டு கீர்த்தி பக்கத்தில் படுக்கச் சொல்லி விடுவார்களோ என்கிற பயம்

இருக்கிறது. அற்ப மனிதர்கள்தானே நாமெல்லாம். ஆசையும் இருக்கலாம்.

முதலில் ஒரு வைட் வந்தாக வேண்டும். பரந்து விரிந்து கிடந்து புழுதி பறக்கிற வயல்வெளி. ஒருவரையொருவர் பார்த்துக் கொண்டு பழனியும் குமாரும் நிற்கிறார்கள். காற்று வீசுகிறது. இருவருடைய முகங்களிலும் அதன் எதிரொளிப்பு. கேசம் பறக்கிறது. பழனியின் கையில் இருக்கிற அந்தக் கத்தியை வெயில் கடந்து போக, குமாரின் முகத்தில் அந்த ஒளித்தீற்றல் கண்ணில் குத்தி மறைகிறது. பரமுவிற்கு செர்ஜியோ லியோனி நினைவில் வந்தது தற்செயலல்ல. இருவரும் ஒருவரையொருவர் குத்திக்கொள்ள யத்தனிக்கும் சட்டகத்தில் குரோசோவைக் கூட நினைத்துக்கொள்ள வேண்டியிருந்தது. கேமிராமேனிடம் ரோஷோமானின் உணர்ச்சிகரமான சில காட்சிகளைச் சொல்லி, ஒளி வந்து போகிற ஒரு தலையீட்டை விளக்கினான்.

அந்தக் காட்சி நன்றாகவும் வந்தது.

சம்சுதீன் என்ன ஒரு நடிகன்! முகத்தில் இருக்கிற தசையை அசைத்துவிடாமல் எப்படி அந்த விதும்பல் வந்து போயிருக்கும்! அவருடன் சிகரெட் பிடிக்க சென்று, பற்ற வைக்கும்போது கருணாகரன் கூப்பிட்டார். மேனேஜர்.

"என்னப்பா? லஞ்ச் பிரேக்தானே? ஒரு தம்மடிக்கக் கூடாதா?"

"கீர்த்தி வந்துருக்காங்க சார்."

"எப்போ?"

"வந்து ஒன் அவராச்சு. லஞ்ச் டைம்ல பாக்கலாம்னு நான்தான் உக்கார வச்சேன்."

"இன்னைக்கு அவங்களுக்கு சீன் இல்லையே!?"

"அதான். ஆனா ஒரு சாங் மொண்டேஜ் இருக்குன்னு பொய்யச் சொல்லி அம்மாவோட வந்துட்டாங்க. அப்டியே சொல்லுன்னு என்னப் பாத்து கண்ணடிச்சு உட்டாங்க. நீங்க ஒரு வாட்டி அவங்கள வெச்சு ஒரு ஷாட் எடுக்கலேன்னா பிராப்ளம்தான். என்னதான் அவங்க பிரச்சினன்னு தெரியல. இந்த மனோஜ் ஃபோனப் போட்டு வரச் சொல்லுவானா? வந்ததில இருந்து பக்கத்துல உக்காந்து ஊத்திகினு இருக்கான். அவங்கம்மா என்ன மொறச்சிகிட்டு இருக்கு."

கோயில் தர்மகர்த்தாவின் வீட்டில் இருந்த ஏசி அறையில்தான்

கீர்த்தியும் அவளது அம்மாவும் இருந்தார்கள். மனோஜ் இருந்தான். ஒரு ஓரமாய் நின்று கொண்டிருந்த மங்களம், கீர்த்தியின் டச்சப் பெண். அவள் பரமுவை ஊடுருவிப் பார்த்ததை அவன் கவனிக்காமலில்லை. கீர்த்தியைப் பார்த்தும் பாராமலும் இதோ வருகிறேன் என்று சொல்லிவிட்டு வந்தான். அவளது அம்மா ஏதோ நயம் பேசி வழிவது கேட்டது.

கழிவறைக் கதவை மூடிக்கொண்டு நின்றபோது, பரமு வாந்தி எடுக்கவேண்டும் என்பது போல நினைத்தான். சந்தேகமே இல்லை, தலையைச் சுற்றியது. உனக்கு இது தேவையா என்று ஒருமுறை அவன் தனக்குத்தானே சொல்லிப் பார்த்துக் கொண்டதை மனம் இடைவிடாமல் எதிரொலித்துக் கொண்டிருந்தது. முகம் கழுவித் துடைத்து சரியாய் இருக்கிறோமா என்று பார்த்துக்கொள்ளும்போது ஸ்டைலாய் இருக்கிறேன் என்கிற நிறைவு நிரம்பியதை அறிந்தான். ஒரு கர்வம் துளிரிட்டு மண் கீறி எழுந்தது. கீர்த்தியின் பார்வையை நினைவு கூர்ந்தவாறு அவளுக்கு முன், தான் அசைய வேண்டிய உடல்பாஷை தெளிந்து வந்ததில் இலேசான மிடுக்கும் இப்போது வந்தது. நான் என்ன செய்யமுடியும் என்று உள்ளுக்குள் தோள்களைக் குலுக்கிக் கொண்டான். பெருமிதத்தில் கண்களுள் ஒரு திண்மை கூர்மைப்பட்டது.

கீர்த்தி அவனது முகத்தையே பார்த்து நின்றாள்.

தொண்டை உலர, பரமுவின் புன்னகை ஒரு பெரிய சரிவு. சிரித்துக் கொண்டு நின்றான். அதைச் சரி செய்துகொள்ள சந்தர்ப்பமில்லை என்றிருந்தது.

“எனக்கு உன்னோட இந்த சிரிப்பு எவ்வளவு பிடிக்கும் தெரியுமா?” என்றாள். அது அவனுக்கு தனியாய் கேட்டது.

“என்ன விஷயம்?”

“ஏன், விஷயம் இருந்தாதான் வரணுமா?”

“ச், ச். அப்டி இல்ல. நீங்க எப்பவும் வரலாம்”

“நாலு நாள் பிரார்த்தன முடிக்க ஏதோ ஊர்ல இருந்தப்ப என்னால முடியவே இல்ல. சீக்கிரம் சீக்கிரம்னு சண்ட போட்டு வந்தேன். பாத்தா கருணாகரன் மண்டேதான் உங்களுக்கு ஷெட்யூல்ன்னாரு. அவ்ளோ தாங்காது. எனக்கு உன் மொகம் பாக்கணும். வந்தேன்.”

“ஓகே”

“சிரியேன். நல்லாதான்.”

“ஹி, ஹி”

“அப்படியே கடிச்சு தின்னலாமான்னு இருக்கு. வரட்டுமா?”

“............”

“வரட்டுமான்னு கேட்டேன்! அம்மா துருவுவா”

“ம்”

ஒருமுறை அவள் தன்னைக் கடிப்பதை கற்பனை செய்தபோது பயங்கரமாயிருந்தது. இதழ்கள் பிளந்து, பற்களில் கவ்வி வலிக்கிறதா என்று கேட்டு விலகும்போது படிந்த எச்சிலை மெல்லத் தடவி அறிவது போல கன்னத்தை வருடிக் கொண்டான். படம் எடுக்கிற எழவை எல்லாம் விட்டுவிட்டு ஒரு பாயைப் போட்டுப் படுத்து சுருண்டு கொள்ளலாம் போலிருந்தது. அந்தக் கணத்திலேயே ஃபோனடிக்க யாரென்று பார்த்தான். கடவுளே! பேசியது சண்முகம். பைத்தியக்காரன். கீர்த்தியை வைத்து என்ன எடுக்கப் போகிறீர்கள்? அது எப்போது முடியும்? அவளை எப்போது வீட்டுக்கு அனுப்பி வைப்பீர்கள்? என்று எல்லாம் கேட்டிருந்தான். நுங்கைப் பிழிஞ்சு போட்டு இளநீர் ஜூஸ் கொடுத்தீர்களா? என்று கேட்டது அற்பத்தனமாயிருந்தது. நீங்கள் மேனேஜரிடம் பேசலாமே என்று பரமு கேட்டதை அவன் காதில் போட்டுக்கொள்ளவில்லை. வந்தார்களா, வேலை செய்ய வைத்தீர்களா, கீர்த்தி வீடு சென்று சேர்ந்திருக்க வேண்டும் என்பதைக் கறாராக சொல்லி ஃபோனை வைத்தான்.

அடுத்த தை வந்தால் அவனுக்கும் கீர்த்திக்கும் கல்யாணம். இப்படி சொல்லத் தொடங்கி மூன்று வருடமாகி சந்தி சிரித்தாலும் இந்த வருடம் உறுதி என்கிறார்கள். சம்சுதீனுடன் ஓரிரு மாண்டேஜ் செட்டப் செய்து எடுத்துக்கொண்டு கிளப்பி அனுப்பி வைத்தான். சண்முகம் அவளிடம் பேசியிருக்கலாம். முந்தானையை சரியாய் போட்டிருக்கிறாயா என்று கேட்டிருக்கலாம். அவள் யாரையும் திரும்பிப் பார்க்காமல் விறைப்பாக நடந்தாள். அவனுக்குத் தெரியும், அவளுடைய விழிகள் இரு, உன்னைப் பார்த்துக்கொள்கிறேன் என்று சொல்லிவிட்டுப் போயின. அதில், அந்தப் பார்வையின் பாதாளத்தில் ஒரு விஷப்பாம்பாய் வாலை நிமிர்த்தி அசைந்து சுருட்டிக் கொண்டு அடங்குகிற அந்த குறுஞ்சிரிப்பை அவன் எப்போதுமே அறிவதுதான். அது மெல்லக் கொல்லும் விஷத்தை அருந்திவிட்ட உவமைக் கொண்டு பரமு நாளெல்லாம் அஞ்சியிருந்தான் என்பது முக்கியம்.

பரமுவிற்கு ஆண் பெண் பிழைப்பு தெரியும். அந்த உறவுகளின் சில்லிட வைக்கிற ரகசியங்கள் தெரியும். வெண்ணிற இரவுகள் நெஞ்சை வலிக்க வைத்திருக்கிறது. மனிதன், தான் அறிந்து கொண்டிருக்கும்போதே சாவை அணையும் அனுபவங்களைப் பற்றின யோசனைகளில் திடுக்கிடுவதுண்டு. அட, என்ன காரியத்துக்கு இதை யோசித்துக் கொண்டிருக்க வேண்டும். உலகு தன்னைப் போர்த்திக்கொண்டு ரோகியைப் போல இருமியவாறிருப்பது தெரியாதா. அதன் நாய் உடலைப் பற்றி எரிகிற அரிப்பைத் தீர்க்க ஆகாமல் குறுக்கே மறுக்கே ஓடியவாறு இருப்பதையும் பார்க்கிறோம்.

எல்லாம் தெரிந்து ஒருவன் காதலில் மயங்குவதாவது.

'யாமினி' முதலில் சினிமாவாகிற ஒரு தோற்றத்தில் எழுதப்படவில்லை. எந்தப் பொருத்தப்பாடும் இல்லாத ஒரு தூங்குமூஞ்சி நண்பனுக்கு திரைக்கதை என்றால் என்னவென்று நேரடி அனுபவம் கொள்ள அலட்சியமாக சிவதாசனால் சமைக்கப்பட்டது. அவர், அதில் தன்னை முழுமையாய் மூழ்கடித்துக் கொள்ளவே வேறு பலவும் அதன் பரிமாணங்களாகின. பல அவதாரங்களுக்கு அப்புறம் அதற்கு ஒரு விடிவுகாலம் கிட்டியது. பரமுவே திகைத்தான். இந்தக் கதையை செய்ய முடியுமா. இட்லியைப் பொடித்து உப்புமா பண்ண சொன்னால் தப்பிக்கலாம். தமிழ் சினிமா கொத்து பரோட்டா போடச் சொல்லுமே.

சம்சுதீன் கதையைக் கேட்டு ஒருமுறை நீண்ட ஒரு பெருமூச்சை விட்டபிறகு தனது நெஞ்சை நீவிவிட்டுக் கொண்டு பணம் போடுகிற ஒரு தேவதையைக் கை காட்டினான்.

முதலில் நான்கு படங்கள் செய்திருந்த போதிலும் இந்தக் கதையால் பல இடங்களிலும் அவன் ஒரு புதுமுகம் போல இடுப்பை வளைக்க வேண்டியிருந்தது. அப்படி பல நடிகைகளின் பல்வேறு குணச்சித்திரங்களைத் தாண்டி குதித்துத்தான் கீர்த்திக்கு கதை சொல்ல வேண்டி வந்தது.

ஒன்லைனைக் கேட்டுவிட்டு சண்முகம் கேட்டான்.

"நம்ம நாட்டுக் கலாச்சாரம் பற்றி உங்களுக்குத் தெரியுமா?"

அவனுக்கு புரிகிற மாதிரி பரமு எப்படியோ ஒரு பதிலையும் நல்லவேளை சொல்லிவிட்டான்.

"ஐயா, எல்லா கலாச்சாரத்திலும் கள்ளக்காதல் உண்டு. சொல்லப் போனால் நமது ஊரில் நல்லக் காதலையே கள்ளக்காதல் மாதிரிதான்

வைத்துக் கொண்டிருக்க வேண்டும். யாரும் புரியவில்லை என்று வரமாட்டார்கள். புரிந்தாலும் இவைகள் நமக்கு நடக்காது என்று நம்பிக்கொள்வார்கள். எப்படியும் கீர்த்திக்கு எந்தப் பிரச்சினையும் வராது.”

சண்முகம் யோசிக்க தொடங்கும்போதே கீர்த்தி, தான் இந்த மாதிரி நடிப்பதற்கு இடமுள்ள படத்திற்காகத்தான் காத்திருந்ததாகச் சொல்லிவிட்டாள். சண்முகத்திற்கும் கோடான் பக்கம் சரக்குகளை ஏற்றிச் செல்ல லாரிகள் வந்துவிட்டிருந்தன.

பரமுவால் கதை சொல்ல முடிந்தது. மிகச் சுருக்கமாய் சொன்னான். தன்னையறியாமல் அவளது கண்களுக்குள் பார்த்துக் கொண்டிருந்து அந்தக் கதையை சொன்னது அவளுக்குப் பிடிக்கவில்லை. ஒரு ரவுடியோ என்று சந்தேகப்பட்டாள். கதையும் இந்தக் காலத்தின் டிரெண்டுகளுக்குள் அடங்காமல் சந்தேகப்படும்படி இருந்தது. பெண் விடுதலைக்கு எதிரான ஓர் ஆளாக இருக்கக் கூடுமோ? கீர்த்தி மூன்று ஆண்டுகளுக்கு மேலாக ஸ்டார் லெவலில் இருந்து தென்னிந்திய நடிகர்கள் அத்தனைப் பேருடனும் நடித்தவள். ஒரு கையால் காரைத் தூக்கி வில்லனின் வீட்டில் வீசும் ஒரு ஹீரோவின் கையைப் பிடித்துக்கொண்டு அவள் சில புரட்சி வசனங்கள் பேசினது ரொம்ப சிலாக்கியம். இப்போது கேட்டால்கூட எழுந்து நின்று மளமளவென்று சொல்லிக்காட்டி விடுவாள். பெரியதாய் படங்கள் வராமல் ஈயோட்ட ஆரம்பித்து மூன்று நான்கு மாதங்கள்தான் ஆகின்றன.

டச்சப் பெண், கீர்த்தியின் காலில் விழாத குறையாய் படத்தை ஏற்றுக்கொள்ளுமாறு மன்றாடினாள் என்பதையும் சொல்ல வேண்டும். கீர்த்திக்கே படத்தின் பல காட்சிகள் பிடித்தன. வேறு ஒருவனை மனதில் வரித்துக் கொண்டவளை, ஊரின் ஆத்திரத்துக்குப் பழி வாங்காமல் எல்லோரையும் துரத்திவிட்டு மன்னிக்கிற கணவன் சேலையை வாங்கிக் கொடுத்து, நகைகளை வாங்கிக் கொடுத்து, சினிமாவிற்கெல்லாம் அழைத்துச் சென்று, ஓர் அருமையான உடலுறவிற்கு அப்புறம் சொல்கிறான், நீ அவனை மறந்து விடு. சரி என்கிறாள் அவள். நீ அதை வலிமையாய் ஏன் சொல்லவில்லை என்று கேட்கிற கணவன் உறுதியாய் அதைச் சொல்லு என்று அழுத்துகிறான். அவள் பிதுங்கி, முடிந்தால் மறந்துவிட மாட்டேனா என்று கொட்டிவிடுகிறாள். அது ஒரு பெரிய அதிர்ச்சி. இது தப்பு, இது வேணா, இது துரோகம்னு என் மனசுகிட்ட எவ்வளவோ சொல்லிட்டேன், அதுக்குப் புரியலையே என்கிறவள் சாகிற வரைக்கும் இது உள்ளேயே இருக்கும், மறக்க முடியாது

என்றுவிடுகிறாள். அவன் எனது கண்ணின் மணி, அவனை நான் எனது மார்பின் கூட்டிலேயே வைத்துக்கொள்வேன் என்று படுக்கையில் அடிக்கிறாள். பயங்கரமான பயத்துக்கும் அதனால் மூர்க்கத்துக்கும் ஆட்படுகிற புருஷன் அவளை அறைந்துவிட்டு வெளியே செல்ல அவள் எழுகிறாள். நிலைக்கண்ணாடியில் தன்னைத்தானே வெறுக்கிறாள். வேறு யாரோ ஒருத்தியை எரிப்பது போல பார்த்துக்கொண்டு அடித் தேவிடியா என்கிறாள்.

கதை கேட்கவே செம்ம ஜாலியாய் இருந்தது. நடித்தே ஆக வேண்டும் என்று கீர்த்தி முடிவு கட்டிவிட்டாள். அவன் அதை சொன்னபோது போகப் போக அவளது முகத்திலிருந்து, கண்களிலிருந்து தனது கண்களை எடுத்துவிட்டான் தான். ஆனால் பெரும் ஆவேசத்துடன் கதை சொல்லியவாறு தனது முலைகளையே அவன் பார்த்துக் கொண்டிருந்ததாய் அவளுக்கு ஒரு சந்தோஷம். பிராவின் கப்புகளிடம் கரெக்டாய் இருக்கிறீர்களா என்று கேட்டுக்கொண்டாள். ஆண் மகன் என்பவன் கண்களைப் பார்த்துவிட்டு அடுத்தது முலைகளைப் பார்ப்பவன்தான் என்று, தோழி அனுஜா நாயுடு எப்போதும் சொல்லுவாள்.

“இட் ஸ் எ நைஸ் திங்க். அட்வான்ஸ் எங்கே?” என்றாள் முறைப்பாக.

பரமு, இது சரிப்பட்டு வருமா என்று தன்னைத்தானே திருகிக் கொண்டிருந்தபோது கீர்த்தி மங்களத்திடம், மோதலுக்கு அப்புறம்தானே காதல் வர முடியும், அப்பத்தானே அது ஸ்ட்ராங்காக இருக்கும் என்று கேட்டுக் கொண்டிருந்தாள்.

சும்மாவே அவனுக்கு ஃபோன் போட்டு இவ்வளவு நல்ல கதையை சொல்கிறாயே, உனக்கு நன்றாக இயக்க முடியுமா? இந்தக் கதை சோபிக்குமா? என்று வம்பு பண்ணினாள். பரமு ரொம்பவே படைப்பாளிக் கோபம் உள்ளவன். இருக்காதா பின்னே? கருணாகரனைக் கூப்பிட்டு முன்பணம் கொடுக்க வேண்டாமென்றும் வேறு நடிகையைப் பார்க்கலாம் என்றும் கூட சொல்லிவிட்டான்.

ஆனால், அந்த நாள் நள்ளிரவில் ஒரு ஃபோன் வந்தது. கீர்த்தியே தான்.

“எப்போ ஷூட்டிங்?”

“நெக்ஸ்ட் மன்த் மேடம்”

“நான் அங்க வந்து உன் கூடயே இருப்பேன் இல்ல, அத நெனச்சா எனக்கு சந்தோஷமா இருக்கு. குட் நைட் செல்லக்குட்டி.”

“க் க் க் குட் நைட்”

“குட்நைட் கண்ணம்மான்னு சொல்லக்கூடாதா? சரி, வெச்சுடறேன்.”

வாழ்க்கை இதுவரை லாஜிக்குடன் இருந்ததாக பரமு எண்ணிக் கொண்டதில் பெரிய தவறு இல்லை. குறைந்தபட்சம் இதெல்லாம் நடக்கும், இது நடக்காது என்பதெல்லாம் தெரியும் போல இருந்தது. இப்போது என்ன. ஒரு நடிகை ஒரு படத்தில் ஒப்பந்தம் செய்யப்பட்டு அதை இயக்கப் போகிறவரிடம் மில்லி மீ சென்டி மீ உதட்டை வளைத்து இடுப்பில் குத்தி சிணுங்குவது எல்லாம் கெமிஸ்ட்ரி வர்க் அவுட் ஆக வேண்டும் என்பதற்காகத்தானே.

கேள்விப்பட்ட வரையில் ஐரோப்பிய இயக்குநர்கள் எல்லாம் தங்களுடைய நாயகிகளை உள்ளங்கையில் வைத்து, அல்லது தோள்களில் கைபோட்டு சுற்றுவது நடப்பு தான். படுத்துக்கொள்வதுமே கூட. அவர்கள் அவளைப் பார்த்திருப்பார்கள். எந்த சுற்றுப் பாதையில் அவள் கண்கள் மலரும், எவ்விதமான சிரிப்பில் அவளுடைய ஈறுகள் தெரியும், கைகளை முன்னுமோ பக்கவாட்டிலோ முழக்கத்திலோ இடம் மாற்றும்போது பிதுங்கி விடுகிற முலைகளின் கோணத்தில் எது சரி போன்றவைகளை அவர்கள் தேடுகிறார்கள் என்பதில் சந்தேகம் கொள்வதற்கு ஒன்றுமில்லை. மனித நாடகங்களை பெயர்த்தெடுத்துக் கொண்டு வருவதில் ஒரு கலைஞனுக்கு தாகம் தோன்றிவிட்டால் அவன் எந்தக் காட்டிலும் வருடக்கணக்கில் படுத்துக் கிடப்பான் என்று தெரிகிற அறிவில்தான் பெண்ணோடு இருக்கிற உண்மையையும் சேர்த்துக்கொள்ள வேண்டும்.

இது அந்தக் கேட்டகிரியில் வரவில்லை. வந்தாலும், பார்க்கிற நாலு பேரில் ஒருவனாவது, தேறுகிற அளவில் ஒரு வதந்தியை தீபம் கொளுத்தி அது எந்த குடித்தனத்தின் மீதாவது விழாதா என்று பிரார்த்தித்திருப்பான்.

பரமு பெண்களைப் பாராதவன் ஒன்றும் இல்லை.

அவன் பெண்களுக்கு ஃபோகஸ் பண்ணுகிறான் என்பதும் வெளிப்படை. ஒன்றிரண்டு கனிகள் தானாய் கனிந்து அவன் மடியில் விழுந்தது என்றும், அவன் அதைப் பாக்கெட்டில் பத்திரப்படுத்திக் கொண்டான் என்றும் முதல் படத்தின் மேனேஜர் பாராட்டுமுகமாய் சொல்லிக் கொண்டிருந்துவிட்டு பின்னால் அதை வேறு மாதிரியாய் மாற்றினார். இரண்டாம் மூன்றாம் படங்களில் எல்லாம் ஏதாவது நடக்கத்தான் செய்தன.

ஒருமுறை, குடி கொஞ்சம் அதிகமாகிப்போய் இதைப் போலவே ஒரு கிராம வீட்டில் கண்களால் கதைப் பேசிய ஒரு நெடிய பெண்ணுக்காகக் கதவைத் தட்டியபோது அவளது புருஷன் கதவைத் திறந்து கன்னத்தில் அறைந்தான். இவன், தான் அடி வாங்கியதை யாரும் பார்க்கவில்லை என்பதை உறுதி செய்துகொண்டு வந்து படுத்தான். இரவெல்லாம் தூங்கவில்லை. காலையில் படடப்பிடிப்பு ரத்தானால் எங்கே போக முடியும் என்பதற்கு சரியான பதில் இல்லை. பாருங்கள், காலையில் தூக்கத்தில் தவறி விழுந்து எழவே முடியாதிருந்தபோது எல்லா ஏற்பாடுகளும் நடந்தன. குளித்துவிட்டு, தொங்குகிற பயத்தை பிடித்துக்கொண்டு ஓடினான். டீ வேண்டும் என்று வாயைத் திறப்பதற்குள் நேற்று இவனுடைய கன்னத்தில் அடித்தவர் அதைக் கொண்டுவந்து கொடுத்தார். அவரது குறிப்பிடத்தக்க, எப்போதையுமான பணிவு அப்படியே இருந்தது. நெடிய பெண் என்னைப் பார்க்க மாட்டாயா என்கிற கோபத்துடனிருந்து, பார்வை பட்டதும் அதேதான், அந்தக் கண்களால் கதை பேச ஆரம்பித்து விட்டாள். தனியாய் சந்திக்க முடிந்ததும் கேட்டான். என்ன ஆயிற்று?

“நேத்து நீங்க தண்ணி போட்டு போதையா?”

“ஆமா”

“அவுரு உங்கள விட போத. மறந்துட்டாரு”

அடிக்கிற ஆளுடன் விவகாரம் வைத்துக்கொள்வது எப்படியும் வேண்டாம் என்று இவன் விலகிக்கொண்டாலும், அந்த நெடிய பெண் தன்னுடன் சாகசம் வைத்துக் கொண்டதாக பின்னால் பலரும் சொன்னார்கள். எத்தனைப் பேர் அடி வாங்கியிருப்பார்கள் என்பதைச் சொல்ல முடியவில்லை. பரமு தன்னை நல்லவனாக வைத்துக்கொள்ள முயன்றவாறு இருப்பதால் நிறைய இடர்கள் தவிர்க்கப்பட்டிருந்தன. அதேநேரம் நல்லவனாக இருப்பதையும் தான் மற்ற எல்லோரையும் போல தவிர்த்துக் கொண்டிருந்தான். படிக்கிற காலத்தில் நாளை நாளை என்றிருந்து விட்டு தேர்வினை நெருங்கும்போதும் படிக்காமல் இருந்து விடுவதில்லையா. ஒரு சோம்பேறித்தனம் தவிர நல்லவனாக இருப்பதில் ஒன்றும் மனத்தடையில்லை. வேறு ஒரு ரகசியம் என்னவெனில், அழகான பெண்கள் நெருக்கத்தில் சிரித்துச் சிணுங்கும்போது இந்த மாதிரி கண்றாவிகள், நினைவில் கூட இருப்பதில்லை என்பதுதான். பரமு, நல்லவர்களாக வீறு கொண்டவர்களைப் பார்த்திருக்கிறான். அவர்களைப் பற்றி அவனுக்கு மிஞ்சியவை வெறும் சந்தேகங்கள்தான். சிலநேரம் குரைக்க ஆரம்பித்து கடித்து வைத்துவிடுவார்களோ என்பது

போலிருந்தார்கள் அவர்கள். சில தெறுப்பான சந்தர்ப்பங்களில் இவைகளைப் பற்றின எந்த இடறலுமில்லாமல், உலகில் உள்ள அத்தனைப் பெண்களும் தன்னை மட்டுமே விரும்ப வேண்டும் என்று சொல்லி யாரையாவது ஒருவரைப் போட்டு சரியான அடி அடிக்க வேண்டும் என்றுமேகூட தனக்குள் பிராண்டிக் கொண்டிருக்கிறான். அதற்கு பலன்கள் கொஞ்சமெல்லாம் இருந்தன.

பெண்களைப் புரிந்து கொண்டு வருவதாக நினைத்தான். அதை வெளியில் சொல்லி மற்றவர்களுக்கு புரியவைக்க முடியும் என்று நினைக்கவே இல்லை.

ஒருநாள் சம்சுதீன் தனக்கு பிடிக்கக் கூடிய கெட்ட வார்த்தைகளைப் போட்டுக்கொண்டு பெண்களைப் பற்றி சுவாரசியமாய் பேசிக் கொண்டிருக்கையில், அவன் சொன்னது பிரசித்தம். இதுவரை இல்லாத அளவு நாம் இப்போதுதான் பெண்களை அளவு கடந்து வெறுத்துக் கொண்டிருக்கிறோம் என்றான். ஏண்டா என்று வாயிலடித்துக் கொண்டார் சம்சுதீன். இல்லையெனில் இந்த அளவிற்கு நாம் பெண்ணியம் பேச வேண்டியதில்லை. அப்படியாவது அவர்களை இந்த சந்தில் விரட்டிப் பிடித்துவிட முடியாதா என்று துரத்திக் கொண்டிருக்கிறோம் என்றான் தான். ஆனால், அதைக் கொஞ்சம் சந்தேகமாக சொன்னான். அதைப் பற்றி யோசித்துக் கொண்டிருக்கிறான் போலும்.

யாமினியில் கூட சில யோசனைகள்தான் இருக்கின்றன என்று பலரிடமும் சொல்லியிருக்கிறான்.

பலரும் அந்தத் திரைக்கதையை விரும்பவில்லை. படித்து அபிப்ராயம் சொல்ல வந்தவர்கள் எதையோ முழுங்கிக் கொண்டிருந்தார்கள். சிலரோ படிக்கிறேன், படிக்கிறேன் என்று ஜோக்குக் காட்டிக் கொண்டிருந்தார்கள். முகத்தில் அடிக்கிறா மாதிரி, எனக்குப் பிடிக்கவில்லை என்று கேட்காமலே அபிப்ராயம் சொல்லிக் கொண்டிருந்தது பரமுவின் மனைவி மட்டும்தான். தனது மகளிடம், உங்கப்பா சரியில்லை அவர் எழுதற கதை எல்லாம் கேவலமான கதை என்று உறுதியாய் சொல்லியிருக்கிறாள்.

பரமுவிற்கு ஒரு திடம். இந்த விஷயத்தில். திரைக்கதையில் சிவதாசன் எழுதாத ஒன்று, தான் நினைக்காத ஒன்று வலுவாய் உள்ளது என்பது அவனது நம்பிக்கை. அது அவனை ஒரு தனிமைக்குக் கொண்டு சென்றது. அது அவனைப் பயப்படுத்தியது. என்ன சொல்லுவது. அவன் தனது தனிமைக்கு ஒரு கோணத்தில் பெருமை கொண்டான். கீர்த்தி கண்களை விரித்து அந்தத்

திரைக்கதைக்கு வியக்குந்தோறும் அவள் மீதிருந்த காமம் கனல் கொண்டது என்றே சொல்ல வேண்டும். அந்த ரகசியத்தை அவன் பாதுகாத்தான். அவளை நெருங்க வேண்டியதில்லை என்பது, தானாக வந்து உட்கார்ந்து கொள்ளுமா. நமது நம்பிக்கைகள் அப்படித்தான். தானாக அவள் விலகிச் சென்றுவிடுவாள் என்பது இன்னொரு பக்கத்திலிருந்து.

உண்மை அப்படியெல்லாம் இல்லை. இரண்டொரு நாளில் அவள் பங்கு பெறுகிற ஷெட்டுயூல் தொடங்கியது.

அதற்கு முந்தய நாளில் சீக்கிரம் உறங்கிவிட வேண்டும் என்பதற்காக இரண்டு பெக் போட்டான். அது மூன்றாகி நான்காகியது. நாளைக்கு அவளைப் பார்க்கப் போகிறோம் என்பது அடித்துக் கொண்டிருந்தது. என்ன கேவலம்டா இது. ஒன்றும் புரியவில்லையே? ஐந்து பெக்கெல்லாம் அதிகம். தானாகவே மயங்கி சரிந்து விட்டான். அது தூக்கமா என்பது மட்டும் விளங்கவில்லை. யாரிடமோ ஒருமாதிரியான தத்துவம் சொல்லிக் கொண்டே இருந்தான். அது ஆயிரக்கணக்கான பக்கங்களில் எழுதப்பட்ட வசனம். அதற்கு யார் யாரோ குலுங்கி அழுதவண்ணம் இருந்தார்கள். திரும்பின பக்கமெல்லாம் புறக்கணிப்பு. ஒரு இழையில், உனக்கு ரொம்ப காம்ப்ளெக்ஸ் என்பதும் அவனால் சொல்லப்பட்டவாறிருந்தது. அவனேதான் அதை தலையசைத்துக் கேட்டுக் கொண்டிருந்தான்.

என்ன சத்தம்?

எழுந்தபோது அவனது மொபைல்தான் அடித்துக் கொண்டிருந்தது. விடியப் போகிறதா! கடவுளே. புரொடக்சனில் டீ கொண்டு வரட்டுமா என்றுதான் கேட்கப் போகிறார்கள். இல்லை, மணி மூன்றுதான். கீர்த்தி ஒரு விதமான கிசுகிசுப்பில் பேசினாள். மயிர்கள் நிமிர்ந்தன. தூக்கம் அவசரமாக எழுந்து அவனில் இருந்து இறங்கி காணாமல் போயிற்று. தடதடப்புடன் என்ன, என்ன என்றான். காதுக்குள் விழுந்த எதுவுமே வடிவம் பெறவில்லை. அதை எடுத்துக்கொள்ள ஆகவில்லை.

"தூங்கலையா?"

"தூங்கிட்டுத்தான் இருந்தேன். என்ன ஆச்சு? நாளைக்கு வர முடியாதா?"

"ஐ, நல்லா இருக்கே கதை. அது எப்டி வராம இருப்பேன்? வேற ஒரு விஷயம்"

“ஓ! என்னது?”

“தப்பா நெனைக்கக் கூடாது. ம்? கண்டிப்பா நெனைக்கக் கூடாது.”

அவனால் பேச முடியவில்லை. தொண்டை அல்லது புத்தி ஏதோ ஒன்று உறைநிலையில் ஜில்லிட்டது.

“சண்முகம் வந்தாரு.”

“ம்”

“இருந்தோம்”

“ம்”

“அவர் மேல. நான் கீழ. எப்பவும் போல கோவமா செஞ்சாரு.”

“ம்”

“முடியும்போது ரொம்ப போட்டு கசக்கிட்டாரு. ஒடம்பெல்லாம் வலி. பயந்துராதே. இதெல்லாம் சகஜம். நாளைக்குக் காலைல ஒன்னும் இருக்காது. இப்பிடி செய்யறது எல்லாம் எனக்கு பிடிக்காதுன்னு கூட இல்ல. நல்லாதான் இருக்கும்.”

“ம்”

“ஆனா அந்த நேரத்தில எனக்கு உன் ஞாபகம் வந்துச்சி. நீ எவ்ளோ சாஃப்ட் இல்ல? நீ ஒன்னுமே பண்ணாம படுத்துக்கிட்டு இருக்கற மாதிரியும், நான் உன் மேல படுத்துக்கிட்டு உன் மொகத்த பாத்துக்கிட்டே பண்ற மாதிரியும் நெனச்சுகிட்டேன். ரெண்டு நிமிஷத்தில அப்பிடியே தண்ணி தண்ணியாயிட்டேன்.”

எங்கோ ஒரு ரயில் ஓடுகிற சப்தத்தைக் கேட்டான் பரமு.

அந்த சப்தத்தைப் பிடித்துக் கொண்டுதான் தன்னால் நிற்க முடிகிறது என்று நம்பினான்.

“நீ பயங்கர தூக்கத்தில இருக்கறேன்னு நெனைக்கிறேன். ஒரு பொண்ணு மனசுல நெனைக்கறதை எந்த டைம்ல சொல்றான்னு யோசிச்சாவது கொஞ்சம் எரக்கம் காட்டக் கூடாதா? எவளையாவது ரூமுக்கு வரச் சொல்லி அவ கூட படுத்துக்கிட்டிருப்ப. நான் வெக்கறேன்.”

இல்லை, இல்லை, இல்லை.

ஆனால் அதைச் சொல்ல முடியவில்லை.

ஃபோனை ஸ்விட்ச் ஆஃப் செய்து விட்டாள். கண்டிப்பாக படுத்து நல்ல தூக்கம் தூங்கியிருப்பாள் கூட.

ஸ்பாட்டுக்கு காரில் போகும்போது கண்களைத் திறக்கவே இல்லை.

ஸ்பாட்டில் இறங்கி, யாரையும் நேரிடாமல் வீட்டைச் சுற்றிப் பார்க்கிற மாதிரி நடந்து ஓர் அறைக்குள் வந்தான். காட்சிக்கான பெட்ஷீட்டுகள் கிடந்தன. ஆடை வடிவமைப்பு குழு, ஒருவேளை இன்னும் வந்திருக்காது. அப்படியே அந்த மூட்டைக்குள் முகத்தைப் புதைத்துக் கொண்டு வீழ்ந்தான். அடித்துக் கொண்டு போயிற்று. சிட்டு வந்து பார்த்து அந்தக் கதவை மூடி வைத்திருக்கிறான். காஸ்ட்யூம் டீமில் இருக்கிற பையனைப் பார்த்துக்கொள்ள காவல் வைத்துவிட்டு மற்ற அனைவரையும் சமாளித்திருக்கிறான். ஃபஸ்ட் ஷாட் பற்றி கேமிராமேனோடு பேசி வைத்திருந்ததால், அவர் கோணம் வைக்கிறவரை பொறுத்திருந்து வந்து எழுப்பினான் சிட்டு. திடுக்கிட்டதுதான். ஆனால், தூக்கம் முடிந்து பளிச்சென்று வந்தது.

விசாரித்தவாறே வந்து, “போலாமா?” என்று மானிட்டரில் உட்கார்ந்தான்.

பன்னிரெண்டு மணிக்கு சொல்லி வைத்தது போல வந்த கீர்த்தியிடம், நான் நேற்று யாரோடும் படுக்கவில்லை என்று சொல்ல முந்தினாலும் பரமுவிற்கு அந்த வாய்ப்பு கிடைக்கவில்லை. அவள் தனது ஹோட்டல் ரூம் சன்னல் பக்கத்தில் ஒரு குயில் சாவது போலக் கூவிக் கொண்டிருந்ததைக் குறிப்பிட்டாள். பரமு, நான் நேற்று செத்தே போயிருக்க வேண்டியவன் என்று சொல்ல வேண்டும். இவனும் குயிலின் டேட்டா சொல்லிவிட்டு நகர வேண்டி இருந்தது. ஏனெனில் சண்முகம் பக்கத்தில் நின்று குயில் மாதிரி விசிலடித்துக் கொண்டிருந்தான்.

இதையெல்லாம் எந்த மயிரில் சேர்த்துக்கொள்வது? கீர்த்தி அந்த விசிலை பாராட்டுமுகமாய் மிக பலமாகக் கைகளைத் தட்டினாள். இவனும் கூட புன்னகை சிந்துவது என்பார்களில்லையா, அதை செய்துகாட்ட வேண்டியதாயிற்று.

இதுவரைக்கும் குயிலைப் பற்றி பில்டப் செய்துகொண்டு வந்த கவிஞர்கள் உள்ளிட்ட கும்பலை தனது மானேஜரை விட்டு அழைத்து வந்து, ஒரு கல்யாண சத்திரத்தில் உட்கார வைத்து க்ரீன் டீ கொடுத்து உபசரித்து லாஸ்ட் டாங்கோ மார்லன் பிராண்டோ மாதிரி பேண்டை கழற்றி அத்தனைப் பேருக்கும் குண்டியைக் காட்ட வேண்டும் என்று வந்தது. மானு, தேனு, மயிலு, குயிலு, மண்ணாங்கட்டி.

ஓகே. இப்படியெல்லாம் உலகை வெறுத்து பழகக்கூடாது, சரிதான். இலக்கியம் என்றால் கண்ணியம். அதை எழுதுகிறவர்கள்,

படிக்கிறவர்கள் எல்லாம் பெரிய பருப்புகள். அவர்களை கிரிமினல்ஸ் போலக் கருதி கறுவுவது சரியா? நாகரீகம் உள்ள ஒருவன் அப்படி செய்வது வழக்கத்தில் இல்லை என்று நினைத்துக்கொண்டே, இலக்கியவாதிகள் அறிந்து விடக்கூடாத ஓர் அசுத்தச் சொல்லை வாய்விட்டு சொன்னான். என்னடா இது என்று வரத்தானே செய்யும். அடித்தாலும் திருப்பி அடிக்க முடியாதவர்களிடம் மோதுவது என்கிற ஒரு கலாச்சாரம் இருக்கிறது என்று கூடவே வந்தது கொஞ்சம் ஆறுதலாக இருந்தது. மேலும் இதெல்லாம் உள்ளுக்குள்தான். நாலுபேர் கவனிக்கும்போது கண்ணியம் தானாக வந்து உட்கார்ந்து விடும்.

படப்பிடிப்பில் சண்முகம் வந்து நெருக்கித் தள்ளி, மானிட்டர் முன்னால் அமர்ந்து கொண்டபோது, பரமு அவனது முகத்தை ஒருதடவைப் பார்த்தான். ஒரு புன்னகை, அதைத் தவழ்ந்தது என்றே குறிப்பிட முடியும். ஆனால், நீ என்ன செய்துவிட முடியும்? என்பதான ஒரு கூர்மை அவனது கண்களில் இருந்தது. வேலை செய்யும்போது, அதில் ஆழ்ந்திருக்கும்போது இதெல்லாம் சும்மா எறும்புக்கடி. விட்டு விலகி நகர்ந்து, கீர்த்தி புள்ளத்தாச்சியாய் பரப்பிக்கொண்டு உட்கார்ந்திருந்த இடத்திற்கு சென்று அவளுக்கு ஒரு யோசனை சொல்லிவிட்டு கேமிராவிற்கு நகர்ந்து கொண்டான்.

என்ன மாதிரிப் பெண் இவள்? பரமுவை அவள் ஏறிட்டுப் பார்க்கவே இல்லை. யாமினிக்குள் இருந்தாள். ஷாட் போகும்போது அவளது நெற்றியில் வியர்வை பொடித்து மூக்கின் மீது இறங்கியது. அவளது முகம், பட்டிக்காட்டின் ஒரு வெகுளித்தன்மையை எடுத்துக் கொண்டிருந்தது. யாரோ போல இருந்தாள். அழுக்குத் துணிகளை, கொதிக்கும் நீரில் விட்டு எடுத்து பக்கத்தில் குவிக்கிறாள். நெஞ்சில் கையை வைத்து, சற்றே நீண்ட மூச்சை விட்டு தன்னை ஆற்றுப்படுத்திக் கொள்கிறாள். கையை ஊன்றி அவள் எழுந்துகொள்ளும் வரை ஷாட். அப்படி எழுந்தாள். நகர்ந்தாள். மூச்சு வாங்க மறந்திருந்த பரமு தன்னை விட்டு, எச்சில் முழுங்கி கட் என்பதாக கையைத் தூக்கினான். வார்த்தை ஒரு முனகலுடன் தெளிவற்று தேய்ந்து புதைந்து கொண்டது.

குழுவினர் அமைதியாய் இருந்தார்கள். கீர்த்தி அங்கிருந்து கொஞ்சம் விலகி, வயிற்று மூட்டையை வெளியே எடுத்துக்கொண்டு, அதை காஸ்ட்யூம் அசிஸ்டண்டிடம் கொடுத்துவிட்டு தனது அறையை நோக்கிச் சென்றாள். அவன் துணுக்குற்று குழுவினரைப் பார்த்தான்.

அவள் அழுவதை எல்லோருமே அறிந்தார்கள்.

“அழுதீங்களா?”

“இல்லையே?”

“இல்ல, எதுக்கு அழுதீங்கன்னு கேக்கலாம்னு நெனச்சேன்!”

“அது என் இஷ்டம். சொல்றதா இல்ல”

இவள் எந்த நேரத்தில் பாக்ஸராகிறாள் என்பதை சொல்ல முடியாது என்று நினைத்துக் கொண்டு, பரமு அடுத்த வேலையைப் பார்க்கச் சென்றான். முகம் சட்டென்று சுருண்டு அசட்டுத்தனம் பற்றியதை மாற்றி முறுக்க முடியவில்லை. ஆனால் சற்று நேரத்தில் வந்தவள் தனக்கு ஒரு ஆரஞ்சு மிட்டாய் வேண்டுமாகக் கேட்டாள். எதற்கு என்று கேட்டால் மறுபடியும் ஒரு பன்ச் விடலாம்.

ஆனால், சண்முகம் போன அடுத்த நிமிஷம், அவள் ஃபோனில் தனது அறைக்கு கூப்பிடவே அங்கே சென்றபோது அவள் அந்த ஆரஞ்சு மிட்டாயை வாயில் வைத்து சப்பிக்கொண்டிருந்தது தெரிந்தது.

“கோவமா?”

“சேச்சே. எதுக்கு கோவம்?”

“எதுக்கோ அழுதேன். சொல்லத் தெரியல. ஆனா நான் அழுததுக்கு நீ துடிச்சுப் போயிட்ட தானே?”

பரமு திடுக்கிட்டான் என்பது நிஜம்.

அவள் அடுத்த வினாடி அவனது இதழில் பொருந்தி நாவால் அவனுடைய இதழ்களைப் பிளந்தாள். மிட்டாயை அவனது வாய்க்குள் தள்ளினாள். தன்னையறியாமல் அவன் அதைச் சுவைத்து வாயில் எச்சில் ஊறுவதற்குள் மிட்டாயுடன் மொத்தத்தையும் தனக்கே எடுத்துக் கொண்டாள். விலகி நின்று கொண்டு தள்ளி விட்டாள். அடேங்கப்பா, என்ன வலு?

புயலில் சிக்கிய பூந்தோட்டமாட்டம் கலங்கி சுழன்றவாறு தனது நாற்காலிக்கு வந்து உட்கார்ந்து கொண்டவன், தன்னையறியாமல் ரெடி என்றான். கேமிராமேன், நான் ரெடியாக வேண்டாமா என்பது போல கேட்கவே, ஓஹோ! என்பதாக ஆசுவாசமாக சாய்ந்து உட்கார்ந்தான்.

அப்போது மனோஜ் வந்து அருகில் அமர்ந்தான். நெஞ்சு துடிக்கிற சப்தத்தை கேட்டவாறிருந்த பரமு அவனைப் பார்த்தான். எடுக்கப் போகிற காட்சியை இன்னும் உக்கிரமாக எடுக்க முடியும் போல ஓர் எண்ணம் பளீரிட்டது. கொஞ்சம் விவரிக்க ஆரம்பித்து காட்சியில்

இன்னும் அது வளர்ந்தது. தனது காதலி அவளது புருஷனிடம் வீட்டுக்குள் நின்று ஃபோன் பேச, இவன் அதை வெறிக்க வேண்டும். மொத்த நம்பிக்கையும் இழந்த ஒருவனின் தோற்றுப் போன முகம். மனோஜ்க்கு அதை செய்துகாட்ட முடிந்தது.

வாயினுள் கொதித்துக் கொண்டிருந்த மிட்டாயின் சுவையை மறக்கவே முடியவில்லை. அன்றிரவு அவளுடன் ஃபோனில் பேசவேண்டி வந்தது.

“நல்லா இருந்திச்சா?”

“ம்”

“என் எச்சில் சூப்பர் டேஸ்டு இல்ல?”

“ம்”

அந்தப் பேச்சு நீடிக்கவில்லை. சட்டென்று அவள் முடித்துக் கொள்ளப் போகும்போது “கீர்த்தி. நீ இல்லன்னா நான் செத்துருவேன்” என்று சொன்னது அவனா என்பது அவனுக்கே புரியவில்லை.

விதி என்கிற ஒன்றெல்லாம் இருக்கிறது சார்.

★★★★★★

காயங்கள் எல்லாம் ஆறி, இரண்டு உதவியாளர்களுடன் மனைவியும் மகளும் இல்லாத வீட்டில் சிலநாட்கள் ஓய்வெடுத்துக் கொண்டு பரமு மெங்களூருக்கு டிக்கெட் போட்டான். சிவதாசனும் வந்து சேர்ந்து கொண்டார். ஐடியா அவருடையதுதான். அப்புறம் கொல்லூர் வந்து சேர்ந்து குடசாத்ரி மலைக்கு ஏறினார்கள். ஒருநாள் இரவு தங்க முடிந்தது. நிலா வெளிச்சத்தில் மலை உச்சியில் இருந்து பள்ளத்தாக்குகளைப் பார்க்க முடிகிற அறை. பேச்சு வராமல் தனிமை திரண்டு கொண்டு நின்றது. இரண்டு பேருமே கொஞ்சம் பயந்து போயிருந்தார்கள்.

தொலைவிலோ, மிக அருகிலேயோ கேட்டுக்கொண்டிருந்த பூச்சிகளின் திருகல் ஒலி மூலம் இந்த கானகம் என்ன சொல்லுகிறது? மனித வாழ்விற்கே சம்பந்தம் இல்லாத வெளியில் ஓடவிட்டது போல சட்டென்று கால்களுக்கடியே நகர்ந்த இடைவெளியில் பரமு தன்னை யாரென்று பார்த்துக் கொண்டான். தன்னை வெறிக்கிற சிவதாசனைப் பார்த்தான். அவருக்கு, அவனது குமட்டல் புரியாமலில்லை. குடிப்பதற்கு கொஞ்சம் சுடுநீர் வைத்துக் கொடுத்தார். இலேசான விடியல் தென்பட்டபோது வந்துவிட்டது தூக்கம்.

மதியம் கோயில் சாப்பாடு. அருமையான சாம்பார் சாதம். மணத்தது. மாங்காய் ஊறுகாய். கொஞ்சம் சர்க்கரைப் பொங்கல் கூட கொடுத்தார்கள். அடிவாரத்துக்கு இறங்கி மூகாம்பிகையை இன்னும் ஒருமுறை சுற்றி வந்துவிட்டு கொஞ்சநேரம் அறையில் இருந்தார்கள். விஸ்கி வாங்குவதற்கு எட்டு கிலோமீட்டர் தூரம் ஆட்டோவில் போக வேண்டியிருந்தது. கோயிலின் விளக்குகள் ஒளி வீசுவது தெரியாத தூரத்தில் அசைவ உணவுகள் கிடைத்தன. முசல்மானான ஓர் இளைஞன், எதெல்லாம் ருசியாக இருக்கும் என்று விவரித்து கட்டிக் கொடுத்தான்.

முதல் பெக் சுரணையில்லாமல் இருந்தது உண்மை. அடுத்த பெக்கை போட்டு ஒரு சிகரெட்டைப் புகைத்ததும் பரமுவிற்கு பேச்சு வந்தது. நினைத்தாலும் வாய்மூட முடியாத நிலையில், தொடர்ந்து குடித்து, கிடைத்ததை வாரி விழுங்கிப் படுத்துவிட்டான். சிவதாசன் தனது வேலைகளை முடித்துவிட்டு, அவனருகே படுப்பதற்கு முன் விளக்கை அணைக்க, படுக்க வந்தவர் ஒரு கணம் தாமதித்தார். பரமு கண்களைத் திறந்து இவரைத்தான் பார்த்துக் கொண்டிருந்தான்.

பிரமையா?

இல்லை.

"உன் ஸ்க்ரிப்ட் தான். எல்லாத்துக்கும் காரணம் அதான். அவ கெட்டதுக்கும், நான் கெட்டதுக்கும் காரணம். நீ எழுதினே பார், அந்த யாமினி தான்!"

சிவதாசன் பரமு என்ன சொல்கிறான் என்று புரிந்துகொள்வதற்குள் அவனது கண்கள் அடைந்துவிட்டன. தூங்கிவிட்டான். அவன் இப்போது பேசியது தூக்கத்திலா, விழிப்பிலா என்று தெரியவில்லை. போதை அவரையும்தான் போட்டு அழுத்திக் கொண்டிருந்தது. அவரால் இப்போது அதைப் பற்றி சிந்திக்க முடியாதென்றும், ஆனால் காலையில் மறந்திடாமல் இதைப் பற்றி யோசித்து அவனிடம் கேட்க வேண்டுமென்றும் உருவாகி வந்த வார்த்தைகளை மறுபடி மறுபடி மனப்பாடம் செய்தவாறிருந்தபோது ஒரு கணத்தில் அவரும் தூக்கத்தில் குப்புறக் கவிழ்ந்தார்.

பரமுவின் செல் அடிக்க ஆரம்பித்தது.

அடித்துக்கொண்டே இருந்தது.

இருவருக்கும் அது எட்டும் நிலையில் இல்லை.

★★★★★★

திரைக்கதையில் இருந்த யாமினி, படமாகி கனிந்து வரும்போது கூர்மையடைந்தவாறு வந்தாள். ஒரு பெரிய குழுவே அந்த மனப்பான்மைக்குப் பின்னால் வேலை செய்தவாறு வந்தார்கள் என்று சொல்ல வேண்டும்.

மானிட்டரில் உட்கார்ந்து ஷாட்டுக்கு முனையும்போது சட்டென அவனை நிமிர்ந்து பார்க்கிற கண்கள் கீர்த்தியினுடையது இல்லை போலவே இருந்தது. அவள் எங்கே அவனைப் பார்த்தாள்? ஆனால் பார்த்தாள் என்பது துடிப்பினுள்ளே இருந்தது. அவளுக்கு அவனை அப்படி, யாருமே பார்க்காதிருக்கும்போது பார்க்க வேண்டியிருந்தது. பார்த்தவாறிருக்கும் மக்களுக்கு நடுவேயும் அப்படிப் பார்க்க வேண்டியிருந்தது.

அப்படிப் பார்வைகள் வரவில்லை என்றால் அவன் நெஞ்சு நொந்திருப்பான். அவள் கோபமாக இருக்கிறாளோ, அவளுள் அசிரத்தை நிரம்பிற்றோ, அவளது மனதில் கட்டிக் கொள்கிறவன் என்ன செய்து அலை நிரப்பியிருப்பான், அல்லது யாரோ ஒரு புதிய ஆளின் கரங்களுக்குள், அவனது பரந்த மார்புக்குள் அடங்க விரும்பும் கனவு எழும்பியிருக்குமோ? எனது இழிவான கோழைத்தனம் அவளுக்குள் கசக்க ஆரம்பித்திருக்குமோ? இப்படியெல்லாம் என்னதான் இல்லை.

சுய வதை தொடங்கி, அப்படி நாட்கள் சென்று கொண்டிருந்தன.

மற்றொரு புழுவின் முதுகில் ஓட்டைப் போட்டு அதில் முட்டை பொரித்து அடைகாத்து அந்தப் புழுவைக் கொல்லாமலும், கொஞ்சம் கொஞ்சமாக தின்றவாறும் இருக்கிற ஏதோ ராணிப் புழுவைப் பற்றி பரமு படித்திருக்கிறான். அதுதான் நடந்து கொண்டிருக்கிறது.

கீர்த்தி எப்படியோ சந்தோஷமாக நடை பயிலக் கற்றுக்கொண்டாள். ஆஹா, என்ன சொல்வது அதை, அவளது ஒயில் கூடிக் கொண்டிருந்தது. எல்லோரிடமும் சந்தோஷமாக இருந்தாள். சண்முகத்திடம் பேரன்பு காட்டினாள். தனிமையில் பரமுவிற்கு ரவிக்கையை விலக்கி முலைகளை அருந்தக் கொடுக்கும்போது ஆறுதல் சொன்னாள். சந்தோஷமாக இரு என்றாள். எப்போதும் ஒரு துயரை, நாற்காலி போட்டு நீ உட்கார்ந்து கொண்டிருப்பது பற்றி யோசிக்கும்போது அறுத்துக் கொள்ளலாம் என்று வருகிறது உண்மைதான், என்றாலும் எனக்காக ஒருவன் செத்துக் கொண்டிருக்கிறான் என்பது சில்லிடலாக இருக்கிறது என்றாள். ஒரு கட்டத்தில் அந்த மகிழ்ச்சியைத் தாங்க முடியவில்லை தெரியுமா என்று உச்சந்தலையில் முத்தம் தந்த பின்னரே பட்டன்களைப் பூட்டிக் கொண்டாள்.

ஊர் உலகை எல்லாம் கூட்டி, குறைந்தபட்சம் ஒரு குன்றின் மேலாவது ஏறி நின்று கூச்சல் போட வேண்டுமாக எனக்குள் ஒன்று சாமியாடுகிறது என் செல்லக்குட்டியே என்பது இரவெல்லாம் எதிரொலித்துக் கொண்டிருந்தது.

மனோஜிடம் எதற்கோ சிரித்துக் கொண்டிருந்தது பிடிக்காமல், அவனை நெருங்கி அதட்டியபோது கீர்த்தி அதை விளையாட்டாக எடுத்துக்கொண்டு சிரிக்க ஆரம்பிக்க, அவளிடமும் பரமு தனது குரூரத்தைக் காட்டினான். அவள் அந்தக் கணத்தில் அணைந்து போனது திக்கென்றிருந்தது. ஆனால், சமாதானப்படுத்தும் அவகாசம் இல்லை. ஓரிரு முறை முயன்றபோது அவள் ஆக்ரோஷமாக, என் அருகில் நிற்க வராதே என்று உறுமிவிட்டுப் போனாள்.

யாமினி விறகு வெட்டிக் கொண்டிருக்க, வேலைக்காக வெளிநாடு சென்று சம்பாதித்து உன்னை எப்படி அலங்கரிக்கிறேன் பார் என்று சொல்லிவிட்ட பழனி அவளைச் சமாதானப்படுத்த முயல வேண்டும். பழனி கேட்கிற எந்தக் கேள்விக்கும் அவள் பதில் சொல்வதில்லை. முடிவில் அவளைத் தொடுவதற்கு நெருங்கும்போது கடும் ஆத்திரத்துடன் ஒரு மரத்துண்டை பழனியின் நெற்றி மீது வீசியடித்து விடுகிறாள்.

சம்சுதீனுக்கு நிஜமாகவே ரத்தம் வந்தது. ஒற்றை வார்த்தையில் ஒரு மன்னிப்பு கேட்டுவிட்டு கீர்த்தி சென்றுவிட, சம்சுதீன் கும்பல் கூடின குழுவினரிடம் நூறுமுறை பரவாயில்லை என்று சொல்லிக் கொண்டிருந்தார். அவருக்கு என்ன நடந்து கொண்டிருந்தது என்பது தெரியும். ஓரக்கண்களால் ஒருமுறை பரமுவைப் பார்த்துக்கொண்டார். பரமு தலையாட்டிக் கொண்டான். அதே காட்சியின் பகுதிகள் இன்னும் வேண்டியிருந்தன. மெதுவாக, பரமுதான் அவளைக் கூப்பிடப் போனான்.

வேறு என்ன. ஸாரி கேட்பது என்கிற அசட்டுத்தனம். அதெல்லாம் போதுமானதில்லை என்பது தெரிந்ததுதான். அவன் வாய் திறப்பதற்குள் அவள்பாட்டுக்கு நடந்தாள். அவன் ஓட வேண்டியிருந்தது. என்னவோ சொல்ல முயன்று என்னென்னவோ உளறிக்கொண்டிருக்க, அவள் நிதானமாக வாயை மூடு என்பதாக சைகை செய்தாள். ஓர் ஆணுக்கு முறுகக் கூடிய அவமானம் வந்து கூசியது.

நடந்தார்கள்.

“இன்னைக்கே ட்ரை பண்றேன். சண்முகம் வர்றதுக்குள்ள ஒரு தடவ என்கூட படுத்துரு!”

"கீர்த்தி, நான் அவளவு அல்பம் இல்ல. சொல்லிட்டேன்"

"ஆ, நீ அல்பம் இல்ல. விடு. நீ தானே சொன்ன? ஒரு தடவ நல்லா படுத்து எழுந்துட்டா இவ்ளோ நெருப்பு பத்திக்கிட்டு எரியாதுன்னு! உனக்குன்னு இல்ல, எனக்கு இருக்கற கொலவெறியும் கொஞ்சம் தணியட்டும். பேக்கப் ஆன உடனே நான் பாத்ரூம்ல இருப்பேன். நின்னுக்கிட்டு செஞ்சுரலாம்!"

"நான் வரமாட்டேன். எனக்கு ஒன்னும் உன் ஒடம்பு முக்கியம் இல்ல!"

"மனோஜ்க்கு என் ஒடம்பு தான் முக்கியம். கூப்பிட்டுக்கவா?"

"தேவிடியா!"

"நான் தேவடியாவா? அதுவும் சரிதான். fuck பண்ணிட்டு ஒரு ரேட்டு போட்டுக் குடுத்துரு!"

இருவரும் சிரித்த முகத்துடன் கூட்டத்தில் கலந்தார்கள். சினிமாவைப் பற்றி சொல்வதற்கு ஒன்றுமில்லை. அந்தக் காட்சி சிறப்பாக வந்தது. கீர்த்தி பிசாசு மாதிரி ஒளிர்ந்தாள். அனைவரும் வாயைப் பிளந்தார்கள் என்கிற கிளிஷே அப்படியே சரி. சம்சுதீன் என்கிற அந்தப் பெரிய நடிகன் அப்படியே கையெடுத்துக் கும்பிட்டான். பரமுவிற்கு ஆதங்கம் முட்டியது. அவளைக் கட்டிப் பிடித்து அழவேண்டும் என்று விரும்பினான். அவள் இந்தப் பக்கமே பார்க்கவில்லை. தன்பாட்டுக்கு போனாள். அடுத்த செட்டப்பிற்கு ரெடியாகி யாரோ கூட்டி வந்தார்கள். பக்கத்தில் வந்து உட்கார்ந்தாள்.

"எப்டி?" என்றாள். முகத்தில் அந்த சந்தோஷமும் குரலில் அந்தக் கிசுகிசுப்பும் வந்துவிட்டிருந்தன.

இவனுக்கு வார்த்தைகளே வரவில்லை.

"இப்டியெல்லாம் இருக்கக் கூடாது. செம்மையா பண்ணடி கண்ணம்மான்னு சொல்லணும்!"

"அதெல்லாம் போதுமா? சாவடிச்சிட்ட!"

"நெஜமா?"

"எனக்கு அப்டியே உன்னக் கட்டிக்கிட்டு"

"அழணுமா?"

"அதையும் கேவலப்படுத்திருவியே?"

"ஏய், சீ. சும்மா இரு. நான் இன்னைக்கு பேக்கப் ஆன உடனே பாத்ரூம்ல ரெடியா தான் இருப்பேன்!"

பரமு அவளைப் பார்த்தான்.

"ஒரு காண்டுல சொன்னேன் இல்ல. இப்ப எனக்கு ஆசையா இருக்கு. நீ எனக்குள்ள நொழஞ்சு தான் ஆகணும். வந்துரு!"

காதுகளும் கன்னத்து ஓரங்களும் சூடாகி அவள் எழுந்து போவதைப் பார்த்திருந்தான். சம்சுதீனை நெருங்கிக் கட்டிக்கொண்டு அவள் அவரது காயத்தைப் பரிசோதிப்பது தெரிந்தது. எப்படி கடவுளே, இதெல்லாம்? ஆற்ற முடியாத அவசரம் தனது காலத்தைத் தொட முடியாமல் பரிதவிக்கின்ற புகை பறந்தது. மனிதர்கள் ஆவிகள் போல நடமாடுவது சகிக்காமல், சென்று முகம் கழுவினான். புகைத்தான். ஒரு முடிவு எடுத்துக் கொண்டுதான் அடுத்த காட்சிக்கு வந்தான். வேலை. வேலையைப் போல ஒரு ரட்சகன் இல்லை. வேலையைப் போல ஒரு தப்பித்தல் இல்லை. நின்று நிரவினான். பேக்கப் சொல்லும்போது தான் நெஞ்சு தரைக்கு நழுவினது போலிருந்தது.

ஆனால், பாத்ரூமில் எதுவும் சரியாகவில்லை. அவள் மிகுந்த பயத்தில் இருந்தாள். நின்றுகொண்டு செய்கிற நுட்பம் வாய்க்கவில்லை. இரண்டு பேருமே கண்ணியம் காக்க முனைந்தார்கள். வேறு ஒரு கோணத்தில் ஆபாசம் வந்துவிடுமோ என்கிற நெருக்கடிக்குள் கண்களை அடைத்துக் கொண்ட மாதிரியிருந்தது. அவன் நுழைவதற்குள் விந்து முந்தினான். அவளும், போதும் ஓடு என்று துரத்தி விட்டாள். அப்புறம் கூட்டத்துக்கிடையே பரஸ்பரம் பார்க்க நேர்ந்தபோது மெல்லிய அசட்டுப் புன்னகை வந்தது. அட ச்சை, இதை செய்திருக்கவே வேண்டியிருக்கவில்லை. சண்முகம் அவளை வழக்கப்படி காபந்து பண்ணிக் கொண்டு போவதைப் பார்க்க அது பயங்கரமாயிருந்தது.

நடந்தது என்ன என்பதை திரும்பத் திரும்ப மனதில் ஓட்டிப்பார்க்கும் போது பல விஷயங்கள் நினைவிற்கு வரவில்லை. ஒருமுறை, சற்றே கால் அகட்டி அவன் நுழைய அவனுக்கு உதவி செய்தபோது அம்முகத்தில் பார்த்த தீவிரம் மறக்கவில்லை. முகம் கோணியிருந்தாள். கண்ணிமைகள் சுருங்கி விரிந்தன. அவன் அதற்கு அப்போது அச்சப்பட்டிருந்தான் என்பதால் தான் அச்சித்திரம் மனதில் விழுந்து விட்டிருக்கிறது.

எல்லா வதைகளையும் தாண்டிச் செல்வதற்கு, ஒரு புணர்வு போதாது என்பது புலனாயிற்று. வேறு என்னமோ இன்னும் வேண்டும். அவளைக் கொன்றால் தனக்கு நிம்மதி கிடைக்கும் என்று வந்ததை கவனிக்காமல் இருந்தது போல நடித்தான். அதைப்

பற்றி நினைக்க வேண்டியதில்லை என்பதாக ஒரு பாட்டை ஹம்மிங் பண்ணினான். ஒருமுறை சிரித்து வைத்துக்கொண்டு அதை மறுக்கப் பார்த்தான். இதையெல்லாம் மீறி அவளது தொண்டையில் ஒரு ஸ்க்ரு டிரைவர் வைத்துக் குத்துவதாக எழும்பிய காட்சிக்கு ஒரு மைக்ரோ செகண்டாவது புல்லரித்து அப்புறம் திடுக்கிட்டுக் கொண்டான்.

என்றாவது ஒருநாள், இந்தப் பெண்ணால் நான் தெருவிற்கு இறங்கி விடுவேனோ? அவளைக் கொலை செய்கிற முடிவைத் தீர்மானமாகவே எடுத்துவிட்டால்? மனித மனசை என்னவென்று, எதுவரை நம்பிக்கொள்ள முடியும்? பித்தன்களும் ஜெயில் புள்ளிகளும், நாங்கள் இப்படி இருப்போம் என்று வரம் வாங்கிக் கொண்டா அடைந்து கொள்ள வந்திருப்பார்கள்?

தன்னை இனிமேலாவது நிதானித்துக் கொள்ளவேண்டும் என்பது புரிந்தது.

எனது வேலை என்ன என்று அவன் தன்னை கேட்டுக் கொண்டான். எவ்வளவு தீவிரத்துடன் சினிமாவை நோக்கி தாகம் வளர்த்து முன்னேறி வந்திருக்கிறோம் என்கிற யோசனைக்கு நிறைய நினைவுகள் இருந்தன. புரண்டு முந்தின. அவைகளைப் பார்க்கவே பயமாக இருந்தது. டேய், இப்போது நீ செய்து கொண்டிருப்பது என்ன? உனது அகலில் உள்ள எண்ணையைக் கொஞ்சம் கொஞ்சமாக சிந்திக் கொண்டிருக்கிறாய். திரி வற்றிக் கொண்டிருக்கிறது என்கிற கேள்விப்பட்ட வரி வந்து போயிற்று. அதனால் கொஞ்சமாக தன்னைக் கட்டிப் போட்டான். யாரும் கவனிக்க முடியாதபடி அலுவல்களில் மூழ்கினான். கீர்த்தி வந்து பேசியபோது பதிலுக்கு பேசாமல் இருக்கவில்லை. அவள் வந்து, தனது பிராண்ட் சிரிப்புடன் காதில் கிசுகிசுத்துச் சென்றபோது புன்னகைக்காமல் பின்வாங்கவில்லை.

படப்பிடிப்பில் அவனது குரல் உயர்ந்தவாறே வந்தது. மக்கள் கொஞ்சமாகவேனும் அவனை அஞ்சத் தொடங்கியிருந்தார்கள் என்பது உண்மை.

கீர்த்தி ஒரு நேரத்தில் தன்னை ஓரக்கண்களால் அனுமானித்திருந்ததைப் பார்க்கவும் செய்தான். கோபம் வரும். வரட்டும். வெறுப்பு வரும். வரட்டும். இவன் தேவையே கிடையாது என்று தானாகவே திரும்பிச் செல்லட்டும். அவள் ஓர் அரைநாள் தன்னை விறைப்பில் வைத்துக்கொண்டு பரிதாபமாக இருந்தாள் என்று சொல்லலாம். அப்புறம் வெடித்து சிரிக்கத் தொடங்கினாள்.

அப்புறம் மனோஜுடன் சேர்ந்து சிரிக்க ஆரம்பித்தாள். அவன் அவளிடம் உலக வரலாறு, அறிவியல் வளர்ச்சி போன்றவற்றை எல்லாம் சொல்லிக் கொடுப்பது இவன் காதில் கேட்கவே செய்தது. ரோஷம் கிளம்பியது. அதுதானே அதன் விதி? அதனால் பரமு செவிடன் போல சுழன்று காட்சிகளை மிகவும் அனுபவித்து எடுத்தவாறு இருந்து, அதன் சந்தோஷத்தையும் தனது வீறாப்பின் கூர்மைப் பற்றின சந்தோஷத்தையும் அனுபவித்தான். மனோஜின் தோளில் தொங்கி அவள் விளையாடிக் களித்தபோதிலும் கூட தனது மேலிருக்கிற எண்ணம் அவளை அறுத்தவாறு இருந்திருக்கும் என்பது அவனுக்குத் தெரியும். அதனால் தன்னைத் துறவி போல வைத்துக்கொள்ளுவதில் ஒரு சுகமிருந்தது.

வாய்ப்பு கிடைக்கும் என்றால் வாய் மேலேயே ஓங்கிக் குத்தி மனோஜை ரத்தக் களரியாக்க வேண்டும் என்கிற ஓர் ஆசையிருந்தது.

இயக்குனராக இருக்கும்போது இப்படி பல ஆசைகள் வரும். படம் செய்யும்போது, தான் வெறும் ஒரு சினிமா இயக்குநர்தான் என்பது நினைவில் இருக்காது. இந்த உலகையே நாம்தான் இயக்கிக் கொண்டிருப்பதாக மிதப்பு இருக்கும். எப்போதும் யாரோ தனது மேதைத்தனங்களை தொடர்ந்து கொண்டிருப்பதாக, எப்படி இப்படி ஒரு படைப்பு சாத்தியம் என்கிற வியப்பை கேள்வி கேட்க, மைக்குடன் ஆயிரம் பேர் அலைந்து கொண்டிருப்பதாக பிரமைகள் நிரம்பி கையையும் காலையும் திருப்புகிற காரியமெல்லாம் வினோதங்கள் கொண்டதாக மாறும். கண்களை நட்டு வைத்து நிறுத்திக்கொள்வார்கள்.

பரமுவின் பழைய இயக்குநர் அப்படித்தான். அவர் படப்பிடிப்பு சென்று கொண்டிருக்கும்போது கூட யாரோ இந்தக் கணம் புகைப்படம் எடுத்து விடுவார்கள் என்று ஒவ்வொரு கோணங்களிலும் உறைந்து நின்றவாறிருந்து இரவில் உடம்பு வலி தாங்காமல் கதறி அழுவார். பெண்கள் இருக்கிற செட் என்றால் முடிந்தது. காட்சிகள் எல்லாம் எதுவும் எப்படியும் மாறும். வெள்ளம் பொங்கின ஆறு ஊருக்குள் எல்லாம் ஓடுவது போல. அலுவலகத்தில் எந்த மீடியா பெண் வந்தாலும் சரி, சார் உங்களுடைய உண்மையான பெயர் என்ன என்பதற்குள் அசிஸ்டெண்ட் ஆக வந்து விடுகிறீர்களா என்று கேட்பார். வாசலை அடித்துப் பெருக்கி தண்ணீர் தெளித்து கோலம் போட வருகிற பெண் கூட அவரை பிரமிக்க வேண்டும் என்று படாத பாடுபடுவார். நடிகைகள் டேக்குகள் தாங்காமல் நெளிகையில் தனக்கு என்ன வேண்டும் என்று நிச்சயமில்லாத நிலையில், மேலும் அவர்களைத் துன்புறுத்தும்போது அவர்கள் அவார்டு வாங்கும்

கனவு கண்ணில் வரும். தன்னை அப்போது அவர்கள் புரிந்து கொள்ளாதது பற்றி விவரித்துக் கண்ணீர் ததும்பும் வேளையை நினைத்துக் கொள்வார். இதற்கெல்லாம் குறை சொல்லியும் ஒன்றுமில்லை. அவருக்கு வரவேண்டியது சரியாக வந்திருந்தால் அவர் எதற்கு இதையெல்லாம் செய்து கொண்டிருக்க வேண்டும்?

மற்ற துறைகளைப் போலவே சினிமாவையும் ஆக்ரமித்திருக்கிற அல்பன்களின் சினிமா கதைகளுக்கு கணக்கே இல்லை. எல்லாம் தெரிந்ததால் தான் பரமு பெரிய இடறலில்லாமல் அங்கே நிலவியிருந்தான். மனம் கொண்டு சொல்ல நூறு இடர்ப்பாடுகள் இருக்கலாம். இறுதியில் படம் என்னவாக வந்திருக்கிறது என்பது மட்டுமே முக்கியம். பரமு யாரும் தனக்கு பயப்படத் தேவையில்லை என்று நினைத்தான்.

ஆனால் கீர்த்தியால் ஒரு விளைவு, நெற்கதிர்கள் மீது ஓடுகிற காற்று போல நிகழ்ந்தவாறிருந்தது.

"சொல்லிட்டு போகத் தான் வந்தேன். கிளம்பறேன்"

"சரி, கீர்த்தி. நல்லா ரெஸ்ட் எடு. நைட்டு, நாளைக்கு டே எல்லாம். ராத்திரி தொடங்கினா காலைல மூணு வரைக்கும் போவும். நீ கொஞ்சம் ஸ்ட்ரெயின் பண்ண வேண்டியிருக்கும். முக்கியமான சீன்."

"உனக்கு எதுதான் முக்கியமான சீன் இல்ல? எப்பிடி வேணுன்னாலும் போட்டு புழிஞ்சுக்கோன்னு கையெழுத்துப் போட்டு குடுத்துருக்கேனே? நீ எனக்கு மொதலாளி இல்லையா, அத விடு. நான் வரேன்னு சொன்னா வா ன்ற. போறேன்னு சொன்னா போ ன்ற. நான் சாவறேன்னு சொன்னா சாவுன்னுவியா?"

"உனக்கு அங்க வெயிட் பண்றாங்க பார் கீர்த்தி."

"தூக்கு தூக்குன்னு துணிய தூக்கி ஒரு காலத் தூக்கி சொவரு மேலக் கூட வச்சேனே, யாருக்கு, உனக்காகத் தானே, உனக்கு வாட்டம் பண்ணிக் குடுக்கத் தானே? பக்கத்து செட்டு ஆக்டரசுக்கு விஷ் பண்றா மாதிரி காலைல எனக்கு ஒரு சலாம் போட்டியே, எதுக்கு? போட்டது போதும். போடிங்கறியா? நீ திருந்திட்டா எனக்கு சந்தோசம் பரமு. பொண்டாட்டிப் புள்ளயோட நல்லா இரு. ஆனா திடீர்னு திருந்தி, கூட இருந்தவள செருப்பால அடிக்காத. இனி உன் மொகத்தில முழிச்சேன்னா பாரு!"

சொன்ன மாதிரி வந்து இறுக்கமாக நின்றாள்.

கதைப்படி ஜமுனாவும் குமாரும் உடலுறவு கொள்வதாக கனவு கண்டு விழிக்கிறாள் யாமினி. அவள் குமாருக்குக் கட்டின கருப்பு

கயிறு ஜமுனாவின் கழுத்தில் இருக்கிறதா என்று ஆவேசத்துடன் பார்க்கிறாள். அதெல்லாம் இல்லை. மனது அடங்குவதாகக் காணோம். அலைகள் எழும்பியும் விழுந்து கொண்டுமிருக்கிற பேரொலி. அவள் மெல்ல முற்றத்துக்கு வருகிறாள். மெல்ல முன்னேறி, முன்கேட்டுக்கு ஏதோ உள்ளுணர்வுடன் செல்லும்போது அங்கே யாராலோ அடித்து காயம் பட்டிருந்ததாக சொல்லப்பட்டிருந்த குமார் மரத்தின் கீழே இருளில் அமர்ந்திருக்கிறான். அவளுள் அப்படியே ஒரு நீர்ப் பெருக்கம் எழுகிறது. ஓடிச்சென்று அவனை அணைத்துக்கொள்கிறாள். மார்பில் மூழ்கச் செய்கிறாள். இருவரும் காலம் மறந்து நிற்கிறார்கள். உனக்கு நான் இருக்கிறேன் என்பதை சொல்லி, அவனை விடுவிக்கும்போது அவனது முகத்தில் பால் வழிவது தெரிகிறது. முலை கசிந்து ஜாக்கெட் நனைந்திருக்கிறது. அவள் அந்தப் பாலை விரல் முனையில் எடுத்து அவனது வாயில் கொடுத்துவிட்டு அவனது கண்களுக்குள் தனது கண்களால் பார்க்க வேண்டும்.

இறுதி ஷாட்டின் முடிவின்போது பரமுவிற்கு அடக்க முடியாமல் அழுகை வந்தது. அவன் கட் என்று சொல்லாமல் கையை உயர்த்திக் காட்டிவிட்டு உள்ளே காஸ்ட்யூம் செட்டப் அறைக்கு வந்தபோது பின்னால் கீர்த்தியும் தொடர்ந்திருக்கிறாள் என்பது தெரியாது. அவள் அவனைத் திருப்பி, அவன் அதை ஏற்பதற்குள் அவனது இதழ்களை அப்படியே கவ்வினாள். உறிந்தாள். அவன் திணறும்போதே தனது நாவினை அவனது வாய்க்குள் தள்ளினாள். அங்கே குளிரின் படைப்பு ஒன்று உருவாகியது. அவள் அவனது தலையை இறக்கி தனது ஒரு பக்க முலையைக் கவ்வச் செய்தாள். அவனைத் தழுவிக் கொண்டு உச்சந்தலையில் முத்தமிட்டவாறு நின்றாள்.

★★★★★★

சிவதாசன் தலையை அசைத்தார்.

அது அப்படித்தான் என்று அர்த்தம்.

என்னால் விலக முடியாது என்பதைச் சொல்லும்போது பரமுவிற்கு கண்ணீர் கொட்டியது.

அவர் அதற்கு பதில் சொல்லவில்லை.

போகிறவரை போகட்டும் என்று அர்த்தம்.

அப்போதே எங்கேயாவது போகலாம் என்று முடிவு செய்தார்கள். கொல்லூர் என்றும் கூட முடிவாகி தான் இருந்தது. ஆயினும் பரமுவிற்கு உள்ளில் அந்த மாதிரி வேட்கைகள் வரவில்லை. என்ன சுற்றி என்ன வந்துவிடப் போகிறது என்றுதான் அவநம்பிக்கையோடு

இருந்தான். அவர்கள் இங்கே கிளம்பி வருவதற்கு முன் என்னவெல்லாமோ நடக்க வேண்டியிருந்தது.

★★★★★★

"பரமு, இங்க வாயேன்!"

"ஏ! ஆளுங்க பாக்கறாங்கப்பா. சரி. விஷயம் என்னன்னு சொல்லு?"

"ஹா ஹா ஹா ஹா"

"என்ன ஆச்சு?"

"சின்ன வயசுல நான் எப்டி இருந்தேன், எப்டி சினிமா ஆச வந்துச்சி, மொதல்ல நடிக்க வந்தப்ப எப்டி இருந்தேன், எப்டி என்ன அடக்கிப் போட்டாங்க, இப்ப எதுக்காக கல்யாணம் பண்ணிக்கப் போறேன்? இதெல்லாம் ஒரு சோஷியல் இஷ்யு இல்லையா? பொதுமக்கள் தெரிஞ்சுக்க வேண்டிய விஷயமாச்சே?"

"ஐயோ, நீ மேல சொல்லு. டைம் ஆவுது!"

"சும்மா இருக்கமே, கேக்கறானேன்னு மனோஜ் கிட்ட எல்லாத்தையும் சொன்னேன். நீ பேசப் பேச அது பிரம்மாண்டமா இருக்கு, கேட்டுக்கிட்டே இருக்கணும் போல இருக்குன்னு சொன்னான். அப்றம் நீ ட்ரிங்க்ஸ் பண்ணுவியான்னு கேட்டான். ஓட்கா நாலு லார்ஜ் னு சொன்னேன்."

"ஹோட்டல்ல ரூம் போடுவோமா. தண்ணி போட்டுட்டு ராத்திரி பூரா பேசலாமான்னு கேட்டானா?"

"கரெக்ட். உனக்கு எப்பிடி தெரியும்?"

"அவன மாதிரி இருக்கற பொம்பளப் பொறுக்கி, ஒன்ன மாதிரி இருக்கற ஆம்பள சரச அரிப்புகிட்ட வேற என்ன கேப்பான்? எப்படியா இருந்தாலும், இப்ப நீ அவன் கூட படுக்கப் போவ முடியாது. ஷாட்டுக்கு வா!"

ஷாட்டில் அவள் நல்லபடி நடித்துக் கொண்டுதான் இருந்த மாதிரி இருந்தது. சட்டென்று நிறுத்தி, என்னால் முடியவில்லை என்பது போல செய்தாள்.

யாரும் பெரிதாக எடுத்துக் கொள்ளவில்லை, என்றாலும் பரமு அந்த விபரீதத்தை உணர்ந்து கொண்டுவிட்டான்.

"காலைல இருந்து எனக்கு லூஸ் மோஷன். அடி வயிறு வலிக்குது. நான் ஹோட்டலுக்கு போயி தூங்கப்போறேன்!"

சபையில் அறிவித்தாள்.

கிளம்பவும் செய்தாள்.

அன்றுதான் சும்மா வேடிக்கைப் பார்க்க வந்த ப்ரொடியூசரும் பைனான்ஷியர்களும் முழித்தார்கள்.

பரமு பேக்கப் சொன்னான்.

இரவு ஃபோனை சுவிட்ச் ஆஃப் செய்தான்.

காலை ஃபோனைத் திறந்தபோது, அதில் அவள் நூறுமுறை அழைத்திருப்பது தெரிந்தது.

மறுநாள் காலை, கார் அனுப்பி இருக்கிறார்கள். நான் வருவதாக இல்லை என்று சொல்லி விட்டாள் என்கிற செய்தி வந்து, பயத்துடன் பரமுவே ஹோட்டலுக்கு செல்வதாயிற்று. கூட மேனேஜரும் அவரது உதவியாட்களும் ப்ரொடியூசர் தரப்பு ஆட்களும் வந்தார்கள். எவ்வளவு மணியடித்தும் அவள் கதவைத் திறக்கவில்லை. ஃபோனையும் எடுக்கவில்லை. அப்புறம் கதவைத் தட்டுகிற படலம் தொடங்கியது. ஆள் மாற்றி ஆள் தட்டிக் கொண்டிருந்தார்கள். முதலில் அவள் உயிரோடு இருந்தால் அது மட்டுமே போதும் என்று பரமு தனக்குள் இடித்துக் கொண்டான். ஒரு கடவுளும் நிற்காமல் எல்லோரும் வந்து போனார்கள். ஹோட்டல்காரர்கள் கும்பல் சேர்ந்தார்கள். உள்ளேயிருந்து ஒரு பதிலுமில்லை. இறுதியாக கதவை உடைப்பது என்று முடிவானபோது கீர்த்தி கதவைத் திறந்தாள்.

"டைரக்டர் என்கிட்ட மன்னிப்பு கேக்கணும்!" என்றாள்.

எல்லோரும் பரமுவை பார்த்தார்கள்.

"நீங்க ஒர்த்தர் கூட இங்க நிக்கக் கூடாது! எல்லாரும் போங்க. பரமு, நீங்க மட்டும் உள்ள வாங்க! என் கால்ல விழுந்து நீங்க என்கிட்டே மன்னிப்பு கேக்கணும்!"

லஞ்ச் பிரேக் முடிந்த பிறகுதான் அவர்கள் வந்தார்கள். மொத்த யூனிட்டுமே மண்டை காய்ந்து எரிச்சலோடு இருந்திருக்கும்போது அவர்கள் இருவரும் மகிழ்ச்சியோடு இருந்தது யாருக்கு உவப்பாக இருக்க முடியும்? எதுவுமே நடக்காத மாதிரி ஷூட்டிங் அதுபாட்டுக்கு போயிற்று. ஒரு சிறிய இடைவெளி கிடைத்தால் நாலுபேர் சேர்ந்து ஒரு கிசுகிசுப்பு கூட்டம் போட்டார்கள்.

இறுதியாக அந்த ஃபோனும் வந்தது அந்தமானில் இருந்து. அவனே தான், சண்முகம்!

"............."

"நான் கேக்கறது புரியலையா உனக்கு? அவ இருந்த ஓட்டலுக்கு நீ எதுக்காக போன?"

"............"

"அவளுக்கும் உனக்கும் ஏதோ சண்ட ஆச்சு. நீ அவள சமாதனப்படுத்தறதுக்குப் போன. அவ உன்ன கால்ல விழ சொன்னா. அது வரைக்கும் சரி. எல்லாரையும் அனுப்பி விட்டுட்டு நீங்க எதுக்கு ரெண்டு பேரும் கதவ சாத்திக்கிட்டீங்க? ஒரு ஆளு இன்னொரு ஆள் கால்ல விழுந்து எழுந்திரிக்க எவ்வளவு நேரம்? பதிகம் பாடிட்டு அப்படியே படுத்துத் தூங்கிட்டியா? அதுகூட எவ்ளோ நேரம்னு கேக்கறேன்? ஒன்பதே காலுக்கு உள்ள பூந்துருக்கே. ரெண்டே முக்காலுக்கு தானே ஸ்பாட்டுக்கு வந்து இருக்கீங்க? நீங்க சில்லி முல்லி கான் எதுவும் பண்ணலே, சினிமாவ தான் வளத்தீங்கன்னு நான் நம்பணுமா? டேய், என் தாத்தா, அப்பான்னு காலம் காலமா கொட்ட போட்ட ஃபீல்டுடா. நீ யாரு? யாரு நீ? நான் புடுங்கிப் போடற என் கொட்ட மயிருக்கு ஆவியா நீ?"

அதற்கு அப்புறம் சண்முகம் பேசினவைகள் எதையும் கேட்க முடியவில்லை. செல்லை அணைத்து வைத்தான். கீர்த்தி ஏற்கனவே அப்படி செய்திருந்தாள். படப்பிடிப்பு தனது இறுதிப் பகுதியில் இருந்ததால் பரமு எதையும் யோசிக்காமல் அதை முடுக்கினான். கீர்த்தி ஒருவிதமான மௌனத்தில் இருந்தாள். அவளது குடும்பத்தார் அவளை முற்றுகை போட்டு வதைத்துக் கொண்டிருந்தார்கள் என்பது வெளிப்படை. எப்போதும் இரண்டு மூன்றுபேர் படை போட்டுக்கொண்டு வந்தார்கள். ஷிஃப்ட் போட்டு அவளைப் பாதுகாத்தார்கள். படப்பிடிப்பு முடிந்த அன்று பூசணிக்காய் உடைக்கும்போது கூட அவள் இல்லை.

எப்போது அங்கிருந்து போனாள் என்பதுகூட தெரியவில்லை.

★★★★★★

சிவதாசன் நடந்தது எல்லாம் நல்லதற்கு தான் என்றார். தாங்கமுடியாத வலி இருந்தபோதும், ஒரு தேங்காயை எடுத்து பாறையின் மீது அடித்து உடைத்து சுக்கு நூறாக்குவது போல தன்னை உடைத்துக் கொள்ளவேண்டும் என்று மனம் முந்திய போதும், அவன் அவைகளை மெல்லக் கடந்தவாறிருந்தான்.

எடிட்டிங்கில் இருந்து ஒருநாள் வீட்டுக்குப் போனபோது குழந்தைகள் மட்டுமே இருந்தார்கள். மனைவி இல்லை.

தேடியபோது முகப் புத்தகத்தில் பழக்கமான யாரோ ஒருவருடன் அவள் சென்றுவிட்டிருக்கிறாள்.

சிவதாசன் ஓடினார். அவனிடம் செல்லரித்த பழைய உபதேசங்களை ஒரு காரணமும் இல்லாமல் திரும்பத் திரும்பச் சொல்லி சலிப்புண்டாகி வேறு வழியே இல்லாமல் ஒரு பாருக்கு கூட்டிப் போகிற வழியில்தான், நான்கு பேர் வழிமறித்து சிவதாசனை தள்ளி நிறுத்தி, பரமுவை இஷ்டத்துக்கும் அடித்தார்கள். அவர்கள் தொழில்முறை ஆட்களாக இருக்கவே, விபரீதம் எதுவும் நடக்காத அளவிற்கு ரத்தம் கொட்ட வைத்து மூர்ச்சை பண்ணச் செய்துவிட்டு, மருத்துவமனையில் சேர்த்துவிடுங்கள் என்பதையும் சொல்லிவிட்டுப் போனார்கள்.

பரமு ஹாஸ்பிட்டலில் பத்துநாள் படுக்க வேண்டியதாயிற்று. சர்வ நேரமும் ஒரு மயக்க நிலையிருந்தது. விழிக்கும்போதெல்லாம் வலிப்பினால் இழுத்துக் கொள்ளுவது போல அவன் முகம் சுருங்கிற்று. அது உடலின் வலிதான் என்று சிவதாசனால் நம்பிக்கொள்ள முடியவில்லை. மனிதனாகப் பிறந்தவன் தனது எல்லையில் நின்று துடிக்கும்போது அதை வேடிக்கைப் பார்க்கவேண்டி வருவது பெரிய நரகம் என்று அவர் நினைத்தார். இந்தத் தருணத்தை வாழ்க்கை முழுவதும் மறக்க முடியாது என்று நினைத்தார்.

யாமினியில் அவர் சாதிக்க நினைத்தது வேறென்ன? ஓர் ஆள் தன்னை வெட்டி எடுக்கிற வலியை, அதில் கொண்டு வரவேண்டும் என்று அவர் நினைத்தார். இதெல்லாம் பெரிய தவறுகளோ? அவரை அப்போது ஒரு பனிப்புகை சூழ்ந்திருந்தது. எந்த முடிவுக்கும் செல்ல, பாதை புலப்படவில்லை. ஒவ்வொரு நாள் விழிப்பிலும் தனக்கு பைத்தியமில்லை என்பதை உறுதிப்படுத்திக் கொண்டே வந்தார்.

நான்கு நாட்களில் பரமுவின் மனைவி திரும்பி வந்து குழந்தைகளைக் கூட்டிக் கொண்டு தனது அம்மா வீட்டுக்குச் சென்றாள்.

பரமுவிற்கு ஆதரவாக பஞ்சாயத்து பேச சென்ற ஒரு டீமிற்கு சிவதாசன் தான் கேப்டன். பரமுவின் மனைவி பொரிந்து தள்ளினதை எல்லாம் காது கொடுத்து கேட்க முடியவில்லை. அப்புறம் மனம் விட்டுப் பெருங்குரலெடுத்து அழுதபோது பரமுவிற்கு பதிலாக, தானே காலில் விழுந்து விடலாமா என்று தோன்றிவிட்டிருக்கிறது.

இதோ பார்த்துக் கொண்டு நிற்கிறானே, இவன் அவரது இரண்டாம் மகன். அவர் மேலிருந்த பிரேமையால் மனம் கசிந்து காலை

விரித்ததில் மட்டும்தான் இவன் உருவானான். அண்ணே, கடவுள் சாட்சியாக சொல்லுகிறேன். இவன் எந்த வகுப்பில் படிக்கிறான் என்பது அவருக்கு தெரியாது. ஒருவேளை அவருக்கு இவன் பெயர்கூட தெரியாது என்றதற்கு, அந்த உண்மைக்கு திடுக்கிடாமல் இருக்க முடியவில்லை. என்ன மயிருக்கு நீங்களெல்லாம் சினிமா பண்ண வேண்டும் என்று அவள் கேட்டாள். எப்போதாவது புருஷன் இரவு தங்க வரும்போது அவனைத் தடவிக் கொடுத்திருக்கிறாள். ஒருநாளும் அவனால் எழுச்சி பெற முடியவில்லை. அண்ணே, நான் சப்பட்டுமான்னு கூட கேட்டிருக்கிறேன் என்றதும்..

வெளியே வந்து நின்று, இரண்டு மூன்று சிகரெட்டைப் பிடிக்க வேண்டியிருந்தது.

அப்படி இப்படி என்று கடைசியாக நான் ஒருநாள் குழந்தைகளோடு வருகிறேன் என்றாள். அந்த நாள் எப்போது என்பதை சொல்ல முடியாது. காயங்கள் ஆற வேண்டும். அவரைப் பார்க்க வேண்டும் என்கிற விருப்பம் என்னை மீற வேண்டும் என்றாள். சொல்ல முடியாது, அவரைக் காத்திருக்க வேண்டாம் என்று மட்டும் சொல்லுங்கள். ஒருவேளை நான் திரும்பாமலே கூட போகலாம். மறுபடியும் இன்னொருமுறை வேறு ஏதாவது ஃபிராடுக்கு ஏமாந்து ஓடியே கூட போய்விடலாம். அவர் வேறு சினிமா பண்ணாமலா இருக்கப் போகிறார்? வேறு ஒரு நடிகையை காதலிக்காமலா இருக்கப் போகிறார்? அட்லீஸ்ட் என்னை எப்போதாவது நினைத்துக் கொண்டா இருக்கப் போகிறார்? நம்மை மதிக்காதவர்கள் கூட வாழ்வது என்பது எவ்வளவு அவமானம் என்று அண்ணே, உங்களால் யோசிக்க முடியவில்லையா? அப்போது கதாசிரியர் என்று பேர் பண்ணிக் கொண்டு என்ன மண்ணாங்கட்டியைத் தான் எழுதிக் கொண்டிருக்கிறீர்கள்?

சிவதாசனுக்கு அவள் பேசியதில் பெரிய வியப்பில்லை. நூறு தினுசில் பெண்கள் தனக்குள் இருந்து எழுந்து தலை திருப்புவதை அவர் அறிந்திருந்தார். பரமு உள்ளிட்ட பலருக்கும் அதைச் சொல்லி புரியவைப்பதில்தான் எல்லா சிரமங்களும் இருக்கின்றன. அவர்கள் சிதறிக்கொண்டே இருந்தாலும் தங்களைத் திரட்டிக் கொண்டு நம்பிக்கைகளை சுமந்து திரிகிறார்கள். ஒருபோதும் அவர்கள் தங்களை விடுவித்துக் கொள்ளுவது கிடையாது. வார்த்தைகளை விரயம் செய்து கொண்டிருப்பதைக் காட்டிலும் பரமுவிற்கு ஓர் இடைவெளி கிடைக்கவேண்டும் என்று பட்டது.

கொல்லூர் வந்ததால் பெரிய மாற்றமில்லைதான். ஆயினும் அவன் காயத்தை காய வைக்கிற பிரயத்தனத்திற்கு நகரத் தொடங்கியிருந்தான்.

மூளை வரை குடித்து நடுப்பகலுக்கு மேல் அசதியுடன் புரண்ட பரமு செல்லை எடுத்துப் பார்த்தபோது கீர்த்தி இரவு முழுக்க இவனிடம் பேச முயற்சி செய்தவாறே இருந்திருக்கிறாள் என்பது தெரிய வந்தது. மறுபடியும் என்ன புலிவால் எழும்ப போகிறது இப்போது? நான் ஃபோன் செய்யமாட்டேன் என்கிற தொனியில் பரமு நேரத்தைத் தள்ளியபோது, சிவதாசனுக்கு அதை ஆமோதிக்க வேண்டுமா என்பது தெரியவில்லை. ஆயின் கண்டிப்பாக அவனால் சும்மா இருக்க முடியவில்லை என்பதை கொந்தளிக்கிற முகம் காட்டிக் கொண்டிருந்தது. அந்தப் பதட்டம் வெளியே தெரியாதிருக்க அறையை எல்லாம் சுத்தம் செய்ய ஆரம்பித்தான். அழுக்குத் துணிகளை எல்லாம் பொறுக்கி அலமாரியில் அடுக்கி வைத்தான். முடிந்தவரை தன்னை வருத்திக் கொண்டு அவன் செய்த காரியங்களின் போது பொதுவாக சிவதாசனை ஏறிட்டு அவர் முகத்தைப் பார்க்கவில்லை.

ஒரு பெக்கைப் போட்டுக் கொண்டு பற்ற வைத்த சிகரெட்டுடன் பால்கனிக்கு சென்று நின்றான். அவன் வெறிக்கிற மலைகளை அவராலும் பார்க்க முடிந்தது. புல்மேடுகளில் மேகங்கள் இறங்கி திரும்பி எழுந்து கொண்டிருந்தன. எனினும் அது ஒரு நிலைத்த சித்திரம். காலம் ஒருவேளை அங்கே உறைநிலையில் இருக்குமோ? பரமு சட்டென ஒரு முடிவு செய்த மாதிரி ஒரே மூச்சில் விஸ்கியைக் கவிழ்த்துக் கொண்டான். உள்ளே வந்து மறுபடி ஒரு பெக்கை போட்டுக் கொண்டு அதே மாதிரி குடித்து முடித்து சிகரெட்டை இழுத்து முடித்து அணைத்தான்.

சிவதாசனுக்குப் புன்னகை வந்தது.

செல்லை எடுத்து கீர்த்தியின் நம்பருக்கு அடித்தான். காத்திருந்தான். அது அணைக்கப்பட்டிருந்தது.

இருவரும் பார்த்துக் கொண்டார்கள்.

அமைதி.

ஒரு கணத்தில் செல் முழங்கியது. பரமு பாய்ந்து எடுத்து எண்ணைப் பார்த்தான். மறுபடியும் அவன் சிவதாசனைப் பார்த்தான்.

ஷர்மிளா வந்து விட்டாள். அவள் தான், வேறு யார், பரமுவின் மனைவி. பக்கத்து வீட்டுக்காரர்களின் துணையுடன் பூட்டை உடைத்து வீட்டைத் திறந்து அடுப்பைப் பற்றவைத்து விட்டாள்.

பரமுவின் நலம்விரும்பி ஒருவர் பண்ணிய ஃபோன். நான் உடனடியாகக் கிளம்புகிறேன் என்றான் பரமு.

கிளம்பியும் போனான்.

★★★★★★

சிவதாசனுக்கு ஊர் சுற்றும் மனநிலை முடியவில்லை. அறையை காலி செய்யவில்லை. பிடித்த ஊர். பிடித்த தேவி. பக்கத்திலேயே பிடித்த நதி. காலையில் ஒருமுறை குளிக்கச் சென்று, மறுபடி மாலையிலும் குளிக்கப் போனார். சௌபர்ணிகா, எத்தனை அழகான ஒரு பெயர்? எதிர்க்கரையில் நிசப்தமாக நின்று கொண்டிருந்த மரங்களைக் காரணமில்லாமல் பார்த்துக் கொண்டிருந்தார். பறவைகள் கூடடைந்து கொண்டிருந்தன. இதில் ஒரு சோகம் உண்டாகவே செய்கிறது என்று ஜேஜே வை நினைத்துக் கொண்டார். குடிக்கிற ஆசை நெஞ்சிலிருந்து தாகமாக புறப்பட்டு வந்தது.

குடிக்கும்போது இந்த ஊருக்கு முதன்முதலாக வந்ததை நினைக்க வேண்டி வந்தது.

★★★★★★

முன்னம் ஒரு காலம் அது. எப்படியும் இருபத்தி ஐந்து வருடங்களுக்கு முன்னே தான், சந்தேகமில்லை. காஞ்சிபுரத்தில் ஜனக்கூட்டத்துக்கிடையே ஒரு மண்டபத்தில் கூட்டத்துடன் கூட்டமாக அமர்ந்து கொண்டிருந்தபோது, யாரோ ஒரு ஆள் என்றுதான் சொல்ல வேண்டும், பக்கத்தில் அமர்ந்து கொண்டிருந்தவர், இவரை நோக்கி எதையோ சொன்னார். புரியவில்லை. கவனித்து கேட்டபோது அவர் ஒன்றைச் சொன்னார். நீங்கள் பெண் தெய்வங்களை வழிபடுகிற பழக்கத்தை எடுத்துக் கொள்ளுங்கள் என்பதுதான் அது. எதற்கு என்று கேட்டுக் கொள்ளவில்லை. அவர் மேற்கொண்டு பேசவுமில்லை. ஒரு பீடியை வாங்கிப் புகைத்துவிட்டு சென்று விட்டார்.

பொதுவாகவே சடங்காக எதையும் தொழுது கொண்டிருக்கிற வழக்கம் இல்லை என்பதால் அது மனதில் ஒன்றவில்லை. ஆனால் ஒருமுறை சபரிமலை சென்று திரும்பும்போது மனம் போன போக்கில் ஒரு பரதேசி போல கொல்லூருக்கு வந்தபோது அந்த அபிப்ராயம் நினைவில் வந்தது. கோயிலுக்குள் நுழைவதற்கு முன் ஒரு போலீஸ் அதிகாரி மிரட்டலாக விசாரித்தான். நிறைய கேள்விகள். மூத்து நரைத்த வயது இல்லையென்றாலும் ஒரு துறவு பாவனை நிலைத்திருந்த காலம். தியான அனுபவங்களில் பல பிரமைகளை கண்டெடுத்து, தான் கனிவு கொண்டுவிட்டதாக கற்பனை வளர்த்திருந்த காலம். இதழ்களின் ஓர் ஓரமாக அலட்சியம் தெறிக்க சொன்ன பதில்கள் அந்த அதிகாரியைக் குழப்பியது. ஒழிந்து போ என்று விட்டுவிட்டார்.

கோயிலில் மின்சாரம் இல்லை என்று தெரிந்தது. இருந்தாலும் என்ன ஒளிவெள்ளம்? ஆமாம், லட்சம் தீபங்களின் நாள். மின்சார விளக்குகளை அணைத்து வைத்திருக்கிறார்கள். தேவியை நோக்கி

வரிசையில் முன்னேறும்போது சட்டென மனம் திடுக்கிட்டது. பட்டணிந்த பெண்கள். தீபங்களின் பொன்னொளியில் அனைத்துப் பெண்களின் கண்களுமே மின்னின. அவர்கள் அனைவருமே சக்தி மிக்கவர்களாக இருந்தார்கள்.

சிவதாசனுக்கு உலகம் ஒருவிதமாக, என்ன சொல்வது? அன்னியமாகப் பட்டது. காற்றுக்கோ, காட்டுக்கோ, கடலுக்கோ முன்னால் பிரமிப்பது போலிருந்தது. மலைகளின் முன்னால் சிறுத்துப் போவது போலிருந்தது. சிவதாசன் என்கிற அந்த இளைஞன் அந்தக் கணத்தில் தனது அம்முவைக் காண விரும்பினான். யாரும் பார்க்காமல் கண்களைத் துடைத்துக் கொண்டான்.

★★★★★★

ஒன்றுமில்லை, மங்களூரில் இருந்து இந்தப் பக்கமாக கேரளாவிற்குள் நுழைந்தால், இங்கே பக்கத்தில்தான், தலச்சேரியில் தான் அந்த அம்மு இப்போது தனது கணவனோடும் மகள்களுடனும் இருக்கிறாள்.

சிவதாசன் அறையை காலி செய்துவிட்டு பஸ்ஸில் ஏறினார். இரவு ஏழு மணி வாக்கில் மாஹிக்கு வர முடிந்தது. முதலில் ஓர் அறையை எடுத்து குளித்துவிட்டு பார்களின் பெயர்களை படித்தவாறு நடந்தார். கடலைப் பார்த்து அமரும் ஓர் இடம் அகப்பட்டதும் உட்கார்ந்து இரண்டு பெக் போட்டார். கப்பையும் கல்லும்மே காயும் நன்றாக ஒருக்கப்பட்டிருந்தது.

என்ன இருப்பினும் தனிமை ஒருமாதிரி அழுத்திக் கொண்டிருந்ததில் எதுவும் ரசிக்கவில்லை. நாடோடி மனநிலை ஒரு லட்சியமாக இருக்கலாம். பாவனை செய்து கொள்ளலாம். ஆனால் நடைமுறைக்கு ரொம்ப இடறுகிறது. இந்திய நாடகங்களின் தொகுப்பில் ஒரு நாடகத்தில் யாரும் பார்க்காத ஊரில் ஒரு பெண் தனது தங்க நகைகளை வெறுக்கிற ஒரு காட்சி நினைவுக்கு வந்தது. எல்லாவற்றிற்கும் ஒரு சாட்சி வேண்டும். நம்மை நிலைநிறுத்திக் கொள்ள ஒரு நிலைக்கண்ணாடி வேண்டும்.

வாலிபத்தில் தன்னை நிறுவிக்கொண்டே இருப்பது ஒரு முழுநேரப் பணி. பெற்றவர்களுக்கு அது ஆர்வக் கோளாறாகப் படுகிறது. நண்பர்கள் நடுவில், அது பெரிய சவால். ஓர் அறைகூவலுக்குப் பதிலாக மூன்று அறைகூவல்கள் வரும். தன்னைக் காப்பாற்றியவாறு இருப்பதே சோர்வூட்டிக் கொண்டிருக்கும்.

சமூகம் என்கிற கண்ணில் படாத ஒரு சுழலில் ஒரு ஜோக்கரைப் போல பிதுங்குகிற நெருக்கடியில் தான் காதலைப் பற்றின கனவெழுகிறது.

அது கற்பனைக்கு இடம் வைக்கிறது. நன்றாக மல்லாந்து கொண்டு காட்சிகளைப் பெருக்க முடிகிறது. எல்லா கட்டுகளையும் அவிழ்த்து அந்தப் பெண் ஆசுவாசமளிப்பாள். அவள் முக்கியமாக தனது உன்னதமான இலட்சியங்களைப் புரிந்து கொள்வாள். உன்னைப் போல் ஒருவன் எப்படி என்று அவள் வியந்து போவதை எண்ணுந்தோறும் புல்லரிக்காமல் இருக்க முடியாது. கலையை ஆராதிக்கப் பிறந்தவள். கண்ணீரைத் துடைக்கப் பிறந்தவள். மெதுவாக ஒன்று ஜனித்துக் கண் திறந்து போஷிக்கப்பட்டு பாலிலும் தேனிலும் பஞ்சாமிர்தத்திலும் குளித்து வளர்ந்து முலைகள் புடைத்த பின் ஒரு தேவதையாகவும் கேட் வாக் செய்துகொண்டிருப்பது பாவம் அவளுக்குத்தான் தெரியாது. அவளிடம் அறிமுகப்படுத்தினால் கூட அவள் திடுக்கிட்டுவிடக் கூடும்.

சிவதாசன் யோசித்தார். ஆண்கள் எப்படி பொதுவாக மடக்கழுதைகளாக இருக்கிறார்கள். இல்லை. தவறு, மடக்கழுதைகளாகவே இருக்கிறார்கள்? இத்தனை வயதாகியும் பெண்களைப் பற்றி எல்லாம் தெரியும் என்றிருந்தும் அவர்கள் தரப்பில் இதெல்லாம் எப்படி இருக்கும் என்பது தெரியாது. பெண்களே கூட பெண்களைப் பற்றி சரியாக எழுதினதாக தெரியவில்லை.

வெறும் பீடிகைகள் மட்டுமே இருக்கின்றன.

கதவின் அருகில் இருந்த காலிங் பெல்லை அடித்தபோது கதவைத் திறந்தது மாளவிகா. அப்புறம் மாளவிகாவின் அப்பா வந்தார். ஓர் எழுத்தாளர் என்றால், பிரமிக்க வேண்டும் என்பதாகக் கொண்டிருந்தார். கட்டியணைத்து உட்கார வைத்தார்.

அம்மு வந்ததும் சிவதாசனுக்குள் ஒன்று அசைந்திருந்தாலும் அவள் வரும்போதே கையில் இருந்த சேம்புக் கிழங்கை பூச்சி தொட்டுவிட்டதை சொல்லியவாறு வந்தாள். கூட, மூத்த மகள் மாலினி இருந்தாள். புருஷனிடம் சொல்லி வந்ததை இவருக்கு மாற்றிச் சொல்லும்போது, ஆ வாங்க என்பதாக ஒருமுறை தலையசைத்தாளா இல்லையா என்பதும் சந்தேகம்தான்.

பிரியாணி செய்தாள். இறால் பிரியாணி. கரிமீன் வறுத்தாள். சடங்குக்காக ஒரு சாம்பார், மணமில்லாமல் வைக்கப்பட்டது. பீன்ஸ் பொரியல், மோர் குழம்பு, பப்படம்.

சாப்பிட்ட பிறகு ஆண்கள் சிகரெட்டு பிடிக்கப் போனார்கள். திரும்பி வந்ததும் அம்மு பூக்கள் வரையப்பட்டிருந்த ஒரு கண்ணாடி கிளாசில் பிரதமன் கொடுத்தாள். அவரது கணவருக்கு இனிப்பு

பிடிக்காதாம். மற்றும் ஷுகர் பயம். அவர், நான் கொஞ்சம் சாய்வது வழக்கம் என்று படுக்கப் போனபோது தத்தம் மொபைல்களில் கவிழ்ந்திருந்த மகள்கள் மெல்ல நழுவி, அவர் சென்ற அறைக்குள் போனார்கள்.

படுக்கவில்லையா என்று கேட்டதற்கு சிவதாசன் மறுக்க, அம்மு பிரதமன் குடித்தவாறு வீட்டு விசேஷங்கள் கேட்டாள்.

அவள் வேலை செய்கிற சிட்ஃபண்ட் நெருக்கடிகளையும், இந்திய பொருளாதார அவலநிலைகள் பற்றியும் நீண்டநேரம் விவரித்தாள். இவர் பொதுவாகவே எதுவும் பேசாமலிருக்கவே, அவள் எல்லாவற்றையும் விவரித்துக் கொண்டிருந்தாள் என்பது புரியும். சினிமாவில் என்னதான் எழுதுவீர்கள் என்று கேட்டதற்கு அவர் பதில் சொல்ல முயன்றாலும் அவளுக்கு அது தேவையில்லை என்று புரிந்தது. கடைசியாக பார்த்த படம் டப்பிங் செய்யப்பட்டது. அதை அவள் சரித்திரப் படம் என்று குறிப்பிட்டாள். புடவை வியாபாரம் இருக்கிறது. இன்ஷ்யூரன்சுக்கு ஆள் பிடிக்கிறாள். ஒரு கப்பு கூட கொடுத்திருக்கிறார்கள் என்று சுவரில் இருந்த ஒரு ஸ்டாண்டைக் காட்டினாள். தனது மகள்களின் படிப்பு சாகசங்களை சொல்லிக் கொண்டிருந்த போதுதான் சிவதாசன் அவளது கழுத்து நரம்புகள் புடைத்திருப்பதைப் பார்த்தார். தோள் எலும்புகள் எழுந்து விட்டிருக்கின்றன. முடி அடர்த்தி குறைந்து கவனிக்க ஏதுமில்லாமல் இருக்கிறது. நரையும் உண்டு, மறைக்கப்பட்டிருக்கலாம். மூக்கு, உதடுகள், பற்கள், நாக்கு, எச்சில் என்று கொஞ்சம் கொஞ்சமாக கவனித்தவாறே இருந்தார்.

ஒருநிமிடம் அருவருப்பு எழுந்ததோ? இல்லை. அப்படி இருந்தாலும் அதைக் கடந்தார். பெரிய நெற்றி, முன்பைக் காட்டிலும். கண்களைப் பற்றி மட்டும் அவரால் ஒரு முடிவுக்கு வரமுடியவில்லை.

நான் இவளை எவ்வளவு காதலித்திருக்கிறேன் என்பது ஒருவிதமான லூசுத்தனத்துடன் மனப்பாடச் செய்யுள் மாதிரி ஓடிக் கொண்டிருந்தது.

உனக்கு நினைவில் இருக்கவே முடியாத ஒரு அம்மு, பாவாடை சட்டையுடன் எனக்குள் தினமும் இளமையோடு இருக்கிறாள் என்பதை மட்டும் சொல்லிவிட வேண்டும் என்கிற ஓர் அவஸ்தை இருந்தது. சொல்ல நாவெழும்பவில்லை.

கிளம்புகிற நேரத்தில் ஒரு சாப்பாட்டுப் பொதி வழங்கப்பட்டது.

மகள்களும் புருஷனும் அவளுமாக கோழிகோட்டுக்கு செல்லுகிற பேருந்தில் ஏற்றி விட்டார்கள்.

மதியம், பொதி பிரிக்கப்பட்ட போது அவர் திடுக்கிட்டார். சாப்பாட்டின் கூட ஒரு சிறிய பாப்கார்ன் பாக்கெட் இருந்தது.

நிஜமாகவே சிவதாசன் அழ விரும்பினார்.

★★★★★★

யாமினி

திரைக்கதை

முதல் பகுதி

Sc No : 1

Int / Eve

பழனி வீடு

எக்ஸ்ட்ரீம் க்ளோஸப்பில் ஒரு குழந்தை முட்டிப் பால் குடிக்கிறது. பால் கொடுக்கிறவள் யாமினி. அவள் முகத்தில் கண்டுபிடிக்கக் கூடிய எந்த உணர்வுகளும் இல்லை. ஒருமுறை அதைப் பார்த்துக் கொள்ளுகிறாள். குழந்தை முலையில் இருந்து விலகி விட்டிருக்கிறது. நல்ல தூக்கம்.

படுக்க வைக்கிறாள்.

நடந்து சென்று கதவைத் தாழிடுகிறாள்.

முகம் பார்க்கும் கண்ணாடிக்கு முன் வந்து நின்று தன் நெஞ்சை பார்த்துக் கொள்ளுகிறாள். ஒரு மஞ்சள் கயிறு, ஒரு கறுப்புக் கயிறு. முகத்தில் ஒரு கேலிப் புன்னகை.

அண்ணாந்து பார்க்கிறாள்.

இரண்டு சட்டைகளால் கோர்த்து இணைக்கப்பட்ட ஒரு தூக்குக் கயிறு தொங்குகிறது.

இப்போது அவள் முகம் விசித்திரமாய் கோணுகிறது. அது, சாவு பயமாய் இருக்கலாம். குழந்தை உறங்குகிற கட்டிலின் அருகே ஸ்டூலை வைத்து ஏறி நின்று சுருக்கை மாட்டிக் கொள்ளுகிறாள்.

கண்களில் இருந்து கண்ணீர் இறங்குகிறது.

கயிறை முறுக்க முற்படுகையில் அவள் முகத்தின் மீது கதவு தட்டப்படும் சத்தம். பார்க்கிறாள்.

அவசர அவசரமாய் மேலும் கயிறை முறுக்கி ஒருகணம் கண்கள் மூடி மவுனிக்கையில் கதவில் இடி இடிக்கிறது.

ஸ்டூலைத் தள்ளுகிறாள்.

தொங்குகிறாள்.

★★★★

Sc No : 2
Ext / Day

ஒரு மலையின் மீது இருந்து தெரிகிற கிராமம்.

அங்கே என்ன நடக்கிறது என்று சொல்ல முடியாது. நிசப்தமாய் இருக்கிறது. சிங்கிள் ஷாட். அது ஆடாமல், அசையாமல் இருக்க டைட்டில்கள் வந்து போகின்றன. முடிகிறது.

அது முடியும் நேரத்தில் ஒவர் லாப்பில்

குரல்:

ஏப்பா.. பத்து நிமிசந்தான் இருப்போம்.. மொய் வைக்கிறவங்க வச்சுட்டு போயிடுங்க

★★★★

Sc No : 3
Ext / Int / Day

பழனி வீடு.

ஹாரன்.

மொய்க்கு அழைக்கும் ஒலி நசுங்கி வெளிப்பட்டுக் கொண்டிருக்கிறது.

கிராமத்து வீட்டின் கல்யாண முகப்புக்குக் கீழே பிள்ளைகள் விளையாடுகின்றன. அதில் வள்ளி இருக்கிறாள். ஆறு வயது சிறுமி. விளையாட்டின் போக்கில் வள்ளி ஓடுகிறாள். மற்ற பிள்ளைகள் ஓடித் தொடர்கின்றன.

அவர்கள் ஓடித் தாண்ட புத்தாடைகளில் ஆண்கள், பெண்கள், குழந்தைகள். மணமேடையில் மணமக்கள். பழனியும் அவன் நண்பன் ராமசாமியும் இருக்கிறார்கள். பழனியின் அப்பா, பாட்டி இருக்கிறார்கள். பழனியின் அக்கா தமயந்தியும் அவள் புருஷன்

திருமலையும் இருக்கிறார்கள். இன்னும் பல்வேறு ஜனங்கள் கூடியிருக்க கெட்டி மேளம் முழங்குகிறது. மந்திரங்கள் ஒலிக்க, மணமகன் மணமகள் சித்ராவின் கழுதில் தாலி கட்டுகிறான். தமயந்தியும் பிற பெண்களும் மாப்பிளைக்கு உதவுகிறார்கள். பழனியின் தங்கை கோதை. அவள் முகத்தில் ஆர்வம் தெறிக்கிறது.

★★★★

பழனியின் பாட்டி, அப்பா, மற்றும் மணமகன் தந்தை, தாய் கால்களில் வீழ்ந்து எழும் மணமக்கள்.

இறுதியாய் பழனியின் கால்களில் விழுந்து எழுகின்றனர். சற்றே தன் தங்கையை அணைத்துக் கொண்டு மாப்பிள்ளையை நோக்கி புன்னகை செய்கிறான் அவன். அவனை நோக்கி சிரிக்கிற வள்ளி.

★★★★

பந்தியில் பலரோடும் சேர்ந்து பரிமாறிக் கடக்கிறான் பழனி.

1

என்ன பளனி, கடேசித் தலவலியும் முடிஞ்சு போச்சி. அடுத்து நீ கல்யாணம் பண்ணிக்க வேண்டியது தானே?

2

அதான். அதான். சீக்கிரம் கல்யாணத்த பண்ணிக்கடா தம்பி.

3

இதுக்கு மட்டும் அவன் எந்த பதிலும் சொல்ல மாட்டான்.

4

காசாயம் வாங்கி வடக்கால போற ஜாதகமா தெரியலையே.

இப்போது திரும்பிப் பார்க்கிற பாட்டி. ஒரு படி முன்னேறி வருகிறாள். வந்தவாறே..

பாட்டி:

எவண்டா அவன்? ஏண்டா வாயத் தொறந்தா நீ நல்லதே பேச மாட்டியா? என்ன எளவ பேசறே நீ? அவன் வடக்கால போயி நீ எத வாரிக் கட்டிக்கப் போற?

பழனி பார்க்க, அதைச் சொன்ன ஆள் தெரியாமல் சொல்லி விட்டேன் என்பது போல கையெடுத்துக் கும்பிட அதைப் பார்க்க விரும்பாதது போல அங்கிருந்து நழுவி, ராமசாமி கூட்டி வந்த ஆளுக்கு பணத்தை எண்ணிக் கொடுக்கிறான். அவர்கள் செல்லும்போது வேறொரு பகுதிக்கு இவன் பார்வை செல்லுகிறது.

சிறிய ஒரு முக மாற்றம்.

நெருங்கிச் செல்ல, குமார் மல்லாந்து கிடந்து, வாயைப் பிளந்து தூங்கிக் கிடக்கிறான்.

முகத்தில் தண்ணீர் அடிக்கப்படுகிறது.

வாரி சுருட்டி எழுந்து அமர்ந்துகொண்டு விழிக்கிறான். பிறகு ஒரு அசட்டு சிரிப்பு.

பழனி:

என்னடா?

குமார்:

ஹி ஹி

பழனி:

என்ன?

குமார்:

கல்யாணத்துக்கு காய்ச்சினதுல பாதிய நானே போட்டுட்டேன்

பழனி:

பெரும தான். எழுந்து போய் சாப்புடுறா நாய்

என்று கண்டிக்கிறவன் விலகிச் செல்ல பழனியின் தங்கையும் சாப்பிட வா என்பதன் கொச்சை சைகை செய்ய, குமாரின் முகத்தில் ஒரு வித ப்ரகாசம்.

★★★★

குமார் தன் பாட்டுக்கு சாப்பிட்டுக் கொண்டிருக்க தமயந்தி, கோதை, பாட்டி போல அந்தக் குடும்பத்தின் பெண்கள் பரிமாற பழனி நாற்காலிகளை மடக்கி ஒரு மூலையில் அடுக்கி வைத்துக் கொண்டிருக்கிறான். ஓடி வருகிறாள் அந்த சின்னப் பெண்.

வள்ளி:

பழனி மாமா, நான் போட்டா?

பழனி:

ம்..ம்..

வள்ளி:

போட்டா?

பழனி:

சரி. போயிட்டு வாம்மா

அவள் டாட்டா காட்டியவாறு ஓடுகிறாள்.

சற்றே புரியாத முகத்துடன்..

பழனி:

யாரு கொழந்த? காலைல இருந்து என்னையே சுத்தி சுத்தி வந்துச்சி!

தமயந்தி:

மாப்ள வீட்டுக்காருங்க கூட வந்தாப்பல. அக்கம் பக்கத்து வீட்டுக்காரங்களா இருக்கும்

என்கிறவள் சட்டென்று ரகசியக் குரலில்

தமயந்தி:

பழனி...

பழனி:

என்னக்கா?

தமயந்தி:

நெக்கலசு வாங்கித் தர்றேன்னியே, அது அவ்ளோ தானா?

பழனி அதை உள்வாங்குவதற்குள் கோபத்தோடு நெருங்கி வந்து..

பாட்டி:

டேய், நீ இப்ப வந்து சாப்பிடப் போறியா இல்லியா?

என்கிறாள் கோபத்துடன்.

★★★★

Sc No : 4

Ext / Int / Day

பழனி வீடு.

தீ.

கோதையும், தமயந்தியும் இன்னும் சமையல் செய்கிறார்கள்.

★★★★

ஓய்வாய் இருக்கிற மாப்பிள்ளை மற்றும் சித்ராவிற்கு பாட்டி திருஷ்டி சுற்றிக் கொண்டிருக்கிறாள்.

★★★★

அப்பாவும், சில பிரமுகர்களும் அரசியல் பேசிக் கொண்டிருக்கின்றனர்.

★★★★

அக்கம் பக்கம் பார்த்து ராமசாமி சரக்கு ஊற்றிக் கொண்டு ஒரு மிடறு விழுங்கும் போது அந்த ஃப்ரேமில் பழனி மொய்ப் பணத்தை எண்ணிப் பார்த்து வாங்கிக் கொண்டிருக்கிறான். ராமசாமியின் மனைவி வர, மேலும் சற்று தோரணையோடு சரக்கை சூப்பி..

ராமசாமி:

ஏய், இன்னும் வீட்டுக்கு போலையா நீ?

குழந்தையை இன்னொரு பெண்ணிடம் வாங்கிக் கொண்டு

மனைவி:

கௌம்பறோம்

ராமசாமி:

சொல்லிக்கிட்டே நிக்காத. கௌம்பு. மட்டன் கிட்டன் வாங்கி கொளம்பு வையி

மனைவி:

பழனீ, போயிட்டு வர்றேம்பா

ராமசாமி:

கௌம்பு, கௌம்பு

பழனி:

எல்லார்க்கும் சாப்பாடு செய்றாங்கடா. அவங்க இங்க இருக்கட்டும். அக்கா, அப்றம் போலாம்க்கா

மனைவி தன் கணவனைப் பார்க்க, முறைப்புடன்

ராமசாமி:

தேவையே இல்ல. வீடு போயி சேரு, போ

பழனி பார்க்க, அவள் விருட்டென்று அங்கிருந்து செல்ல..

பழனி:

என்னடா, இதெல்லாம்?

ராமசாமி:

ஏய், வருஷத்துல பத்து மாசம் வெளியூர்ல இருக்கறன். இதுங்கள எல்லாம் கொஞ்சிக்கிட்டிருந்தா, தலைக்கு மேல ஏறி உக்காந்துக்கும். பயம் வேணும்டா. கட்ன புர்ஷன்னா நடுங்கணும்

பழனி:

பாவம்டா அக்கா

ராமசாமி:

மூடு. மூடு. இங்க எந்த பொம்பளையும் பாவம் கெடையாது. உன்னமாதிரிதலக்காணியகட்டிப்புடிச்சிதூங்கறவனுக்கெல்லாம் பொம்பளயப் பத்தி என்னடா தெரியும்?

கிளாசை சற்றே மறைத்து அவன் பேச்சை நிறுத்த, அங்கே வருகிற..

பாட்டி:

ஆ. நீ அப்படியே பொம்பளய கரச்சு குடிச்சவன் தான். அதுக்கு தான பொண்ட்டாட்டிய அடிக்க பெரம்பு வாங்கி வச்சுருக்க?

ராமசாமி:

யம்மா தாயி. நான் உங்கிட்ட எதுவும் பேசல

பாட்டி:

எப்டி பேசுவ? பொம்பளையாப் பட்டவ பேச வேண்டியத பேசினா எந்த ஆம்பளயும் வாயத் தொறக்க மாட்டான். நெருப்புல குளிக்கவும் தெரியும். நெருப்பால பொசுக்கவும் தெரியும் பொம்பளைக்கு

ராமசாமி:

அய்யோ. என்ன விடறியா?

பழனி:

சும்மா இரேன் கெழவி

பாட்டி:

நான் சும்மா இருக்கறண்டா. ஊர் கேக்கற கேள்விக்கு பதில் சொல்லி மாளல. நீ எப்ப கல்யாணம் கட்டப் போற?

பழனி:

பொம்பள கத பேசி இப்ப பொண்டாட்டி கதைக்கு வந்துட்டியா? வேல இருக்கு பாட்டி, கௌம்பு

பாட்டி:

உங்கப்பன் ஊரு காரியம் பாக்கப் போயி உருப்படாம போனான். என்ன ஆச்சு? நீ சிக்கிகிட்ட. கேள்வியே கேக்காம கழுத மாதிரி வேல செஞ்சதெல்லாம் போதாதா? ரெண்டு பொண்ணுங்கள கரயேத்தியாச்சு. கடைசிக் குட்டி தானே இனிம? அவ இருக்கட்டும். நீ ஒருத்திய கட்டு

பழனி:

ஸ்.. ஸ்... ஏன் பாட்டி இப்படி எழவெடுக்கற?

பாட்டி:

அக்கா, தங்கச்சி, கல்யாணம், சீர்செனத்தின்னு நடந்ததெல்லாம் சந்தோஷம் தான். இனிம அப்படியா? ஒத்தையில இருக்கறதுன்னா அது பாம்போட இருக்கறா மாதிரி. கொத்திருச்சுன்னா நீலம் பாரிச்சு செத்துக் கெடப்ப. தனியா செத்து கெடப்ப

பழனி:

பாட்டி....

என்கிற பழனி இலேசாய் நடுங்குகிற பாட்டியை கரம் பற்ற முயல, அவள் ஆவேசமாய் விலகிக் கொண்டு..

பாட்டி:

மண் அள்ளிப் போட்டு தலமாட்டாண்ட சூடம் ஏத்தி வெக்க யாராச்சும் வேணா?

பழனி பார்க்க..

பாட்டி:

எல்லாருக்கும் எப்பயும் நல்லது செஞ்சியே மவராசான்னு நாலு பேரு கூடி நிண்ணு கண்ணீரு விடுவானா? ம்... ஆத்தோட போனா அப்படியே போவட்டும்னு வுடுவான். நெஞ்சுக் கூடு நொறுங்கி சாவே நீ. நாக்கு வரண்டு தொண்டைல முள்ளு குத்தி சாவே

என்று சாமியாடுவது போல உதறிக் கொண்டு மயங்கி விழுகிறாள் பாட்டி.

ஜனங்கள் சூழ்கின்றன.

இருள் படர்கிறது.

****

Sc No : 5

Ext / Int / Day

மாப்பிள்ளை வீடு.

வெளிச்சம் நிறைகிறது.

ஒரு மதில் சுவர் மீது அமர்ந்திருக்கிறாள் வள்ளி. அவள் முகத்தின் மீது கார் ஹாரன் சப்தம் கேட்க திரும்பிப் பார்க்கிறாள். முகத்தில் மிகுந்த வியப்பு. தனக்குத் தானே உதடு விட்டு தாண்டாத குரலில்

வள்ளி:

அய்.. பழனி மாமா

என்றவாறே விருவிருவென இறங்கி ஓடுகிறாள்.

காரை விட்டு இறங்கியிருந்த பழனி புன்னகையோடு பார்க்க, மாப்பிள்ளையும் சித்ராவும் இறங்குகிறார்கள். தமயந்தியும், திருமலையும் இறங்குகிறார்கள்.

ராமசாமியும் இறங்குகிறான்.

மாப்பிளையின் அம்மா, அப்பா இன்னும் சில உறவினர்கள் வாசலுக்கு ஓடி வருகிறார்கள். பரஸ்பர வரவேற்பு, குசல விசாரிப்புகள் தொடர்கின்றன.

****

பலகாரங்கள் அடுக்கி வைக்கப்பட்டிருகின்றன. மாப்பிளையின் உறவுப் பெண்கள் சூழ்ந்திருக்க, மணப் பெண் சித்ராவிற்கு கூச்சம். தூரத்தில் விருந்து ஏற்பாடுகள் பலமாக நடந்து கொண்டிருக்கின்றன.

★★★★

பழனி:

வேணா, வேணா மாப்ள. எனக்கு அவ்ளவா பழக்கம் இல்ல. தல சுத்தும்

மாப்பிள்ளை:

பழக்கம் எல்லாம் பழகிக்கறது தான். ஒரு சந்தோஷம் தான?

திருமலை:

அதான?

ராமசாமி:

டேய், சாப்புடுறா!

இப்போது அவர்கள் இருப்பது கொல்லைப்புறம் என்று தெரிகிறது. நாற்காலிகள் போடப்பட்டிருக்கின்றன. பழனி கையில் ஒரு கிளாஸ் இருக்கிறது. அனைவரும் பார்க்க பழனி தயக்கத்துடன் குடிக்கிறான். முகம் அஷ்ட கோணல். மற்றவர்கள் சிரிக்கிறார்கள். மேலும் தர்மசங்கடம்.

மிகவும் வருத்த முகத்துடன்

மாப்பிள்ளை:

என் பொண்டாட்டி மனசு கஷ்டத்துல இருக்கறா

பழனி உட்பட மற்றவரும் பார்க்க

மாப்பிள்ளை:

அதான், பாட்டிக்கு ஒடம்பு சரியில்லாம போச்சுல்ல?

பழனி:

ஓ அதுவா? பாட்டி அப்ப அப்ப சாமி ஆடும்னு சித்ராவுக்கு தான் தெரியுமே?

திருமலை:

பழனி....

பழனி:

ம்?

திருமலை:

உன் பாட்டி என்ன உன்ன இந்து மகா சமுத்ரத்தையா தாண்ட சொல்றா? கல்யாணம் பண்ணிக்கப்பாங்கறா. பண்ணிக்கலாமே?

குரல்:

பழனி மாமா....

என்று காற்றில் வர, பழனி பார்க்கிற பக்கவாட்டு திசையில் ஒரு வீடு. ஒரு சன்னல். அதில் வள்ளியின் முகம். மற்றவர்கள் சட்டை செய்யவில்லை. பழனியின் பார்வை மட்டும் நிலைத்து திரும்பிய பிறகு முகத்தில் சலனம்.

ராமசாமி:

நான் கூட அப்ப எல்லாம் கல்யாணமே வேணாம்னு தான் பிகு பண்ணிக்கிட்டிருந்தேன். ஒரு வண்ணப் பறவையை பாத்தப்போ எண்ணம் மாறலையா?

சொடக்கு போட்டு,

ராமசாமி:

ஒன்னு சொல்றன் பழனி. ஒனக்கு பொண்ட்டாட்டியா வரப் போறவ இனிமேயா பொறந்து வரணும்? அவ இங்க எங்கயோ இருக்கறாயா. வல போட்டு புடிச்சிருவோம் பார்

பழனி சற்றே திருட்டு முகத்துடன் தன்னிச்சையாய் சன்னல் பக்கம் பார்க்கிறான்.

கையசைக்கிற வள்ளி.

வள்ளியின் தோளைப் பற்றியிருக்கிற ஒரு வளைக்கரம்.

★★★★

பெண்கள் சூழ்ந்து பரிமாறியவாறு இருக்கிறார்கள். ஆண்கள் சாப்பிடுகிறார்கள். எல்லோரும் தங்களுக்குள் பேசியவாறு இருக்க, அதில் கலந்து கொள்ளாத பழனி கூர்ந்து கவனித்திருக்கிறான்.

அவனுக்கு தனியாய் கேட்கிறது அந்த கொலுசொலிகள்.

ஒரு ஆவியைப் போல தான். வீட்டைச் சுற்றி வரும் ஜில், ஜில், ஜில்.

ஒரே ஒரு முறை,

பெண் குரல்:

ஏய், வள்ளி, நில்லுடி, ஓடாதன்னு சொல்றேன்ல்ல?

பழனியின் முகத்தில் அசட்டுத்தனமான ஜொலிப்பு ஏறுகிறது. சாப்பிடுவதை நிறுத்தி கவனிக்கிறான்.

சித்ரா:

என்னண்ணே?

அனைவரும் அவனையே பார்க்க, தலையாட்டி மறுத்து சாப்பிடுகிறான்.

★★★★

ராமசாமி, மாப்பிள்ளை, திருமலை, மாப்பிளையின் அப்பா என எல்லோரும் புறக்கடைப் பக்கம் கை கழுவிவிட்டு செல்ல, பழனி மிகுந்த அவதானிப்புடன் கையைக் கழுவியவாறு காதைக் கூர்மை செய்கிறான். பிறகு கைகளை துடைத்துக் கொண்டு படியேறி செல்ல வெண்டியவன் திரும்பி ஒரு பாய்ச்சலில் செம்பருத்தி செடிக்கு பின்னால் இருப்பதைப் பாய்ந்து பிடிக்க,

அவனது கரத்தில் சிக்கிக் கொண்டு நிற்பவள் யாமினி. முகம் முழுக்க கலவரம்.

யாமினி:

அய்யையோ. என் கைய விடுங்க

என்று கூச்சலிடுகிறாள். அனைவரும் வந்து சூழ்கிறார்கள். அவள் திமிறிக் கொண்டு கோபத்துடன் தன் கையை இழுத்துக்கொள்ள முயல, பிடியை விடாமல் எல்லோரையும் ஒரு முறை பார்த்தவாறு

பழனி:

நான் இவள கட்டிக்கிறேன். எல்லாரும் என்ன சொல்றீங்க?

என்று கேட்க,

வியப்பாய் பார்க்கிற அத்தனை முகங்கள் மீதும் கல்யாண மேளம் ஒலிக்கிறது.

★★★★

Sc No : 6

Int / Night

பழனி வீடு.

பழனியின் முகம்.

அது கிறக்கமாய் இருக்கிறது. எதிரில் உள்ள ஆளை துளைத்துக் கொண்டிருக்கிற அந்த முகத்தின் மீது,

குரல்:

யா....

பழனி:

யா....

குரல்:

மி....

பழனி:

மி....

குரல்:

னி....

பழனி:

யாமினி.....

இப்போது அவன் எதிரே யாமினியை பார்க்கிறோம்.

யாமினி:

ம்

என்கிறாள். விழுங்கும் பார்வை. ஒரு சிறுமியைப் போலவும் படபடத்துக் கொள்கிறாள்.

அது முதலிரவு அறை. சின்ன அலங்காரம் இருக்கிறது. கட்டிலின் மீது அரை இருளில் ஒருவரை ஒருவர் பார்த்து அமர்ந்திருக்கிறார்கள்.

பழனி:

இன்னொரு தடவ உன் பேர சொல்லவா?

சரியாய் கேட்காமல்

யாமினி:

ம்?

பழனி:

யாமினி

என்ன என்பது போல

யாமினி:

ம்?

பழனி:

சும்மா சொல்லிப் பாத்துக்கறேன். கனவு மாதிரி இருக்குல்ல. அதனால

என்று கூறுகிறவன் தொடர்ந்து

பழனி:

தொடட்டா?

என்கிறான். அவள் ஒரு திடுக்கிட்ட சிரிப்புடன் இமை கொட்டாமல் பார்க்கிறாள். கூச்சத்தை வெளியே காட்டாமல் உறுதியுடன் தலையை அசைத்து வேண்டாம் என்க, சரி என்று எழுகிறவனை அவள் சட்டென கரம் பற்றுகிறாள். அவன் தாமதிக்கவில்லை. தன் உள்ளங்கைகளால் அவளது இரு கன்னங்களையும் தொடுகிறான். இருவரும் சலிப்பில்லாமல் பார்க்கிறார்கள். அவள்தான் சுதாரிக்கிறாள். அவனை தனக்கு இழுத்து குளிர் வந்தது போல தழுவுகிறாள். சாய்கிறார்கள். கண்கள் மூடி கிடக்கிறவளை வெகு கவனமாய் கையாண்டு மயங்க..

அவள் அள்ளிக் கொடுக்க விரும்பி தன்னைப் பரப்புகிறாள். தன்னை துருத்துகிறாள். தன்னை அவனிடம் திணிக்கிறாள். அவளைப் பார்த்தவாறே அவன் ஆவேசமடைகிறான்.

பழனி:

யாமினி...

யாமினி:

ம்

பழனி:

எங்கேயோ இருட்டுள்ள போற மாதிரி இருக்கு

யாமினி:

ம்

பழனி:

தண்ணில முழ்கறா மாதிரி இருக்கு

யாமினி:

ம்

அவர்கள் பாம்புகள் போல் பிணைவதை சற்று தள்ளி இருந்து பார்க்கும்போது இருள் மூடுகிறது.

★★★★

அரை வெளிச்சம் தெளிந்து வர நெற்றிப் பரப்பில், மேலுதட்டின் மீது வியர்வைப் புள்ளிகள் மின்ன, சற்றே வாயைத் திறந்து வெகுளித்தனமாய் உறங்குகிறாள் அவள்.

படுத்திருந்தவாறே அவளைக் கண்களில் ஆசை மின்னப் பார்த்திருக்கும் பழனி. உணர்வு பெற்று பாடாவதி சத்தத்துடன் சுற்றும் மின்விசிறியைப் பார்த்து முகம் சுழித்து, விசிறியைத் தேடி எடுத்து வீசிக்கொண்டே அவளது வியர்வையை ஒற்றி எடுக்கும்போது விழித்துக்கொண்டு, அவனது கரம் பற்றி அவனது கண்களில் பார்க்கிறாள் யாமினி.

★★★★

Sc No : 7

Ext / Int / Day / Night

பல்வேறு இடங்கள்.

Montages

SONG.

படுக்கையில் படுத்து காப்பி குடித்தவாறே வீட்டாரோடு சேர்ந்து டிஃபன் செய்கிற யாமினியை பார்க்கிறான் பழனி. ஆவி பறக்கிற இட்லிகளை எடுக்கும்போது, வியர்த்து வடிகிறாள். உட்கார நாற்காலி தேடி தரையில் அமர்வதை, பீரோவைத் தேடி கொடியில் தன் துணிகளை போட்டு வைப்பதை கவனிக்கிறான்.

வசதிக் குறைவுகளைப் பொருட்படுத்தாமல் இருக்கிறாள் என்பதையும் தான்.

பாடலின் இறுதியில் அன்னியோன்னியமாய் இருக்கையில்

பழனி:

நம்ம வீட்ல ஒரு வசதியும் இல்ல, ல்ல?

யாமினி:

ப்ஸ.. அதனால என்ன?

பழனி:

நாங்க எல்லாம் கொஞ்சம் பழய ஆளுங்க. வீடுன்னா அது வேணும் இது வேணும்ன்னு யோசிச்சதே இல்ல. பாவம், உனக்கு செரமமா இருக்கு இல்ல?

யாமினி:

இருக்கறத பழகிக்கலாம். கட்டிலு, பீரோ, சாமான் செட்டெல்லாம் வாங்க வேணான்னு நீங்க தான அப்பாவ தடுத்தீங்க?

சற்று பிடிவாத முகத்துடன்,

பழனி:

என் பொண்டாட்டிய பாத்துக்க எனக்கு தெரியும்

யாமினி:

ஓகே?

பழனி:

அவளுக்கு என்ன தேவையோ, அத எல்லாம் நாந்தான் வாங்கிக் குடுப்பேன்

யாமினி:

ஓகே?

பழனி:

வெய்யிலு மழ பட்டுறாம எப்டி உன்ன மகாராணி மாதிரி வெச்சு காப்பாத்தறேன் பாரு

யாமினி:

ம் ம் ம் ம்.....

என்று பல்லைக் கடித்துக்கொண்டு, அவன் கன்னத்தில் இடைவிடாமல் குத்தி தனக்காய் இழுத்துக்கொள்கிறாள்.

★★★★

Sc No : 8

Ext / Int / Day

லாட்ஜ்.

லாட்ஜ் சிறுவன் காட்டிவிட்டு சென்ற அறைக் கதவை நம்பர் பார்த்துக்கொண்டே தட்டுகிறான் பழனி. பகுதியே திறக்கிற கதவின் இடைவெளியில் எட்டிப் பார்க்கிற ராமசாமி வியப்புடன்

ராமசாமி:

அடப்பாவி, நீயா, வா, வா

உள்ளே வசதியான தோரணையில் ஓரிரு ஆட்கள் இருக்கிறார்கள். சரக்கு பார்ட்டி நடந்தவாறு இருந்திருக்கிறது. விஷ் செய்கிறார்கள்.

ராமசாமி:

மொகமது, பழனிக்கு ஒரு பைண்டு ஊத்து

பழனி:

வேணா, வேணா, வேணா

ராமசாமி:

எத்தன வேணாடா?

பழனி:

வேணா, அவ்வளவு தான்

பழனி:

ரெண்டு பைண்டு போடு, செத்துருவியா பாக்கலாம்

பழனி:

ஏய், வேணான்னு சொல்றேன் இல்ல? அத்தோட விட்டுரு

பார்த்தீர்களா என்பது போல ராமசாமி நண்பர்களைப் பார்த்து சிரிக்க, அவர்களும் சிரிக்கிறார்கள்.

ராமசாமி:

பொம்பளய பாக்காதவன் கல்யாணம் பண்ணா இப்பிடிதான். குடிக்கிறவன் எல்லாம் அயோக்கியன்னு உன் பொண்டாட்டி மந்திரிச்சி விட்டாளா?

பழனி அவனை ஒருமுறை சும்மா பார்க்கிறான்.

ராமசாமி:

நாய் குட்டி மாதிரி நீ பொண்டாட்டிய மோப்பம் புடிச்கிக்கிட்டு அலையறியாம்! நம்ம ஊரு பொம்பிளைங்க வாயில இதான் லேடஸ்ட் டாக்கு. நான் தான் அப்படி எல்லாம் இல்லன்னு சொல்லி வச்சேன்

பழனி:

ஏன் சொல்றே?

ராமசாமியும் பிறரும் பார்க்க,

பழனி:

அவ என் பொண்டாட்டி. நான் நாய் மாதிரி சுத்துவேன். பூன மாதிரி சுத்துவேன். என் இஷ்டம் தான?

ராமசாமி நம்ப ஆகாமல் பார்க்கிறான். அதைப் பற்றி எந்தச் சலனமும் இல்லாமல் உடனடியாக..

பழனி:

ராமசாமி, எனக்கு ஒரு விசா வேணுண்டா

என்கிறான். ராமசாமிக்கு இன்னும் எதுவும் விளங்கவில்லை.

பழனி:

லீவு முடிஞ்சி துபாயி போற இல்ல? ஒரு விசா வாங்கு. பணம் குடுத்துடறேன்

ராமசாமி:

என்ன பழனி, கடல தாண்டி போவ மாட்டேன்னு ஒரு லட்சியம் மாதிரி சொல்லிக்கிட்டிருந்தியே?

பழனி:

மாத்திக்கிட்டேன். யாமினிய நல்லா வெச்சுக்கணும். அதான் இப்போ

பழனியை ஊடுருவி பார்த்துக்கொண்டு சற்று ஸீரியஸாகவே

ராமசாமி:

பொம்பளைங்களுக்காக வாழாத பழனி. அதுங்களுக்குப் புரியாது. அன்ப காட்டினா அடிச்சி தின்றுவாளுங்க

பாத்ரூம் கதவு திறக்க, ஜட்டி, பாடியோடு வருகிற ஒரு பெண். பழனி தலையை சொறிய, அவள் ஒய்யார நடை நடந்து வந்து ராமசாமியின் மடியில் அமர்ந்து கொள்கிறாள்.

அவளை வருடியவாறு..

ராமசாமி:

பாத்தியா? ரெண்டு நாளா எங்க கூடயே இருக்கறா. பேரு கூட கேட்டுக்கல வாழ்க்கன்னா இப்பிடி தான் போவணும்

பெண்:

டார்லிங், என் பேரு கரிஷ்மா கபூர்

ராமசாமி:

ஆமா. இவ கரிஷ்மா. கபூரு இவங்கம்மாவுக்கு ஆம்படையான்

பழனி எழுகிறான். முகம் இறுக்கமாய் இருக்கிறது. அவர்கள் யார் பக்கமும் திரும்பிப் பாராமல்..

பழனி:

வர்றண்டா. விசா விஷயத்த மறந்துராத. மொகமத், ஒனக்கு கெடைச்சா நீயும் சொல்லு

ராமசாமி:

கௌம்பறியா? டேய்! இவ நல்லா பாட்டு பாடுவாடா. ஏய், அந்த குங்கும பொட்டின் மங்கலம் பாடுறி

வேண்டாம், வேண்டாம் என்பது போல தலையை ஆட்டியவாறு அவன் வேகமாய் வெளியேறி சென்று விட

பெண்:

குங்குமப் பொட்டின் மங்கலம்

நெஞ்சமிரண்டின் சங்கமம்

நெஞ்சமிரண்டின் சங்கமம்....

என்று அவள் உற்சாகமாய் பாட வெகுவாய் ரசித்துக் குடிக்கிறான் ராமசாமி. நண்பர்களும் தான்.

★★★★

Sc No : 9

Int / Night

பழனி வீடு.

குங்குமப் பொட்டின் மங்கலம்

நெஞ்சமிரண்டின் சங்கமம்...

பாட்டு தொடர்கிறது.

பாடுகிறவள், ராமசாமியின் மனைவி. அம்மியில் அரைக்கப்பட்ட பச்சிலைச் சாற்றை வழித்து எடுத்துக்கொண்டு ஒரு வழியாய் பாட்டை முடிக்கிறாள்.

அங்கிருந்து நகரும்போது தான் யாமினியும் பக்கத்தில் இருந்திருக்கிறாள் என்பது தெரிகிறது. அவளிடம் புன்னகையோடு

ரா. மனைவி:

என் வீட்டுக்காரருக்கு ரொம்ப புடிச்ச பாட்டு

என்று கூறி விட்டு, யாமினியின் காதில் ஏதோ கிசுகிசுக்க, இருவரும் சிரிக்கிறார்கள்.

ரா. மனைவி:

பாவம், ரொம்ப வேல போல இருக்கு. ரெண்டு நாளா வீட்டுக்கே வரல. வந்தாருன்னா இத ஒடம்பு பூரா தேச்சி, சுடு தண்ணில குளிப்பாட்டி விட்டுருவேன். அலுப்பு போகணும்ல்ல?

என்று சிணுங்கிவிட்டு நமுட்டு சிரிப்புடன் கண்ணடிக்கிறாள்.

ரா. மனைவி:

என்னன்னா, காலைய்ல நான் இத தேச்சி குளிக்க வேண்டி வரும்

என்கிறவள் பழனி வருவதை பார்த்ததும் சுருங்கி, யாமினியிடம் தலையசைத்து விட்டு, பழனியிடம்..

ரா.மனைவி:

வரட்டுமா பழனி

பழனி:

சரிங்கக்கா

அவன் அந்தப் பெண்மணி போவதையே பார்த்து நின்று பெருமூச்சு விட,

யாமினி:

என்னங்க?

பழனி:

ஒன்னும் இல்ல, அத விடு. நீ கொல்லப் பொறத்துல தான் இருக்கியா?

யாமினி ஆமென்பதாய் தலையசைக்க

மறைத்துக் கொண்டு வந்த நாப்கின் பொதியை அவளிடம் கொடுத்து

பழனி:

போட்டுக்கோ

யாமினி அதை ஒருமுறை பார்த்துவிட்டு

யாமினி:

அய்யோ, இதெல்லாம் எனக்கு பழக்கம் இல்ல. நாந்தான் சொன்னனே, வேணான்னு...

பழனி ஒருமுறை அக்கம் பக்கம் பார்க்கிறான். அவளைக் கரம் பற்றி இழுத்துக் கொண்டு வந்து வீட்டின் பின்புறமாய் இருக்கிற ஓர் அறைக்குள் தள்ளி அவனும் உள்ளே புகுந்து கதவை சாத்திக்கொள்கிறான்.

சற்றுத் தள்ளி ஒரு மூலையில் குப்புறப் படுத்துக்கொண்டு கண்ணாடியைப் பார்த்துக்கொண்டிருந்த தங்கை ஜமுனா, விருட்டென்று எழுந்து சாத்தப்பட்ட கதவை நோக்கி விழிக்கிறாள்.

மெல்ல எழுந்து கதவை நோக்கி வருகிறாள்.

என்ன நடக்கிறது என்கிற ஆர்வம்.

உள்ளே, யாமினி கட்டிலில் அமர்ந்து புடவையை கால் முட்டுகள் வரை தூக்குகிறாள்.

பழனி நாப்கின் பொதியைப் பிரிக்கிறான்.

வெளியே, ஜமுனா கற்பனையுடன் மூடின கதவைப் பார்த்திருக்கிறாள்.

பிறகு ஏதோ ஓர் எண்ணம் வந்து போனதில், கண்ணாடியை நேரே பிடித்து தன் முந்தானையை விலக்கி மார்புகளைப் பார்க்க முயலும்போது திடுக்கிடுகிறாள். பாட்டி. என்ன என்பது போல கேட்கிறாள். ஜமுனா பே என்பது போல விலகி செல்ல, பாட்டி கதவைப் பார்க்கிறாள். ஒரு சிறிய யோசனை. சடாரென கதவைத் தள்ளி திறக்கிறாள்.

அதிர்ந்து நிற்கிறாள்.

பழனி அவளைக் கடந்து செல்ல,

பாட்டி பார்க்கிற திசையில் கட்டில் மீது சற்று நெளியலாய் சிரிக்கிற யாமினி. அவளை நோக்கி

பாட்டி:

இவந்தான் கல்யாணம் எல்லாம் கட்டிக்க முடியாதுன்னு ஒத்தக் கால்ல நின்னவன். என்னம்மா பண்ணே நீயி? மோகினி அடிச்சா மாதிரி ஆயிட்டானே இந்த வீட்டு ஆம்பள சிங்கம்?

★ ★ ★ ★

யாமினி:

நான் மோகினியா?

பழனி:

சாதா மோகினி இல்ல. ஜகன் மோகினி

யாமினி:

என் கண்ணப் பாருங்க. நல்லா பாத்து சொல்லுங்க, நானா மோகினி?

பழனி:

நீ மோகினி தான் யாமினி. ஆனா என் மோகினி. எனக்கு மட்டுமே சொந்தமான மோகினி

யாமினி:

ஓ.. அப்படியா கத? நான் மோகினி தான்?

என்று தீவிரமாய் கேட்டுவிட்டு அவன் மீது ஏறிப் படுத்து அவன் கழுத்தை மார்பைக் கடித்து, பிறகு அவன் கன்னத்தைக் கடித்து

சட்டென, தன் நாவால் நீவி விடுகிறாள்.

அவன் கிறங்குவது கண்டு மேலும் ஒருமுறை அதையே செய்கிறாள்.

பிறகு திடீர் என ஸ்தம்பித்து, தத்தளிப்புடன்,

யாமினி:

சாரி

பழனி:

ஏன்?

யாமினி:

வீணா உங்கள ஆச கௌப்பிட்டேன். இன்னைக்கு என்னால முடியாதுல்ல?

பழனி:

ப்..ஸ.. விடு. இப்பிடி வா

அவள் அவன் அருகே படுத்துக்கொள்ள, அவன் இலேசாய் அணைத்துக் கொள்கிறான்.

யாமினி:

அப்றம்?

பழனி:

அப்றம் என்ன? தூங்க வேண்டியது தான். உன்ன நான் இப்படி தொட்டுக்கிட்டே பத்து நாள் தூங்குவேன்

யாமினி:

இல்ல, இது எனக்கு அவமானம். சும்மா விட முடியாது

என்கிறவள், அவன் மீது ஏறிப் படுத்துக்கொண்டு, அவனை இறுக்கியவாறு

யாமினி:

இன்னைக்கு நான் இப்பிடித்தான் தூங்கப் போறேன். என்ன நடக்குதுன்னு பாத்துருவோம்

அவனது புன்னகை.

அவளது புன்னகை.

அவன் இலேசாய் குறட்டை விட்டுத் தூங்க, அவள் இறங்கிப் படுக்க, அவன் மிக இயல்பாய் நெருங்கி வந்து மார்பில் புதைந்து தூங்குகிறான். அவள் அவனைக் கட்டிக்கொண்டு தலையை

வருடியவாறு விழித்திருக்கிறாள். நச்சென்று நெற்றியில் முத்தம் வைக்கிறாள்.

★ ★ ★ ★

Sc No : 10

Ext / Int / Day

பழனி வீடு.

கோழிகள் இரையெடுக்கின்றன.

அவைகள் விலகி ஓட, பழனி வந்து முகம் கழுவுகிறான்.

புறக்கடை பகுதி அது. கழுவி விட்டு நிமிருகிறவன் சற்று தள்ளி இருக்கிற பாத்ரூம் கதவு திறப்பதை பார்க்கிறான். கொஞ்சம் தான். அந்த இடைவெளியில் யாமினியின் முகம்.

ஒரு மாதிரி பார்க்கிறாள்.

இவன் புரியாமல் பார்க்கிறான்.

வா என்பது போல செய்கிறாள். வாய்க்குள்ளேயே..

யாமினி:

சரியாயிட்டேன்

கண்களில் சட்டென்று வரும் ஆசையுடன், பழனி மின்னலாய் சென்று அவளுடன் மறைகிறான்.

கதவு அடைந்து கொள்கிறது.

★ ★ ★ ★

மீண்டும் கோழிகள் இரையெடுக்கின்றன.

★ ★ ★ ★

பாத்ரூம் கதவைத் திறந்துகொண்டு ஈரத்தை உதறும் பழனியைப் பற்றிப் பிடித்து,

யாமினி:

போதுமா?

பழனி:

ம்

யாமினி:

நிச்சயமா போதுமா?

பழனி:

அய்யோ. போதும், போதும், போதும்

யாமினி:

அப்ப ஓடுங்க இந்த எடத்த விட்டு

என்றபடி கதவை சாத்திக் கொள்கிறாள்.

பழனி வீட்டுக்குள் வருகிறான்.

அப்பா, பாட்டி, ஜமுனா ஆகியோர் ஊர் துணிகளை கணக்கெடுத்துக் கொண்டிருக்கிறார்கள். மாப்பிள்ளை நாற்காலியில் அமர்ந்திருக்க, அவர் மடியில் தூங்கியவாறு வள்ளி. சித்ராவும் துணிகளை எண்ண உதவியாய் இருக்கிறாள்.

பழனி ஒரு கணம் துணுக்குற்று நின்ற பிறகு

பழனி:

எப்ப வந்தீங்க மாப்பிள?

மாப்பிள்ளை:

இப்ப தான் கொஞ்ச நேரமாச்சு

சித்ரா:

எதுக்கு வந்தோம் தெரியுமா, வள்ளிய பாரு

பழனி:

ஆங்க்... என்ன ஆச்சு அவளுக்கு?

சித்ரா:

எல்லாம் உன் பொண்டாட்டிய பிரிஞ்ச ஏக்கம் தான். அக்கா, அக்கான்னு தளந்து போயிட்டா. ஒடம்புக்கு முடியாம போயிருச்சி

அதிர்ச்சியுடன் குழந்தையை அள்ளி எடுக்கிற பழனி, ஒருமுறை அதன் முகத்தை பார்த்துவிட்டு, தூக்கி கொல்லைப்புறத்துக்கு வந்து, பாத்ரூம் கதவைத் தட்டி,

பழனி:

யாமினி

உள்ளே இருந்து கிசுகிசுப்பாய்..

யாமினி:

அய்யோ..! போதும்னு சொல்லித் தான போனீங்க. யாராவது பாக்கப் போறாங்கங்க

எனும் போது குரல் கேட்டு கண்விழித்து..

வள்ளி:

அக்கா...

என்று வீறிடுகிறாள். பழனி பரிதாபமாய் பார்க்க, அடுத்த கணத்தில் கதவு திறக்கிறது. சோப்பு நுரையுடன் டவல் கட்டிக்கொண்டு வெளிப்படும் யாமினி பழனியிடம் இருந்து ஏறக்குறைய பிடுங்கியே கொள்கிறாள்.இருவருமே அழுகிறார்கள். பழனி செய்வதறியாமல் தத்தளிப்புடன் பார்த்திருக்கிறான்.

★★★★

Sc No : 11

Int / Day

தியேட்டர்.

ஏதோ ஒரு காட்சி முடிந்து இடைவேளை என்கிறது திரை.

★★★★

யாமினியின் முகம். ஊடாடும் ஜனங்களுக்கு நடுவே அத்தனை தீவிரமாய் பார்த்திருக்கிறாள். உவகையும் பெருமையும். வைத்த கண்களை எடுக்காமல். அவள் பார்க்கிற திசையில்,

தியேட்டர் காண்ட்டினில் குழந்தையுடன் பேசிக்கொண்டே, சிரித்தவாறு எதையோ வாங்கும் பழனி.

தகப்பனும், மகளுமாகவே அவளிடம் வருகிறார்கள்.

கண்கள் சுரந்து விடுகிறது.

பழனி கவனித்து, துணுக்குற்று, பதட்டத்துடன்..

பழனி:

என்ன யாமு? என்ன? அழுவுறியா? எதுக்கு? எதுக்கு அழுவற?

யாமினி:

அது..வள்ளி..

பழனி:

வள்ளி?

யாமினி:

ஒன்னும் இல்ல

அக்கம் பக்கம் பார்த்து, சட்டென்று

யாமினி:

இப்பவே உங்கள கட்டிப் புடிச்சி முத்தம் குடுக்கணும் போல இருக்கு

பழனி அவளுக்குள் என்ன நடந்திருக்கும் என்பதைப் போல பார்க்கிறான். பிறகு ஒரு நல்ல பிள்ளையின் முக பாவனையோடு

பழனி:

உள்ள போயிடலாம். படம் போட்டான்னா இருட்டாயிடும். அப்போ..

யாமினி:

ம்

முறுக்கேற்றப்பட்ட முகத்துடன் கூல்ட்ரிங்க்ஸை அவளிடம் கொடுக்கிறான். அவள் குடிக்கத் தொடங்க, இவனும் குடிக்க, வள்ளி சுவாரஸ்யமாய் கேக்கை தின்னுகிறாள்.

மெல்ல..

பழனி:

ஏன், திடீர்னு உனக்கு என்ன ஆச்சு?

யாமினி:

தப்பா?

பழனி:

தப்பெல்லாம் இல்ல. என்ன ஆச்சுன்னு கேக்கறேன்

யாமினி:

எனக்கு வேணும்

பழனி:

சரி

அவளை ஊடுருவிப் பார்க்கிறான்.

முகம், கண்கள். இதழ்கள். கூல்ட்ரிங்க்ஸின் ஸ்டிரா பிளந்த உதடுகள் பற்களில் நுழைந்து மூடப்பட்டு திறந்து வெளியில் எடுக்கப்படுகையில் தெரியும் எச்சில் நூல். ஈறுகளின் அழகு. இப்போது உதடுகள் மூடப்படும்போது நாவு அதை நீவி நனைத்துச் செல்கிறது.

பழனி எதுவோ வலிப்பது போன்ற அவஸ்தையில் நிற்கிறான். அவனது பார்வையின் கூர்மையைத் தாங்கிக்கொள்ள ஆகாமல் அவனை ஒரு கிள்ளு கிள்ளி பாட்டிலை அவனிடம் கொடுக்க, அவள் குடித்த ஸ்டிராவை பாக்கெட்டில் வைத்துக்கொண்டு பாட்டிலை வைக்கிறான். அவள் அந்த ஸ்டிராவை எடுக்க பார்க்க, அவன் தடுக்கிறான். அவள் அவனை நோக்கி மென்மையாய்

யாமினி:

சொன்னா கேக்கணும். போட்டுருங்க

அவன் அவளை ஒரு பார்வை பார்த்துவிட்டு அதைப் பத்திரமாய் குப்பைத் தொட்டியில் போட்டுவிட்டு வருகிறான்.

அவளுக்கு பெருமையாய் இருக்கிறது மறுபடியும்.

★★★★

நாற்காலியில் அவள் தலையை இறக்கி கீழே சாய்ந்திருக்க, அவளைப் பற்றி உறிந்தவாறு இருக்கிறான் பழனி. பின்னணியில், பெண்ணை சபிக்கும் பிரபல பாட்டு ஒன்று ஓடிக் கொண்டிருக்கிறது.

நிமிர்கிறான்.

கண்களில் கண்கள் பார்க்கின்றன. பழனி என்ன என்பது போல புருவம் நிமிர்த்த

யாமினி:

நல்லா கட்டிப் புடிச்சி உக்காருங்க

என்கிறவள்

யாமினி:

எப்பவும் எங்கயும் என்ன விட்டுப் போவக் கூடாது

என்கிறாள். பழனியின் முகத்தில் கலவரம் வருகிறது. அவனது

74 ● மதுர விசாரம்?

அணைப்பில் பெரும் நிறைவுடன் இருக்கிறாள் அவள். பாடல் தொடங்குகிறது.

★★★★

Sc No : 12

Ext / Int / Day / Night

பல்வேறு இடங்கள்.

SONG.

இது யாமினி பாயின்ட் ஆஃப் வியூ பாடலாக இருக்கும். கனவும், யதார்த்தமும் கலவையாக. பூக்கள் பூத்து முந்துகிற அடர் கானகத்தில் ஒரு பேயைப் போல நீந்தி, அருவியை ஆற்றை அடித்துச் செல்கிறாள். மற்றும் கணவன், குடும்பம், அனுசரணை, மகிழ்ச்சி, இழைவின் தினங்கள்.

நடுவில் ஒரு நாள். ராமசாமி விடை பெறுகிறான்.

பழனி:

மறந்துராத ராமசாமி

அவனது மனைவியும், பிள்ளைகளும் அழ, யாமினி சமாதானப்படுத்துகிறாள். ஆற்றங்கரை வேலைகளுடன் தினங்கள் போகின்றன. திகட்ட, திகட்ட சந்தோஷமும், நெருக்கமும் தொடர்கின்றன. பாடல் செல்கிறது. பாடலின் இறுதியில் யாமினி பழனியின் துணிகளை கொடியில் இருந்து எடுக்கிறாள்.

★★★★

Sc No : 13

Int / Day

பழனி வீடு.

உள்ளே வந்து பாயின் மீது துணிகளைப் போட்டு அவைகளை மடிக்க ஆரம்பிக்கிறவள், சட்டென்று ஏதோ யோசனை செய்கிறாள். கதவைத் தாழிடுகிறாள். வந்து நின்று நோக்கி பழனியின் சட்டையை விரிக்கிறாள். பார்க்கிறாள். ஜட்டியை வைக்கிறாள். அதன் மீது ஒரு வேட்டியைப் போட்டு அதை ஓர் ஆணின் உருவமாக செய்கிறாள். அப்படியே அதன் மீது குப்புறப் படுக்கிறாள். சட்டையின் இரண்டு

கைகளை இரு தோள்களின் மீது போட்டுக்கொண்டு ஒரு குழந்தையைக் கொஞ்சுவது போல

யாமினி:

ஜொஜ்ஜஜோ... என்னடா செல்லம். என்னடா என் செல்லக் குட்டி...

என்று முனகி நெளிகிறாள். இறுகுகிறாள். பல்லைக் கடித்துக்கொண்டு கண்களை மூடி மூச்சிரைக்கிறாள். இலேசாய் வியர்த்து, தன்னை மறந்து கண்கள் மயங்கி விட, கதவு தட்டப்படுகிறது.

சரேலென எழுந்து, எல்லாவற்றையும் கலைத்துப் போட்டுவிட்டு கதவைத் திறக்கிறாள்.

ஏகப்பட்ட பொதிகளுடன் பழனி.

பழனி:

தூங்கிக்கிட்டிருந்தியா?

யாமினி:

ம்

என்று முனகிவிட்டு, சுட்டு விரலை மட்டும் உயர்த்திக் காட்டி பாத்ரூம் செல்ல, இவன் துணிகளை எல்லாம் ஒழுங்குப்படுத்தி மடித்து வைக்கிறான். தண்ணீர் சப்தம் கேட்கிறது. வேலைத் தொடர, கழுவின முகத்துடன் வருகிறவள் வேகமாய் வந்து அவனை இறுக்கிக் கட்டிக்கொண்டு, அவனது கரத்தைப் பற்றி தனது வயிற்றை அழுத்துகிறாள்.

யாமினி:

நியாயமா இது?

பழனி:

என்னடி நியாயமா?

யாமினி:

மூனே மாசம். கொஞ்சம் கூட பாவம் பாக்காம இப்படியா ஒருத்திய செணயாக்கறது?

பழனி சந்தோஷ அதிர்ச்சியில் வாய் பிளக்க, எங்கெங்கும் குழந்தைகள் துள்ளுகின்றன. குதிக்கின்றன. ஸ்கூலுக்கு போகின்றன. ஒன்றுக்கு அடிக்கின்றன. மழலைப் பாடல்கள் குதித்து வருகின்றன.

ஜமுனா அருகே நிற்க பாட்டிக்கு தண்ணீர் தெளிக்கப்படுகிறது. யாமினியை வாரிக் கட்டிக் கொண்டு நீர் முகத்துடன் சிரிக்கிறாள் பாட்டி. அப்பா தன் ஜமாவுக்கு லட்டு கொடுத்துக் கொண்டிருக்கிறார். ராமசாமியின் மனைவி திருஷ்டி சுற்றிப் போட்ட கையோடு வெட்கத்துடன் அறைக்கு வருகிறாள் யாமினி. பழனி காத்திருக்கிறான். அவனது கையில் ஒரு கறுப்பு வெள்ளைப் புகைப்படம் இருக்கிறது.

யாமினி:

இது என்ன?

பழனி:

உன் ஃபோட்டோ யாமு

யாமினி:

அய்ய. அது தெரியாதா? இது ஏன் இப்போ?

பிடுங்கிப் பார்க்க அதில் யாமினி சிறுமியாய்.

பழனி:

பொறக்கப் போறது இப்பிடி தான் இருக்கும்

யாமினி:

நெஜமாவா?

பார்க்கிறாள் வியப்புடன். அப்புறம் இல்லை என்பது போல உதட்டை பிதுக்குகிறாள். அவள் பார்வை சுவருக்கு செல்லுகிறது. பழனி சிறுவனாய் இருக்கிற ஒரு புகைப்படம்.

அதன் மீது பழனியின்

குரல்:

ஏ... எனக்கு பையனெல்லாம் வேணா

அந்தப் பக்கம் பார்த்துக்கொண்டே

யாமினி:

சரி, சரி, நம்மப் பொண்ணுக்கு இந்த மொகம் தான் வேணும்

என்கிறவள் பழனியைப் பார்க்கிறாள். அவன் பார்க்க இடைவெளியே இல்லாமல் துளைத்துப் பார்த்துவிட்டு

யாமினி:

குளுப்பாட்டி, பவுடர் போட்டு, திருஷ்டி பொட்டு வச்சி

உங்கள பொம்பள மாதிரி சிங்காரிக்கட்டா? நம்ம பொண்ணு எப்டி இருப்பான்னு கண்டு புடிச்சிரலாம்?

ஜமுனா வந்து நிற்கிறாள். தபாலை நீட்டுகிறாள்.

பழனி சென்று அதை வாங்கி பிரிக்கிறான். பிறகு ஜமுனாவிடம் கொடுக்கிறான். அவள் அதை நிதானமாய் உள்ளுக்குள் படிக்க இருவரும் பார்த்திருக்கிறார்கள். ஒருமுறை பழனி சற்று பயத்துடன் யாமினியைப் பார்க்க, அவள் கவனித்து விடுகிறாள். என்ன என்கிற மாதிரி முகம் கோணுகிறது.

ஜமுனா வேறு ஒரு தாளை எடுத்துக் காட்டி,

ஜமுனா:

அண்ணே, இது விசா. ஒரு மாசம் தான் டயமாம். டிக்கட்டு வந்துட்டா ஒடனே வந்துருன்னு ராம்சாமி அண்ணன் எழுதி இருக்காரு

என்னது என்று புரியாதவளாகவும், கோபமாகவும் பார்க்கிற யாமினியின் முகம்.

★★★★

Sc No : 14

Ext / Day

ஜங்க்ஷன்.

குமார் ஒரு டொக்கு கடையில் சோடா வாங்குகிறான். மூடியை பல்லால் கடித்துத் துப்பிவிட்டு கொஞ்சம் குடிக்கிறான். பிறகு எதிர்புறமாய் இருக்கிற மர நிழலுக்கு நடந்து வருகிறான். மரத்தை ஒட்டிக் கொண்டு தளர்ந்து சாய்ந்திருக்கும் ஒரு கிழவனைத் தட்ட, அவர் கண் விழிக்கிறார். சோடாவைப் புகட்டுகிறான். கொஞ்சம் முகத்திலும் தெளித்து விடுகிறான். அந்த ஆள் ஆசுவாசமடைகிறார்.

குமார்:

எந்த ஊரு?

கிழவர்:

எல்லாம் பக்கத்து ஊரு தான்

குமார்:

பொண்டாட்டி புள்ள ஒண்ணும் கெடையாதா. இல்ல, ரோட்ல வுட்டாங்களா?

கிழவருக்கு அந்தக் கேள்வி பிடிக்கவில்லை.

குமார்:

அதப் பத்தி பேசி பிரயோஜனம் இல்லங்கற? - சரி விடு - பீடி கீடி வச்ருக்கியா?

கிழவர் பீடிக் கட்டை எடுக்க, வாங்கி இருவருக்குமாய் பற்ற வைத்து

குமார்:

சோடாக்கு பைசா நீ தான் குடுக்கணும், சரியா?

கிழவர்:

உன்ன எவண்டா சோடா கேட்டது?

குமார்:

கிழிஞ்சிது

கிழவர்:

நான் கேட்டனா?

குமார்:

நீ கேக்கலைய்யா. உன்ன சாக்கா வச்சு நானும் நாக்க நனச்சுக்கிட்டேன். இப்ப சோடாக்கு பைசா இருக்கா இல்லியா?

கிழவர்:

இருக்கு. குடுக்க மாட்டேன்

குமார்:

ஆங்க்?

கிழவர்:

ஆங்க்!

இருவரும் அமைதியாய் இருக்கிறார்கள்.

கிழவர் மிக இயல்பாய் சரிந்து தூங்கத் தொடங்குகிறார்.

குமார் ஒரு கணம் தியானம் போல இருந்துவிட்டு மெல்ல எழுகிறான். அக்கம் பக்கம் பார்க்கிறான். மெதுவாய் நழுவிச் செல்லுகிறான்.

மெல்லவே நடந்து கொஞ்சம் தள்ளி சென்றதும், வேகமாய் நடையை எட்டிப் போடுவதற்குள் ஒரு கை அவன் தோளைப் பற்றுகிறது.

குமார்:

அண்ணே, சோடா பைசா மறந்துட்டேன் இல்ல?

என்று பயத்துடன் திரும்புகிறவன் முகம் அப்படியே வேறு பாவனைக்கு மாறுகிறது. சிரிக்கிறான் ஒரு மாதிரி.

குமார்:

நல்ல வேள. தப்பிச்சேன். மொதல்ல கொஞ்சம் சில்லற எடு

பழனி நிற்கிறான். அவனைப் பார்த்திருந்துவிட்டு பாக்கெட்டில் கையை விடுகிறான்.

★★★★

பழனியின் முகம். பார்வை.

பழனி:

சும்மா தான் சுத்திகிட்டு இருக்கியா?

சாப்பாட்டை அள்ளி வாய் முழுக்கத் திணித்துக்கொண்டு..

குமார்:

வேற என்ன பண்றது? நேத்து மதியம் சாப்ட்டேன். அப்றம் இதோ

அது ஒரு சிறிய ரக ஹோட்டல். காலியாய் தான் கிடக்கிறது. குமார் நல்ல பசியில் அள்ளி அள்ளி சாப்பிடுகிறான். பழனி எதிரே அமர்ந்து அவனை யோசனையோடு பார்த்தவாறு இருந்து,

பழனி:

வேல குடுத்தா பொறுப்பா செய்வியாடா நீ? இல்லன்னா குடிச்சிட்டு எங்கன்னா படுத்துப்பியா?

குமார்:

இதப் பார். ஊர்க்காரனுங்க மாதிரி பேசக்கூடாது. உங்கிட்ட

நான் எப்பயாவது பொறுப்பில்லாம நடந்துருக்கேனா?

பழனி:

விசா வந்துருக்குடா. வெளியூர் போறேன்

குமார்:

நீயா? எதுக்கு பழனி? இப்ப தான கல்யாணம் கட்ன? இனிமே எதுக்கு வெளியூருக்கெல்லாம் போற? கடசியா ஒன்னையும் பணப் பேய் பிடிச்சிருச்சா?

பழனி:

டேய்..! நீ என் கேள்விக்கு பதில் சொல்லு. அப்பா பாத்துப்பாரு. அவுருக்கு ஒதவியா நம்ம தொறைக்கு வந்து வேல செய்றியா?

குமார்:

செய்வம்பா. வர்ற சீதேவிய வேணான்னுவேனா? தெனமும் ரெண்டு வேள சாப்பாட்டுக்கு வழி பொறக்குதுன்னா அது சாதாரண விஷயம் இல்ல

பழனி:

சரி, வந்துரு. இப்ப ஏதாவது காசு வேணுமா?

குமார்:

குடுத்தா வேணான்னு சொல்ல மாட்டேன். ஒரு ஆஃபு அடிச்சி எவ்ளோ நாளாவுது தெரியுமா? குடிக்கிறவனுக்கு குடிக்க கிடைக்காம போவுது பார். அது மாதிரி ஒரு நரகம் கெடையாது

பழனி பணத்தை எடுத்து எண்ணுவதை பார்த்தவாறு

குமார்:

ஆமா பழனி.. உன் முகமே சரி இல்லயே? ஏதாவது கவலையா?

★★★★

ஒரு வைன் ஷாப் போர்ட்.

கடை இருக்கிற ரோட்டுக்கு மறுபக்கம் வரை வந்துவிட்ட குமார், ஒருமுறை பணத்தை எடுத்துப் பார்த்துக்கொண்டு முன்னேறுவதற்குள்

குரல்:

ஏய்...

திரும்பிப் பார்க்க, ஐமுனா. பள்ளிச் சீருடை. புத்தகப் பை.

குமார்:

பழனி இப்ப தான் பேசிட்டு போனான்

ஜமுனா:

பாத்தேன். அப்றம் ஒளிஞ்சு வந்து தான் உன்னப் பிடிச்சேன். தொறைக்கு வர சொன்னாரா?

பழனி:

ஆமா

ஜமுனா:

அப்ப தெனமும் உன்ன வீட்லயே பாத்துக்கலாம்

அவளது கண்கள் அவனை ஒருமுறை அளவெடுக்கிறது.

ஜமுனா:

ப்ரேமி டீச்சர் வரலன்னு எல்லாரும் கட்டு. விஜய் படத்துக்கு போறோம், நீயும் வர்றியா? நான் டிக்கட் எடுக்கறேன்?

ஒரு கணம் அவளையே தீவிரமாய் பார்த்துக் கொண்டு ஸீரியசாய் நின்றுவிட்டு,

ஒருமுறை பாக்கெட்டை தொட்டுக்கொண்டு

குமார்:

இல்ல.. ரொம்ப முக்கியமான ஒரு வேல இருக்கு

புன்னகை செய்கிறான்.

★★★★

Sc No : 15

Int / Night

பழனி வீடு.

கடுப்பான முகத்துடன் பழனி கையைக் கழுவுகிறான். ஜமுனா துண்டைக் கொடுக்க, ஆத்திரத்துடன் முகத்தை அழுத்தித் துடைக்கிறான்.

பாட்டி:

எவ்ளோ கோவம் வருது பாத்தியா அவனுக்கு?

அப்பா:

சும்மா இரேம்மா

பாட்டி:

ஏன், உனக்கு பேப்பர் படிக்க முடியலையா?

என்று கடித்து விட்டு,

பாட்டி:

டேய்..! மசக்கையா இருக்கறவளுக்கு ஒரு நேரம் பசிக்கும். ஒரு நேரம் பசிக்காது. தின்னு, தின்னுன்னு கம்பாலயா அடிச்சி தின்ன வைக்க முடியும்? அவ என்ன மாடா?

பழனி:

ஏய், மூடு வாய

என்று அதட்டிவிட்டு உள்ளே வருகிற பழனி, கட்டிலில் கண்மூடிப் படுத்திருக்கிற யாமினியைப் பார்க்கிறான். சற்று நேரம் அப்படியே இருந்துவிட்டு, பின் மென்மையான குரலில்

பழனி:

யாமு

யாமினி:

....

பழனி:

யாமினிம்மா... சொன்னா கேக்கணும், நல்ல பொண்ணு இல்ல?

ஆவேசமாய் எழுந்து அமர்ந்து..

யாமினி:

இல்ல. நான் நல்ல பொண்ணெல்லாம் கெடையாது. இன்னொரு தடவ யாராவது என்ன சாப்ட கூப்ட்டீங்க, அப்டியே எழுந்து என் வீட்டுக்கு போயிடுவேன், ஜாக்ரத!

என்று மறுபடி பழைய நிலையில் படுத்து கண்களை வலுக்கட்டாயமாய் அடைத்துக்கொள்ள, பழனி முகம் இருண்டு போய் நிற்கிறான்.

★★★★

அரை விளக்கு.

பழனி தூங்காமல் மல்லாந்து படுத்துக் கொண்டிருக்கிறான். வெளியே இருந்து இரவின் சப்தங்கள் இரைச்சலாய் கேட்டுக் கொண்டிருக்கிறது. நிம்மதியற்ற முகத்துடன் மெதுவாய் சரிந்து, அவளது இடுப்பைப் பற்றி, அவளோடு சேர்ந்து கொள்ள..

கோபமாய் திரும்பி

    யாமினி:

    சீ, கைய எடு

    பழனி:

    ஏய், இங்க பாரு யாமு, நான் எதுக்காக தெரியுமா..

என்பதற்குள் எழுந்து அமர்ந்து

    யாமினி:

    தள்ளிப் படு

    பழனி:

    இப்படி பேய் மாதிரி நடந்துக்காதடி, சொல்றத கேளு, ராமசாமி கிட்ட

    யாமினி:

    தள்ளிப் படுறா

என்று கத்த

பழனி அவளையே பார்க்க

    யாமினி:

    ராத்திரி ன்னு பாக்க மாட்டேன். ஒன்னு கத்துவேன், தள்ளிப் படு

என்று துளைத்துப் பார்க்க,

அவமானத்துடன் தள்ளிப் படுத்து அவளைப் பார்க்கிறான். அவள் குப்புறப் படுத்துக்கொள்வது தெரிகிறது. விசும்புகிறாள். தோள்கள் குலுங்குகின்றன.

இவன் வலியை தாங்க முடியாமல் பற்களை கடித்துக்கொண்டு கண்களை இறுக்க மூடிக் கொள்கிறான். நரம்புகள் நெரிபடுகின்றன.

★★★★

Sc No : 16

Ext / Day

துறை.

ஜங்கஷன்.

துறையில் ராணுவ வரிசையாய் துவைக்கிற மக்கள். முன்னேறிச் செல்ல குமார் தெரிகிறான். முரட்டுத்தனமாய் அடித்துக் கொண்டிருக்கிறான்.

1

டேய்..! பாத்துடா

குமார்:

என்னத்த பாக்கறது? கஞ்சி ஊத்தற கடவுளுங்க சட்டை எல்லாம் கொஞ்சமா நாத்தம்?

என்று பற்களைக் கடித்து, அந்த வெள்ளைச் சட்டையை எல்லோருக்கும் ஒருமுறை விரித்துக்காட்டி கீழே போட்டு மிதிக்கிறான். பிறகு பயந்துவிட்டது போல தொட்டுக் கும்பிட்டு பய பக்தியுடன் குமுக்க, அருகில் இருக்கிறவர்கள் சிரிக்கிறார்கள்.

பழனி வருகிறான். தளர்வாய் தொடர்கிற வேலையைச் செய்தவாறே

குமார்:

இந்த நரகத்துல இருந்து நீ தப்பிச்சிட்ட பழனி. அங்க எல்லாம் நெருப்பாவே வெய்யில் காயுமாமே? அதனால ஒன்னும் இல்ல. இந்த பீ நாத்தம் இருக்காது. அந்த சொதந்திரம் போதும்.

என்கிறான். கொஞ்சம் கொஞ்சமாய் வேலை குறைந்து, அனைவரும் பழனியை சூழ..

பெரியவர்:

ஏம்பா. நீ எதுக்குப்பா அங்க போவணும்? நல்லா உருப்படி கெடைக்க தான செய்யுது. நாலு காசும் சம்பாதிக்கற. அப்றம் என்ன?

1

அய்.. தோடா

2

அப்படியே இத தூக்கி ஆத்துல போடு

பெரியவர்:

என்னாங்கடா?

3

பின்ன? நாலு காசு வருதுங்கறே? எப்பவும் நாலு காசு போதுமா?

குமார்:

யோவ்... காச வுடுயா. ஒவ்வொருத்தனும் குண்டிய கழுவற பீச்சாங்கை மாதிரி தான நம்மள வெச்சுக்கிட்டிருக்கானுங்க? பொட்டி கட்டிக்கிட்டு கார்ல வந்து எறங்கறது ஒரு கவுரவம்ன்றேன், ஆங்க்!

★★★★

பின்னணியில் ஜங்க்ஷனின் சந்தடி.

பழனியோடு நடக்கிற குமார் பழனியின் இறுக்கத்தை கவனிக்கிறான்.

சாதாரணத் தொனியில்..

குமார்:

எப்ப கௌம்பற பழனி?

பழனி:

....

குமார்:

ரெண்டு, மூனு நாள்ல டிக்கட்டு வந்துருமாமே?

ராத்திரின்னு பாக்க மாட்டேன், தள்ளிப் படு என்று விழிகளை உருட்டுகிற யாமினி மனசில் வந்து போகிறாள். உடம்பில் ஒரு திடுக்கிடல் ஓடியது போல உணரும் பழனி ஃபோன் கடையைப் பார்த்துக்கொண்டு நிற்கிறான். பிறகு விறுவிறுவெனச் சென்று, ஒரு நம்பரைத் துழாவி எடுத்து நம்பர் அடித்துக் காத்திருக்க லைன் கிடைக்கவில்லை.

குமார்:

ஆருக்கு?

பழனி:

ராமசாமிக்கு தான். விசா வேணான்னு சொல்லப் போறேன். நமக்கு துபாய் வேணா.

குமார் வாய் திறந்து அதிசயமாய் பார்க்கிறான். பழனி மீண்டும் முயற்சி செய்து, இணைப்பு கிடைக்கவில்லை. வதைபடுகிற முகத்தோடு இருக்கிற பழனியைப் பார்த்தவாறு இருக்கிற குமார், ஒரு பீடியைப் பற்ற வைத்து, தலையைச் சொறிந்து கொள்கிறான். மீண்டும் ஒருமுறை முயற்சி செய்துவிட்டு ஏமாற்றத்துடன் பழனி நடக்க குமார் தொடர்கிறான்.

சற்று நடந்ததும் பழனி கோபத்துடன் நின்று குமாரை நோக்கி,

பழனி:

நான் இங்கயே இருப்பேன். எனக்கு என்ன? ஒரு நல்ல சீலயக் கட்டி ஒலாத்த முடியாது அவளால. காலம் பூரா தொறைல வந்து உக்காந்து இப்டி இப்டி குமுக்கிக்கிட்டிருக்க வேண்டியது தான். அறிவு வேணா?

என்று கேட்க குமார் வெறுமனே பார்க்கிறான்.

பழனி:

கால் பாதத்துல தூசி படாம வளத்துருக்கார் அந்த வாத்தியாரு. ஆசப்பட்டத எல்லாம் வாங்கிக் குடுத்துருக்காரு. அப்படியும் என்ன நம்பி பொண்ணக் குடுத்தாருன்னா நான் நல்லா வெச்சிருப்பேன்னு தான?

குமார்:

நீ என்ன செய்ய நினைக்கிறியோ, அத செய்யி பழனி

பழனி:

அதான். நான் ஆருக்கும் பயப்படப் போறதில்ல. என் மனசுல நல்லது தான் இருக்கு. ஆயுசு காலம் முழுக்க நீ கண்ணக் கசக்காம இருந்தா, அதான உன் புருஷனுக்கு பெரும? இதப் புரிஞ்சிக்கறதில்லயா?

குமார்:

ம்,ம்

பழனி:

ம்

பழனி தலையை ஆட்டியபடி பார்க்கிற திசையில் ஒரு பெரிய சூட்கேஸ் கடை. பழனி எல்லாவற்றையும் பார்த்தவாறு உள்ளே செல்ல, குமாரும் தொடர்கிறான்.

★★★★

Sc No : 17

Ext / Int / Day

பழனி வீடு.

புதிய சூட்கேஸை துடைத்துக் கொண்டிருக்கிறாள் ஜமுனா. அதில் இருக்கிற துண்டுக் கண்ணாடியில் தனது முகத்தை ரசித்துக் கொள்கிறாள். சற்றுத் தள்ளி அயர்ன் செய்யப்பட்ட துணிகளை அடுக்கி பேப்பரால் பொதிந்து நூல் சுற்றி பாட்டியிடம் கொடுக்க..

பாட்டி:

காசு கேக்கணுமா, வேணாமா?

பழனி:

அவங்களுக்கு நாம காசு தர வேண்டியிருக்கு, அது தெரியாதா உனுக்கு?

பாட்டி:

வாங்கன கடன எப்டி மறப்பேன்? வெளியூர் போறயே, காசு தேவப்படுமேன்னு பாத்தேன்

சொல்லியவாறு பாட்டி செல்ல, வேலை முடிந்த அலுப்போடு பழனி ஒரு கணம் அமர்கிறான்.

முகம் யோசனையில் இருக்கிறது. அமைதி. பிறகு அந்த அமைதியைக் கடந்து வருகிறது விறகு வெட்டுகிற சப்தம். கேட்டிருக்கிறான். எழுகிறான். மெல்ல நடந்து வந்து புறக்கடை தாண்டி, யாமினி விறகு வெட்டுகிற இடத்துக்கு வந்து சேருகிறான்.

பார்த்துக்கொண்டு நிற்கிறான்.

அவள் ஒருமுறை கவனித்துவிட்டு, பிறகு தன் பாட்டுக்கு தன் வேலையைத் தொடர்கிறாள்.

பொறுக்க முடியாத தோரணையில்

பழனி:

யாமு..

யாமினி:

....

பழனி:

உன்ன யாரு இந்த வேலய எல்லாம் செய்ய சொன்னது? பழக்கம் இல்லாதத எதுக்கு செய்ற? வெச்சிட்டு வா

விறகு உடைக்கிற சத்தம் தான் அதற்கு பதில்.

பழனி:

இது பிடிவாதம் தான? பழி வாங்கறியா?

அவள் இன்னும் அதில் மூர்க்கமாய் ஈடுபடுகிறாள். முகமே சிவந்திருக்கிறது.

பழனி:

இன்னும் நாள் இல்ல யாமு. இருக்கப் போற கொஞ்ச நாள்ல இப்டி இருந்தா எப்டி? நீ எப்படித் தான் என் கூட பேசாம இருக்கியோ? சத்தியமா எனக்கு ரொம்ப மனசு கஷ்டமா இருக்கு.

என்றதும், ஒரு சிறிய கட்டையை எடுத்துக் கோபமாய் வீசுகிறாள் யாமினி. அது நேராய் வந்து அவன் நெற்றியை பலமாகத் தாக்குகிறது. நெற்றியைப் பிடித்துக் கொள்கிறான் அவன். அவள் முறைத்து விட்டு மீண்டும் தன் வேலையைப் பார்க்க

ஜமுனா தூரத்தில் இருந்து கொண்டு

ஜமுனா:

அண்ணீ...

யாமினி வேலையை நிறுத்தி விட்டுப் பார்க்க,

ஜமுனா:

உங்க அப்பா அம்மா எல்லாம் வந்துருக்காங்க

நெற்றியைப் பிடித்துக் கொண்டு நிற்கிற இவனை ஏறிடாமல் அவனைக் கடந்து செல்கிறாள் யாமினி. ஜமுனாவுடன் மறைகிறாள். இப்போது அங்கே யாரும் இல்லை. கரத்தை விலக்க, நெற்றியில் ரத்தம்.

கையில் பிசுபிசுக்கிற தன் ரத்தத்தை கலவரத்தோடு பார்த்திருக்கிறான் பழனி.

★★★★

Sc No : 18

Ext / Int / Day / Night

பழனி வீடு.

குழி குத்தப்பட்டு, கொம்பு நடப்படுகிறது. மண்ணில் உறுதியாக்கப்படுகிறது. நெற்றியின் காயம் மீது சுண்ணாம்பு தடவப்பட்டிருக்க, இறுக்கமான முகத்துடன் மும்முரமாய் வேலை செய்கிறான் பழனி. சற்றுத்தள்ளி நடப்பட்ட மல்லிகைக் கொடியை கொம்பின் மீது சுற்றுகிறான். பின்னர் நிமிர்ந்து விலகி நின்று வெறுமையாய் பார்க்கிறான்.

★★★★

யாமினி அப்பா:

மல்லிகப் பூன்னா இவளுக்கு சின்ன வயசுல இருந்தே பைத்தியம். கொடியாண்டயே சுத்திக்கிட்டிருப்பா. மாப்ளைக்கும் செடி கொடி பூவுன்னா ஆச தான் போலருக்கு

என்றவாறு சாப்பிட, பரிமாற நிற்கின்ற யாமினி சன்னல் வழியே தெரிகிற பழனியை வெறித்துக் கொண்டிருக்கிறாள். பழனியின் அப்பா, யாமினியின் அம்மா, பாட்டி ஆகியோரும் பந்தியில் அமர்ந்திருக்கிறார்கள். வள்ளியும் கொறிக்கிறாள்.

அம்மா:

ஏன் பாப்பா, மாப்ளயும் எங்க கூட உக்காந்து சாப்பிடலாம் ல்ல?

என்று கேட்பதை யாமினி கவனிக்கவில்லை. சற்றே சலன முகத்துடன்

அம்மா:

அடியே!

யாமினி:

ஆங்க்.. என்னம்மா?

அம்மா:

எந்த லோகத்துல இருக்க நீயீ? அப்பா வெறும் சப்பாடோட உக்காந்திருக்காரு பாரு. ஏதாவது ஊத்து

என்று அதட்ட, யாமினி அப்பா இலையில் கோழிக் குழம்பை ஊற்றிவிட்டு, மறுபடியும் சன்னல் பக்கமே பார்வையைத் திருப்புகிறாள்.

பழனி கொடிக்கு நீர் ஊற்றுவது தெரிய, இவளது உதடுகள் சற்றே கோணிக் கொண்டு கண்களில் கண்ணீர் வருகிறது. சட்டென்று துடைத்துக்கொண்டு அம்மாவிற்கு பரிமாறுகிறாள். அது அதிகமாகிறது. அம்மா அவளை வினோதமாய் பார்க்கிறாள்.

அவள் கவனிக்காமல்..

ஒரு பதுமையைப் போல பாத்திரத்தை வைத்துவிட்டு செல்லுகிறாள்.

கண்கள் ஒரே திக்கில் இருக்க, நடக்கிறாள். ஓர் இடத்தில் நிற்கிறாள். அவளுடைய பார்வை நிலைத்த திசையில்,

அவளைக் கவனிக்காமல் தன் உடம்பைக் கழுவுகிறான், பழனி.

பார்க்கிறாள்.

முகத்தை கழுவும்போது சற்றே எரிச்சல். ஸ்ஸ்..ஆஆ.. எனும் சிறு முனகலுடன் கழுவி நிமிர்கிறவன், துணுக்குற்று பார்க்கிறான்.

விம்மலுடன் வெடித்துப் பாய்கிறாள் யாமினி. அவனைக் கட்டி அணைத்துக் கொண்டு, அவனது இரு கன்னங்களிலும் மாறி மாறி முத்தமிட்டவாறு..

யாமினி:

சாரிப்பா, சாரி, சாரி

அவன் தன்னையறியாமல் யாராவது கவனிக்கிறார்களா என்று பார்க்க, அவள் அவன் நெற்றியைப் பிடித்துப் பார்த்து கண்ணீருடன்

யாமினி:

நான் ஒரு ராட்ஷசி... நல்லதே தெரியாத ஒரு முண்டம். என்னால உங்களுக்கு எவ்ளோ கஷ்டம் இல்ல?

மறுபடி ஒருமுறை நெற்றியைப் பார்த்து

யாமினி:

வலிச்சுதா? ம்? வலிச்சுது இல்ல? என்ன நீங்க ஏன் திட்ட மாட்டேங்கறீங்க? நாலு அற விட்டு புத்தி சொல்லக் கூடாது? ம்? என்ன அவ்ளோ இஷ்டமா? அப்படி என்ன இருக்கு எங்கிட்ட? என்ன செஞ்சாலும் எதுக்காக பொறுத்துக்கறீங்க? இவ்ளோ வேதன எதுக்கு உங்களுக்கு?

என்று அவனது முகம் பற்றிக் கேட்க, அவன் மவுனமாய் அவளையே பார்க்கிறான். சிரிக்கக் கூட முயற்சி செய்கிறான். இமைகளில் கண்ணீர் முட்டி நிற்கிறது.

★★★★

கூந்தல் பிரம்மண்டமாய் அவிழ்ந்து கிடக்க, நெற்றிப் பொட்டு வடிந்து வியர்வையில் கோடாய் இறங்க, நிலைக் குத்திய கண்களுடன் இயங்கியவாறு மூச்சிரைக்கிறாள் யாமினி.

அவளை மடியில் இருத்தி, மயக்கமாய் பார்த்திருக்கிற பழனியின் முகத்தை இரு கரங்களாலும் பற்றியிருக்கிறாள் அவள். சுகத்தின் இழுவையில் அவளது கன்னங்கள் கோணுகின்றன. வாயைத் திறந்து, என் செல்லமேயென்று ஈனத்தில் பற்களைக் கடித்துக்கொண்டு வேகமடைகிறாள்.

வியர்வை ஊற்றுகிறது. இயங்கி, இயங்கி அவனோடு பதிந்து உள்ளில் பிதற்றியவாறு கிறங்கி அமைதியடைகிறாள்.

அவன் துடிதுடித்து கண்கள் மூடும்போது, அவள் அவனையே பார்த்துக் கொண்டிருக்கிறாள். மூச்சிரைத்து முடித்து, அவன் மெதுவாய் கண்கள் திறந்து தன்னைப் பார்த்திருக்கிற அவளைப் பார்க்கிறான்.

அவள் படீரென அவனது கன்னத்தில் அடித்து உதடுகள் நடுங்க..

யாமினி:

இனி எப்ப நான் இந்த மொகத்த பாக்கறது? ம்? ரெண்டு வருஷம் கழிச்சா? ம்?

என்கிறாள்.

வேதனையோடு அவளைப் பார்க்கிறான் பழனி.

★★★★

விமானமொன்று கர்ணகொடூர சப்தத்தில் பறந்து, பிரம்மாண்டமாய் திரை முழுக்க நிறைந்து மறைந்து போகிறது. மிகத் துல்லியமான நீல வானம். மிகுந்த அமைதி.

★★★★

Sc No : 19

Ext / Day

ரோடு.

ஒரு டாக்சி.

வானத்தின் அமைதியை சட்டென கிழிக்கின்றன வாகனங்களின் இரைச்சல்.

டாக்சியின் உள்ளே. ஓடுகின்ற சாலையைப் பார்த்தபடி தேம்பிக்கொண்டு வருகிற யாமினி. அருகே அவளது அம்மா. அம்மாவின் மடியில் வள்ளி உறங்குகிறாள். அம்மா அவளைத் தேற்ற முனைந்து சலித்துப் போகிறாள். ஜமுனாவின் கண்கள் முன்புறத்தில் இருக்கின்றன.

டிரைவருக்கு அருகே பழனியின் அப்பா பேப்பர் படித்துக்கொண்டிருக்க, அவருக்கு அருகே குமார்.

ஜமுனா மெல்ல முன்புற சீட்டின் மீது கரங்களை வைத்து முன்னுக்கு நகர்ந்து கொள்கிறாள். கரத்தின் விரல்கள் நகர்ந்து, நகர்ந்து குமாரின் தோளைத் தொடுகின்றன.

அவன் உணரவில்லை.

மேலும் அவள் மும்முரமடைந்து இம்முறை வலுவாய் தொடுகிறாள்.

குமார் இப்போது விஷயத்தை உணர, கண்கள் உருள்கிறது. சின்னதாய் ஒரு சிரிப்பு. நன்றாக சாய்ந்து அமர்ந்து கொள்கிறான்.

ஜமுனா முகத்தில் மகிழ்ச்சி. விழிகளின் கள்ளம் அதிகரிக்கிறது. எதற்கோ தயாராகிறாள்.

வள்ளி கண் விழித்து, பார்க்கிறாள்.

முகம் வீங்கி யாமினி இன்னும் விசும்பிக்கொண்டு தான் இருக்கிறாள்.

யாமினியின் அம்மாவிடம் கிசுகிசுப்பாய்

வள்ளி:

அக்கா, பாவம் ல்ல?

என்கிறாள்.

****

Sc No : 20

Ext / Int / Day

பழனி வீடு.

யாருமே சிரித்துவிடக் கூடிய ஒரு நகைச்சுவைக் காட்சி தொலைக்காட்சியில் ஒளிபரப்பாகிக் கொண்டிருக்கிறது. எந்தச் சலனமும் இல்லாமல், அதைத்தான் பார்த்துக்கொண்டு அமர்ந்திருக்கிறாள் யாமினி.

பிறகு அங்கே இருந்து நகர்ந்து, வெளியே வந்து அமர்கிறாள். பின்னர் இருப்புக் கொள்ளாதவளாய் மீண்டும் உள்ளே போக முயன்றவள் ஒரு திசையில் தற்செயலாய் கவனிக்கிறாள்.

மல்லிகைப் பந்தல்.

அதற்கு அருகே சென்று நின்று வெறிக்கிறாள்.

மல்லிகைகள் கொஞ்சம் பூத்து வந்திருக்கின்றன.

பார்க்கிறாள்.

பறிக்கிறாள்.

முகர்வதற்காக கொண்டு செல்கிறவள், பகுதியிலே வெறுப்புற்று கசப்புடன் எறிந்து முகம் சுழிக்கிறாள். உள்ளேயிருந்து

குரல்:

அண்ணி

இவள் கேட்காதவள் போல நிற்க, மீண்டும்

குரல்:

அண்ணீ

இது என்ன எனும் அலுப்போடு யாமினி ஜமுனாவைத் தேடி படுக்கையறைக்கு வர

நாப்கின் பொதியை கையில் எடுத்து வைத்துக்கொண்டு அவள் யாமினியை பார்க்கிறாள்.

ஜமுனா:

உங்களுக்கு இனிமே இது வேணால்ல. நான் எடுத்துக்கட்டா?

யாமினி:

ம்

அவள் அதை உடனடியாய் கவர்ந்து செல்ல, இவள் யோசனையில் நிற்கிறாள். முகம் தீவிரமாகிறது. அப்படியே யோசனையில் அமிழ்ந்தே போகிறவள் சட்டென ஓர் அதிர்வுடன் குலுங்கி வெடித்து அழ ஆரம்பிக்கிறாள். சப்தமாய் வரும் அழுகையை அடக்கவும் முயல்கிறாள். இறுதியில் அது விக்கலாகி, குமட்டலாகி ஒக்களிக்கிறாள்.

ஜமுனா ஓடி வந்து பார்க்க, பாட்டியும் அப்பாவும் கூட ஓடி வர மயங்கி சரிகிறாள்.

★★★★

இப்போது யாமினி படுக்கையில் உறங்குவது போலிருக்கிறாள். ஆயினும் இப்போதும் உறக்கத்தில் உதடுகள் வளைந்து கோணிக் கொள்கின்றன. விசும்பி, விசும்பி மெல்ல அடங்குகிறாள்.

ஜமுனா இதை வியப்புடன் பார்த்துக்கொண்டிருப்பது இப்போது தெரிகிறது.

கடைசியில் யாமினி நல்ல தூக்கத்தில் ஆழ்ந்து விட்டாள்.

அலுப்புடன் தனது கைகடிகாரத்தைப் பார்த்துக்கொண்டு ஏதோ திட்டம் போடுகிறாள் ஜமுனா.

★★★★

Sc No : 21

Ext / Day

ஏதேனும் ஓர் இடம்.

ஒரு குடும்பம். கோயிலுக்கு சென்று திரும்புகிறவர்களாக இருக்கும். நின்று, பார்த்து, தள்ளாடியவாறு முறைக்கிற குமாரைக் கடக்கிறார்கள். யாரும் பெரிதாய் அலட்டிக் கொள்வதில்லை. எனினும் அவர்களையே பார்த்துக்கொண்டு நிற்கிற அவனை ஒரு நடுத்தர வயதுப் பெண் திரும்பிப் பார்க்கிறாள்.

பெண்:

என்ன குமாரு.. சாப்ட்டியா?

குமார் அவளை இளக்காரமாய் பார்க்க, அவள் அதை சட்டை செய்யாமல்

பெண்:

இந்தா, தேங்கா சாப்டு

என்று நீட்ட,

பெண்:

பழம் சாப்பிடுறியா?

இப்போதும் குமார் அவளை கேலியாய் துளைத்துக் கொண்டிருக்கிறான். பெண்ணோடு கூட வந்தவர்கள் கவனித்து அதில் ஓரிருவர் கவனித்து அவளைக் கண்டிக்கிறார்கள். அழைத்துப் போகிறார்கள்.

இவன் அதே சிரிப்பில் நின்று உக்கிரமாய் பார்க்கிறான். நெருப்பு போல. அப்புறம் அப்படியே சட்டென ஒரு சினிமா பிட்டை

பாடிக்கொண்டு ஒரு பாறையை அடைந்து இடுப்பில் இருந்து பாட்டிலை எடுக்கிறான். எடுக்கும்போதே குனியும் போது ஒரு நீர்க்குட்டை.

அதில் அவன் முகம்.

ஹாய் என்பது போல ஒரு சைகை.

குமார்:

தாயளி... மூஞ்சா அது?

குடிக்கிறான். இரண்டு மிடறு.

குமார்:

இந்த மாதிரி நேரத்துல நீயாவது என் கூட இருக்கியே, சரிதான்.

மிச்சம் இருப்பதை மொத்தம் குடித்துவிட்டு சட்டென தன் உருவத்தை மீண்டும் பார்க்கிறான்.

குமார்:

தம்பி.. அப்படியே ஒனக்கு உன் அம்மா மொகம்டா. பால் வடியும் மொகம். அதில அந்த தெய்வீக களை எப்பிடி ஜொலிக்குது பாரு!

என்று மிகப் பெருந்தன்மையோடு ஒரு புன்முறுவல் செய்கிறான். அதே வேகத்தில், பிம்பத்தின் மீது பாட்டிலை அடிக்க, பிம்பமும் பாட்டிலும் நொறுங்கி சிதறுகின்றன. அப்படியே படுத்துக் கொண்டு கண்களின் மீது புறங்கையை வைத்து அழுத்திக் கொள்கிறான். நிசப்தம். எங்கோ கழுதை ஒன்று கனைக்கிற சத்தம் கேட்கிறது. கன்னத் தசைகள் இலேசாய் துடித்திருக்கின்றன. சற்று நேரத்தில் தூங்கிவிட்டான் போலத் தோன்றி சில கணங்களுக்குள் ஈனமாய் முனகுகிறான்.

ஒரு சில கணங்கள்.

அவனை ஒரு கொலுசொலி நெருங்குகிறது.

பிறகு அவனது மார்பை ஒரு வளைக்கரம் தொட்டு அசைக்கிறது.

கண்களைத் திறக்காமல் முனகுகிறான்.

ஜமுனா அவனையே பார்த்து நின்று இருந்தவள், பிறகு ஒரு யோசனை முகத்துடன் அவன் அருகே அமர்ந்து அவனது தலையை தூக்கி தன் மடியில் வைத்துக்கொள்ள, குமாரின் கண்கள் திறக்கின்றன.

பார்க்கின்றன.

ஜமுனா உள் அர்த்தத்துடனும், ஆசையுடனும் கபடமாய் சிரிக்க..

குமார்:

மடிலயே தூங்கட்டா?

ஜமுனா:

நீ தூங்கறத பாக்கத்தான் அங்கருந்து வந்தனா? எழுந்துரு

குமார்:

பேய், பிசாசு அண்டாம சொகமா தூங்குவேன், அதான்

அவள் வேகம் நிரம்பிய ரகசியக் குரலில்

ஜமுனா:

இப்ப நீ எழுந்திரிக்கப் போறியா இல்லியா?

குமார்:

முடியாது நான் தூங்கிட்டேன்.

அமைதி நிலவுகிறது. சலிப்புடன் அவனைப் பார்த்திருக்கிறாள். பின்னர் எதிர்பார்ப்பு மிக்க புன்னகையுடன் அவனது கரங்களைப் பற்றித் தூக்கி ஆசையுடன் தன் மார்பின் மீது அழுத்திக்கொள்கிறாள். குனிந்து அவன் கன்னத்தின் மீது தன் கன்னத்தைத் தேய்க்க

அவன் ஒரு திடுக்கிடலுடன் கண் விழித்துப் பார்க்க

ஜமுனா புன்னகைக்கிறாள்.

ஸ்பரிசங்கள் உண்டாக்குகிற விஷயங்களை விலக்கித் தள்ளி, மீண்டும் அவன் தூங்க முயல்கிறான்.

வெறுப்பு மண்டும் முகம். அவமானம் போல உணர்கிறாள் ஜமுனா. ஒரே கணம் தான். அவனைப் பிடித்துத் தள்ளுகிறாள். எழுந்து சென்றுவிடுகிறாள்.

அவனிடம் அசைவில்லை.

அப்படியே படுத்துக் கிடக்கிறான். சின்னதாய் ஒரு குறட்டையொலியும் கிளம்ப, வாயைப் பிளந்து தூங்குகிறான். அவனது தலையருகே எதையோ மேய்கிற ஒரு கழுதை ரொம்பவும் இயல்பாய் அவனை முகர்ந்து பார்க்கிறது.

****

Sc No : 22
Int / Day

பழனி வீடு.

ஜமுனா விறைப்பாய் நின்று யோசித்துக் கொண்டிருக்கிறாள். ஏதோ கைவேலையாய் வருகிற பாட்டி, கவனித்து, கூர்மையடைகிறாள். கோபமும், ஏளனமும் பொங்குகிற முகத்தோடு ஜமுனாவை நெருங்கி

பாட்டி:

ஏய், ஒனக்கு எதுவும் வேல இல்லயா?

ஜமுனா:

வந்துட்டியா நை நைன்னு? அஞ்சு நிமிஷம் சும்மா நின்னா பொறுக்காதே உனக்கு?

பாட்டி:

சமைஞ்ச பொண்ணு சும்மா நின்னு வெறிச்சிகிட்டிருந்தா என்ன நடக்கும்னு எனக்கு தெரியும்டி. போய் துணிங்கள தேச்சு வெக்க வேண்டியது தானே? நம்ம வீட்ல வேலைக்கா கொறைச்சல்?

ஜமுனா:

நீ இருக்கியே கெழவி, பயங்கரமான வெஷம்!

பாட்டி:

அப்டியே இருந்துட்டு போறேன், நீ போய் ஆவற வேலயப் பார்

சற்று அமுங்கிய தொனியில்

ஜமுனா:

ஏ, நான் செய்யறதுக்கு வீட்டுக்குள்ள ஒரு எழவு வேலையும் இல்ல

பாட்டி புரியாமல் பார்க்க..

ஜமுனா:

எல்லாத்தையும் இழுத்து போட்டுக்கிட்டு அண்ணியே செஞ்சு முடிச்சிடுது. கேட்டா கூட வேணா, வேணா நீ போங்குது

பாட்டி பின்னடைந்து ஒரு மந்தமான சிரிப்புடன் நகர

ஜமுனா:

என்ன சிரிப்பு?

பாட்டி:

உனக்கு வேல செய்ய பிடிக்கல. அவளுக்கு சும்மா இருக்கப் பிடிக்கல. எல்லாத்துக்கும் ஒரே காரணம் தான்

சற்று, ஒரு நினைப்பிலிருந்து பிறகு பெருமூச்சு விட்டவாறு

பாட்டி:

பழனி மல முருகா போதும்டா. பொம்பளையா பொறப்பெடுத்தது போதும்

எனும் போது துணிகளை இஸ்திரி போடுகிற யாமினி. எவ்வித உணர்வுகளும் இல்லாத கல்முகம். பாட்டி தற்செயலாய் வருவது போல வந்து அவளையே ஓரக்கண்களால் பார்க்கிறாள். அவள் கவனிக்கவே இல்லை. பாட்டி, மிகுந்த அனுபவப் பார்வையுடன் தலையசைத்துக் கொண்டு நகர்கிறாள்.

அப்பா, தேய்த்த துணிகளை எடுத்து கணக்கு போட்டுக் கொண்டிருக்கிறார். யாமினி எடுத்து விரித்துப் பார்க்கிற ஒரு சட்டை கிழிந்திருக்க, ஓட்டைக்குள் அப்பா தெரிகிறார் பற்களைக் கடித்துக்கொண்டு..

அப்பா:

குடிகார நாயி. பொழப்புல மண்ணப் போட்டுருவான் போல இருக்கே

என்கிறார்.

★★★★

Sc No : 23

Ext / Day

ரோடு.

ஆற்றங்கரை.

நாக்குழறலுடன் ஏதோ பாட்டுப் பாடியவாறு சைக்கிளை மிதிக்கிற குமார். அது பறக்கிறது என்றே சொல்ல வேண்டும். பாடிய

பத்தியையே திரும்பத் திரும்ப பாடிக் கொண்டு வந்து சேர்கிறவன், சைக்கிளில் இருந்து இறங்கி ஸ்டாண்ட் போடுகிறான்.

முன்னேறி வர, அது ஆற்றங்கரை.

அப்பா:

எங்க வந்த?

குமார்:

என்ன மாமா, புதுசா கேக்கற? வேலைக்கு தான்

அப்பா:

நீ வேல செஞ்சி கிழிச்சது போதும். கெளம்பு

குமார் புரியாமல் அவரை, மற்றவர்களைப் பார்க்கிறான். கும்பல், குமாரை பார்ப்பதில் சுவாரஸ்யம் காட்ட, யாமினி பேச்சின்றி துவைத்துக் கொண்டிருக்கிறாள். மறுபடியும் என்னவென்பதைப் போல அப்பாவைப் பார்க்க

அப்பா:

கெளம்பு

குமார்:

என்ன மாமா, போலீசாயிட்டியா, நீ? ஒன்னுமே சொல்லாம கெளம்பு, கெளம்புங்கற? பழனி என்ன சொல்லிட்டு போனான் தெரியுமா?

அப்பா:

அவன் என்ன மயிரன்னா சொல்லிட்டுப் போவட்டும். உன்ன இங்க வச்சிருந்தா எங்க பொழப்பு நாறிப் போவும்

குமார்:

மாமா, இது நீதி இல்ல, நியாயம் இல்ல, தர்மம் இல்ல சொல்லிட்டேன்

அப்பா:

அடி, செருப்பால. குடிகார நாயே. தோச்சுப் போடறான்ன துணிங்கள கிழிச்சி வெச்சுட்டு, நியாயம் கேக்கறியா, நியாயம்? மொய்லியாரு இப்ப பணம் கேக்கறாருடா, உங்கப்பனா வந்து குடுப்பான்?

குமார் யோசனையோடு ஒருமுறை தலை சொறிகிறான். பின்னர் கோபத்துடன்

குமார்:

நீ அந்த மொய்லியாரக் காட்டு, நான் பாத்துக்கறேன்

அப்பா:

அடிக்கப் போறியா?

குமார்:

ஆ.. அதெல்லாம் இல்ல. போய் அய்யா கருணாமூர்த்தியே, கருண காட்டுப்பான்னு கால்ல விழுந்துடறேன்.

அப்பா:

ஏ, போடா

குமார்:

மனசு குளுந்து போயி கிழிச்சிக்கடான்னு அவரு இன்னொரு சட்டய குடுப்பாரு மாமா!

அப்பா கோபமடைந்து அவனை நெருங்கி பிடித்து, தூரமாய் தள்ளி விடுகிறார்.

குமார்:

ராஜாவுக்கு ராஜா நாண்டா. எனக்கு மந்திரிங்க யாரும் இல்ல

என்று தனக்குத் தானே பாடிக் கொண்டு..

குமார்:

ராஜா பழையபடி சோத்துக்கு சூத்து காயணும் போல இருக்கே

என்கிறவன்

குமார்:

என்னடா, தெனமும் ரெண்டு வேள சோறு கெடச்சி வயிறு பொகையாம இருக்கேன்னு ஆச்சிரியப்பட்டேன். அது கடவுளுக்கு புடிக்கல. வர்றன் மாமா, வர்றன் பழனி பொண்ட்டாட்டி...

என்று கூறி விட்டு, பாட்டும் டான்சுமாய் செல்ல

குரல்:

நில்லு

சற்று வியப்புடன் திரும்பிப் பார்க்க..

யாமினி:

நில்லு

என்று விட்டு

யாமினி:

மாமா, அவரு திரும்பத் திரும்ப சொல்லிட்டு போனாரு. இந்த ஒரு தடவ மன்னிச்சி விட்டுருங்க. நம்மால யாரும் பட்டினி கெடக்க வேணா

அப்பா:

இவனப் பத்தி உனக்கு தெரியாதும்மா. அடங்க மாட்டான். நாலா பக்கத்துல இருந்தும் வெவகாரம் தான் வரும்

குமார்:

மனுஷப் பயலா பொறந்துட்டாலே வெவகாரம் தான் மாமா. வெவகாரம் இல்லாத ஒரே விஷயம் பொணமா படுத்துக் கெடக்கறது மட்டும் தான்

அப்பா:

பாத்தியா?

யாமினி:

ஏய், வாய அடக்கிட்டு, வேல செய்ற வழிய பாரு. இன்னொரு தடவ ஏதாவது துணி கிழிஞ்சி போச்சுன்னா

குமார்:

டிஸ்மிஸ்

யாமினி முறைக்க, குமார் அவளைக் கவனிக்காமல் கைகட்டி வாய் பொத்தி ஆற்றுக்குள் இறங்க..

அப்பா கோபத்தோடு நகர..

கும்பலிடம்..

குமார்:

சப்புன்னு ஆயிப்போச்சுல்ல? போங்கையா, போங்கையா, போய் பொழப்பப் பாருங்கையா

என்று அதட்டி விட்டு வேறு ஒரு சினிமா பிட்டை இசைத்துக்

கொண்டே துணிகளை எல்லாம் எடுத்துப் போடுகிறான். தண்ணீரில் அமிழ்த்துகிறான்.அப்புறம் திடீர் என்று நினைவு வந்தது போல திரும்பி

குமார்:

யம்மா.. அன்ன லட்ஷுமீ.. என் சோத்த காப்பாத்தின. டாங்க்ஸ்

என்கிறான். அவனை அடக்குகிற பார்வைப் பார்க்கிறாள் யாமினி.

★★★★

Sc No : 24

Ext / Int / Day

பழனி வீடு.

Variety Montages.

மேகங்கள் திரண்டிருக்கிற கருவானம்.

தூரத்து பறவைகள் விதவிதமாய் சலசலத்துக் கொண்டிருக்கின்றன.

மல்லிகைக் கொடி இன்னும் கொஞ்சம் வளர்ந்திருக்கிறது. அதைப் பார்த்தவாறிருக்கிற யாமினியின் முகம். அவள் அதற்கு நீர் ஊற்றி முடித்திருக்கிறாள். அம்முகத்தின் மீது சைக்கிள் மணி சப்தம்.

மலர்கிறாள்.

போஸ்ட் மேன் ஏர்மெயில் கடிதத்தை அசைத்துப் புன்னகைக்கிறான்.

அவரை நோக்கி நடக்கிற யாமினியின் வயிறு சற்றே முன் தள்ளியிருப்பது இப்போது தெரிகிறது.

கடிதத்தை வாங்குகிறாள்.

★★★★

படிக்கிறாள்.

மிகுந்த அந்தரங்கத்துடன். தனிமையுடன். பல்வேறு உணர்வுகள் அவள் முகத்தில் ஜொலிக்கிறது. மிகவும் நீண்ட பெருமூச்சுடன் கடிதத்தை மார்போடு அணைத்துக் கொள்கிறாள்.

★★★★

கட்டில்.

இன்னும் சற்று தள்ளி வந்தால் ஒரு ஃபிரிட்ஜ் மேலே சுழலுகிற மின்விசிறி.

ஜன்னல்களில் கண்களை அறைகிற வர்ணங்களில் புதுப்புது திரைச் சீலைகள்.

புத்தம் புதிய மாடலில் டீ வி.

பொருட்களைப் பார்த்துத் திரும்பும்போது, கடிதத்தை என்னமோ முனகிக் கொஞ்சிக் கொண்டிருக்கும் யாமினி.

****

மல்லிகைக் கொடி இன்னமும் வளர்ந்திருக்கிறது. பூக்கள் பூத்து நின்று

காற்றிலாடுகின்றன. சின்னதாய் ஒரு மின்னல் வெட்டி, இடி இடிக்கிறது.

****

Sc No : 25

Ext / Int / Day

பழனி வீடு.

பாட்டி போத்திக்கொண்டு தூங்குகிறாள். ஓர் **இடி** சத்தம் அதிர, அசைந்து, இன்னமும் இழுத்துப் போத்**திக்கொண்**டு கதகதப்பை அனுபவிக்கிற ஒரு முணுமுணுப்பை வெளி**ப்படு**த்துகிறாள். தூக்கம் தொடர்கிறது.

வெளியே,

ஹாலில் அமர்ந்து கல்யாண ஆல்பத்தை **புரட்டிக்** கொண்டிருக்கும் யாமினி.

நல்ல மழை கொட்டிக் கொண்டிருப்பதைப் பார்க்க முடிகிறது.

கணவனோடு ஒட்டிக்கொண்டு மாலையும், கழுத்துமாய் புன்னகைக்கிற தன்னைத் தான் பார்த்திருக்கிறாள் யாமினி. கடந்த காலத்தில் இருக்கிற அவள், வெளியே பெய்கிற மழையைப் பார்த்துக்கொள்கிறாள்.

வீட்டின் ஓட்டுக் கூரையில் இருந்து கொட்டிக் கொண்டிருக்கிற நீர், மண்தரையில் குழிகளை உண்டாக்கி அவைகள் மீது கொப்புளித்துக் கொண்டிருக்கிறது.

அடுத்த பக்கத்தைப் புரட்டுகிறாள். பார்க்கிறாள், லயிக்கிறாள்.

பின்னர் அது பாதிக்கிற யோசனையில் மழையைப் பார்த்துக்கொண்டிருக்கிறாள். இப்போது முகம் மாறுகிறது.

அவள் பார்க்கிற திசையில், மழையில் நனைந்தவாறு துள்ளியும் தாண்டியும் ஓடி வருகிற குமார். ஏதோ ஒரு பாட்டை குளிரோடு உதறி, விட்டு விட்டு பாடுகிறான்.

ஏறி திண்ணையின் மூலையில் நின்று வெடவெடக்கிறான். முடிந்த வரையில் தன்னைப் பிழிந்துகொண்டு நடுங்குகிறான். பிறகு தாக்குப்பிடிக்க முடியாதவன் போல சுவரில் சாய்ந்து அமர்ந்துகொண்டு ஒரு பீடியைப் பற்ற வைக்கிறான்.

இவள் பார்ப்பதைக் கவனிக்கவில்லை.

பார்வையை அங்கேயிருந்து விலக்கிக் கொண்டு ஆல்பத்தின் அடுத்த பக்கத்தைப் புரட்டுகிறாள். அதில் பழனி யாருடனோ பேசி சிரிக்கிற தருணம். அவனை போலவே ஒரு தடவை சிரித்துவிட்டு அப்புறம் கோபமடைகிறாள். சீ போ என்று உதடுகளுக்குள் திட்டுகிறாள்.

அவள் முகத்தின் மீது,

குரல்:

ஃபோட்டோ பாக்கறீங்களா? ஆல்பமா?

யாமினி நிமிர, இவளை நோக்கி சற்று முன்னேறி வந்து, குமார் திண்ணையில் ஒடுங்குகிறான்.

குமார்:

ஆயிரம் தடவையாவது இத பாத்துருக்க மாட்டீங்க? அதில இருந்துக்கிட்டு என்ன சொல்றாரு உங்க வீட்டுக்காரரு?

இவள் மரியாதைக்குப் புன்முறுவலித்து விட்டு ஆல்பத்தின் அடுத்த பக்கத்தை புரட்டுகிறாள்.

குரல்:

பழனி என்ன மாதிரி கெடையாது. அவன எல்லாருக்கும் புடிச்சி போவும். அதே மாதிரி ஒரு பய அவன தப்பா பேசிட முடியாது. நெசமாலும் சொல்றேன், நீங்க குடுத்து வெச்சவங்க தான்

அவள் சற்றே இறுக்கம் தளர்ந்து இணக்கம் கூடும் முகத்தோடு அவனைப் பார்க்கிறாள்.

அவன் பீடியை ஒரு இழுப்பு இழுத்துக்கொண்டு

குமார்:

டைபாயிடு தெரியுமா? மூனு வருஷம் முன்னால வந்தப்போ மண்டய போட்டுருப்பேன். அந்த நேரத்துல பழனி மட்டும் இல்லன்னா குமார பொதைச்ச இடத்துல புல்லு மொளைச்சிப் போயிருக்கும்

அவள் வியப்பாய் பார்க்க..

குமார்:

என்ன அப்படி பாக்கறீங்க? நான் ஒத்த ஆள். பேருக்கு ஒரு பாட்டி இருக்கறா. மத்தபடி வந்தனா போனனான்னு பாத்துக்க நமக்கு யாரும் கெடையாது. சின்ன வயசுல இருந்தே பழனி தான் எல்லாம். அவன் போட்ட உப்புல உயிர் ஸ்டடி பண்ணிகிச்சி

என்று முடிக்க, கதை கேட்பது போல இருந்த யாமினி எழுந்து உள்ளே போகிறாள். அவளது பார்வையால் ஏற்கனவே கொஞ்சம் திகைப்பில் இருந்த குமார், தன்னை ஒருமுறை உதறிக்கொண்டு மெதுவாய் தனக்குத்தானே..

குமார்:

என்ன ஆச்சு? நான் சொன்னது புடிக்கலையா? குமாரு, நீ உன் வாய வெச்சுக்கிட்டு சும்மா இருந்திருக்கியா? உனக்கு நீயே வேட்டு வெச்சுக்கறதுல மன்னண்டா நீ எழுந்து போன்னு சொல்றதுக்குள்ள நாமளா எடத்த காலி பண்ணிடறது நல்லது.

என்று மழை பெய்வதை பரிசோதித்துவிட்டு திண்ணையில் இருந்து இறங்க முயல..

குரல்:

மழ! மழ!

திரும்பிப் பார்க்க, ஆவி பறக்கிற டம்பளருடனும் சிறிய தட்டுடனும் யாமினி.

பார்க்கிறான்.

வைக்கிறாள். இவனைப் பார்க்கிறாள்.

குமார்:

எனக்கா?

யாமினி:

வேற யாருக்கு?

குமார்:

அடேங்கப்பா. இன்னைக்கு எனக்கு நல்ல நாள் போலருக்கே?

உட்கார்ந்து, வேர்க்கடலையை வாரி வாயில் போட்டுக் கொண்டு, ஒரு மிடறு காப்பியை குடித்துவிட்டு, அவளை நிமிர்ந்து பார்க்கிறான் குமார்.

யாமினி புன்னகைக்கிறாள்.

****

Sc No : 26

Int / Ext / Night

குமார் வீடு.

மற்றும் சில இடங்கள்.

இருளைக் கிழிக்கிற மின்னல். மழை இன்னும் தீவிரப்பட்டிருக்கிறது.

****

க்வாட்டர் பாட்டிலில் இருக்கிற சாராயத்தை கிளாசில் ஊற்றுகிறாள் கிழவி. சுருட்டை இழுத்து புகைவிட்ட பிறகு ஒரு துளி சாராயத்தை மண்ணுக்கு அர்ப்பணிக்கிறாள். தியானம் போல ஒரு கணம் அதையே பார்க்கிறாள். ஒரே மூச்சில் மொத்தத்தையும் குடித்துவிட்டு கிளாசை வைக்கிறாள்.

****

எருமை மாதிரி தான். சிறிதும் சொரணையில்லாமல் இருள் மழையில் நடந்து வருகிறான் குமார். சற்றே கால்கள் தள்ளாடுகின்றன. வயிற்றை நீவி விட்டுக் கொண்டு மின்னலடிக்கிற வானை அண்ணாந்து பார்க்கிறான்.

குமார்:

ஸ்... பசிக்குதுடா சாமி

என்கிறான்.

****

கிழவி சட்டிக்குள்ளே இருக்கிற சாப்பாட்டை அள்ளி அள்ளித் தின்னுகிறாள்.

அதே சுறுசுறுப்புடன் சாப்பிட்ட தடயங்களை அழிக்கிறாள்.

பாட்டிலை மறைத்து வைத்து, சட்டியைக் கவிழ்த்து வைக்கிறாள்.

வேலைகள் முடிந்து எல்லாம் சரியா என்று பார்த்துக் கொள்ளுகையில் குமாரின் குரல் கேட்கிறது. வேகவேகமாய் சென்று படுத்துக்கொண்டு போர்த்தியவாறு, ம், யம்மா, முடியலயே என்று அனத்த ஆரம்பிக்கிறாள்.

குமார் எட்டிப் பார்க்கிறான்.

கிழவியின் அனத்தல்.

அதை எடுத்துக் கொள்ளாமல் நடந்து வந்து சட்டி, பானையைப் பார்துவிட்டு

கிழவியை நெருங்கி அவளையே பார்க்கிறான். அவள் இதுவரை பார்த்திருக்க முடியாத வெகுளித்தனமான முகத்துடன்..

பாட்டி:

பசிக்குது குமாரு. எதுனாச்சியும் வாங்கியாந்தியா?

அவன் பதில் ஏதும் கூறாமல் அவளையே பார்க்கிறான். ஓர் ஓரமாய் அணையாமல் கிடக்கிற சுருட்டை எடுக்கிறான். கவனித்து, கிழவி அனத்தலை அதிகமாக்கி கண்களை மூடிக்கொள்ள

மறைப்புக்கு மறுபுறம் வந்து சோர்வாய் விழுகிறான். சுருட்டைப் புகைத்து வளையங்களாய் புகையை விடுகிறான். வயிற்றைப் பிசைந்து கொள்கிறான்.

பிறகு ஞாபகம் வந்தவனாய் மேல் பாக்கெட்டைத் துழாவ கொஞ்சம் வேர்கடலைகள் கைக்கு கிடைக்கின்றன. ஆவேசத்துடன் அப்படியே வாயில் போட்டுக்கொள்கிறான். அதை விழுங்கும் நேரம் ஒரு யோசனை வந்து எழுந்துகொண்டு ஒரு டிரங்குப் பெட்டியைத் திறக்கிறான்.

ஒருவித சந்தோஷத்துடன் அதற்குள் எதையோ பார்க்கிறான்.

★★★★

Sc No : 27

Ext / Int / Day

பழனி வீடு.

பழனியின் வீட்டு முற்றம். மேய்ந்து கொண்டிருந்த கோழிகள் ஓட்டமெடுக்கின்றன. ஒரு கார் விருட்டென வந்து கிரீச்சிட்டு நிற்கிறது.

வெளியே வேலையாய் இருந்த அப்பா பாட்டி இருவரும் பார்க்க

டிப்டாப்பாய் கையில் செல்லுடன் காதில் ஒயருடன் கண்ணில் கூலிங் கிளாசுடன் காரில் இருந்து இறங்கி நிற்கிறான் கர்ணா. புன்னகை செய்கிறான்.

அப்பா நெருங்க..

கர்ணா:

புரியல இல்ல?

அப்பா விழிக்க

கர்ணா:

என் பேரு கர்ணாகரன். சவுதில உங்க புள்ளகூட தான் வேல செய்றேன். அதாவது அவருக்கு நாந்தான் சூப்பர்வைசர்!

அப்பா மிகுந்த பணிவுடன், ஓ என்பது போல தலையசைக்க

கர்ணா:

லீவ்ல வந்துருக்கேன். பழனி செல சாமானுங்க பார்சல் குடுத்து அனுப்பி இருக்கான்.

பரபரப்படைந்து..

அப்பா:

அப்டியா? வாங்க, வாங்க.. உள்ள வாங்க தம்பி

அவன் ஆமோதித்து சிரிக்கிறான்.

★★★★

புன்னகையை அள்ளி இரைத்தவாறு இருக்கிற கர்ணாவிற்கு முன் குடும்ப உறுப்பினர்கள் அத்தனைப் பேரும் இருக்க, மிகுந்த மரியாதையுடன் காப்பி கொடுக்கிறாள் யாமினி.

★★★★

ஒரு கோழி தோல் உரிக்கப்படுகிறது.

****

வாழை இலைகள் வெட்டி வைக்கப்படுகின்றன.

****

சோறு கொதிக்கிறது.

****

குளித்து வந்து நிலைக் கண்ணாடி முன்பு நிற்கிற கர்ணா தலை வாரிக் கொண்டிருக்கிறான். பந்தா சட்டையில் ஸ்பிரே அடித்துக் கொள்ளுகிறான்.

தன்னைத் தானே முறுக்கி திருப்திப்பட்டுக் கொள்ளுகையில் ஒரு சலனம். முகம் மாறுகிறது.

கண்ணாடியைக் கூர்ந்து பார்க்க, அதில் அந்த அறையின் வாசலில் தயங்கி நிற்கின்ற ஜமுனா.

ஓர் அசட்டு ஆணின் தன்னம்பிக்கையோடு கவர்ச்சி சிரிப்புடன் அவளை நோக்கித் திரும்புகிறான்.

ஆட்டிப் படைக்கிற நாண நெளியலுடன்..

ஜமுனா:

உங்கள சாப்பிட வர சொன்னாங்க

****

டைனிங் டேபிளில் அப்பாவோடு அவன் அமர்ந்திருக்க யாமினி பரிமாறுகிறாள். பாட்டி உதவி செய்கிறாள். ஜமுனா அவனையே பார்த்துக்கொண்டு நிற்கிறாள்.

பாட்டி:

எந்த கூச்சமும் இல்லாம நல்லா சாப்பிடுப்பா. இது உன் வீடு மாதிரி, கேட்டு வாங்கி சாப்டு

யாமினி கோழித்துண்டை வைக்க..

கர்ணா:

பயப்படத் தேவ இல்ல. நீங்க இன்னொரு பீஸ வைக்கலாம்

பாட்டி:

வைம்மா யாமினி. நெறய வைய்யி

கர்ணா:

கடலு தாண்டிப் போயி காஞ்சி கெடந்து வந்துருக்கேன். வீட்டு சாப்பாட்ட பாக்கறப்ப அப்டியே வாயெல்லாம் ஊறுது

யாமினி:

நல்லா சாப்பிடுங்க. இன்னும் ஒரு பீஸ் வைக்கவா?

ஜமுனா:

வைங்க அண்ணி, சாப்புடுவாரு

அவனது பார்வை ஜமுனாவைத் தொட்டு மீள்கிறது. அவள் கிறக்கத்துடன் முன்னகர்ந்து நிற்கிறாள்.

ஒரு கோழித்துண்டை எடுத்து சுவாரஸ்யமாய் கடித்துவிட்டு யாமினியை பார்க்கிறான்.

அவளும் பார்க்க..

கர்ணா:

அடடா. அடடா. அடடா. ச், ச், ச்.

என்று எலும்பை உறிய, யாமினி தர்மசங்கடத்துடன் பெருமை கொள்கிறாள்.

அவளது முகத்தையே பார்த்துக் கொண்டு..

கர்ணா:

யாமினி அப்படி, யாமினி இப்படின்னு பழனி கத கதயா சொல்லி இருக்காரு. வஞ்சிரம் கொழம்பு வைக்கறதுல ஸ்பெஷலிஸ்டாமே? அப்படியா?

எங்க, கொஞ்சம் மீன் கொழம்பு ஊத்துங்க பாக்கலாம்

ஆஆ...போதும். போதும்

சுவைத்துப் பார்க்கிறான் ஒரு ஷோ போல.

கர்ணா:

அய்யோ அப்படியே வாரிக் குடிச்சிடலாம் போல இருக்கு

ஜமுனா சற்று எரிச்சலோடு மெதுவாய் உள்ளே சென்று விடுகிறாள்.

கர்ணா அதை கவனிக்கத் தவறவில்லை. நுட்பமாய் அவன் உள்ளே சிரித்துக் கொள்கிறான். அவன் சாப்பிடுவது எல்லோரும் கவனிக்கக் கூடிய விஷயமாய் இருக்கிறது.

கர்ணா:

கீர வைங்க

யாமினி வைக்க..

கர்ணா:

கீர! மீன்! ஃபுள்ளா விட்டாமின்ஸ்!

அவன் சொல்வதில் கவனம் கொள்வது போல சன்னலை கவனிக்கிற யாமினியின் முகத்தில் மாற்றம்.

கர்ணா:

அமெரிக்காக்காரன் முன்ன எல்லாம் மாட்ட தின்னுவான். பன்னிய தின்னுவான். இப்ப கதயே மாறிப் போச்சு. பன்னுக்கு நடுவால வெச்சு பச்ச கீரய கரக் முரக்னு அவன் தின்றத பாக்கணுமே?

கீர ரொம்ப முக்கியம்ன்னு சயின்டிஸ்டுங்களே சொல்லிட்டாங்க!

இந்தப் பேச்சுக்கு நடுவிலேயே, மிகுந்த மரியாதையுடனும், நாசூக்குடனும் அந்த இடத்தை விட்டு விலகி வெளியே வரும் யாமினி வாசலில் வந்து நின்று பார்க்கிறாள்.

பளபளவென்றிருக்கும் ஒரு சட்டையைப் போட்டுக்கொண்டு மல்லிகைக் கொடியை ஆராய்ந்து கொண்டிருக்கிற குமார்.

அவனை நெருங்கி..

யாமினி:

ட்ரஸ்சு, சோப்பு, பவுடரெல்லாம் குடுத்து அனுப்பி இருக்கார்

திரும்பி..

குமார்:

கேள்விப்பட்டேன்

யாமினி:

சாப்பிட வரல?

குமார்:

இப்பவா?

யாமினி:

ம்

குமார்:

உங்களுக்கு பயித்தியமா? பெரிய ஆளுங்க கூட சரிசமமா உக்காந்து சாப்ட்டா பூகம்பம் வந்துராது?

என்கிறவன் அசட்டையாய்..

குமார்:

அத வுடுங்க, என் சொக்காவ பாத்தீங்களா?

யாமினி பார்க்கிறாள்.

குமார்:

உங்களுக்கு காட்டறதுக்கு தான் போட்டுக்கிட்டு வந்தேன். எப்டி இருக்கு? போன பொங்கலுக்கு பழனி எடுத்துக் குடுத்தான்

உடனே மலர்ந்து,

யாமினி:

ஓ..! அவுரு எடுத்துக் குடுத்ததா?

குமார்:

கண்ட மேனிக்கு இத போடறது இல்ல. பெட்டிலயே பத்ரமா இருக்கும். மூனு மாசத்துக்கு முன்னால நாகர்கோயில் வர போவ வேண்டி இருந்திச்சி. அப்ப போட்டேன். அத்தோட இப்ப தான் போடறேன்

யாமினி:

ஏன்? போடறதுக்கு தானே சட்ட? அதுக்கு தானே அவுரு எடுத்துக் குடுத்துருப்பாரு?

குமார்:

அது சர்தான். ஆனா அது ஒர்த்தன் என்ன மதிச்சி வாங்கிக் குடுத்தது, அது முக்கியம் இல்லியா? ஆ, எனக்கும் ஒர்த்தன் இருக்காண்டா, அந்த திருப்தி. எனக்கு இந்த சட்ட பொக்கிஷங்க. வெச்சு வெச்சு காப்பாத்திக்கிட்டிருக்கேன்

யாமினி சற்று மாறுதலடைந்து நெகிழ்வோடு அவனைப் பார்க்க..

அவன் கலப்படமற்ற உணர்ச்சி மிகுந்த குரலில்..

குமார்:

ஒன்ன மட்டும் உங்களுக்கு மறுபடியும் சொல்லிரவா? எங்கயோ பொறந்து வளந்து எங்க பழனிக்கு பொண்ட்டாட்டியாயிட்டீங்க. அது போன ஜென்மத்துல நீங்க பண்ண புண்ணியம்

ஆமாங்க, எங்க பழனி அவ்ளோ நல்லவன்!

சிறிய அதிர்வுடன் மகிழ்ச்சி அடையும் யாமினியின் கண்களில் ஈரம் படர்கிறது. அதை அவனிடம் காட்டி விடாமல் அங்கிருந்து நகர்ந்து வர, கை கழுவுகிற கர்ணாவை கடக்கிறாள். அவள் தன் பாட்டுக்கு போக கர்ணா செய்த ஸ்டைல் புன்னகை உபயோகப்படவில்லை. அவள் போன திசையைப் பார்த்துவிட்டு குமாரைப் பார்க்கிறான்.

குமாருமே பார்க்கிறான்.

கர்ணாவின் பார்வை கூர்மையடைகிறது.

குமார் மேற்கொண்டு அதை ஏறிடாமல் விலகிச் செல்கிறான்.

கர்ணாவிற்கு யோசனை.

★★★★

Sc No : 28

Ext / Day

பழனி வீடு.

நெருப்பு.

கணகணவென்று எரிகிறது.

விலகினால்...

அது- அடுப்பு மூட்டப்பட்டு அதன் மீது வைக்கப்பட்ட பாத்திரத்தில் துணிகள் கொதித்துக் கொண்டிருக்கின்றன. ஆவியெழும்பிக் கொண்டிருக்கிறது. ஒரு நாயின் குரைப்பு சத்தம் மெலிதாய் கேட்டுக் கொண்டிருக்க யாமினி ஒரு கொம்பால் துணிகளை கிளறி விட்டுக் கொண்டிருக்கிறாள். வியர்வைப் பெருகி வழிய, சோர்வில் தளர்ந்திருக்கிறாள்.

சைக்கிளில் வந்து ஸ்டாண்ட் போட்டுவிட்டு துணி மூட்டையை இறக்கி வைக்கிற குமார் பார்க்கிறான்.

நடக்கிறான்.

அவன் நின்று கவனிக்கிற இடத்தில் ஒரு நாய் புதிதாய் போட்ட தன்னுடைய குட்டிகளுடன் படுத்திருக்கிறது. குஞ்சு நாய்கள் முலைகளை கவ்வி முட்டி, பால் குடிக்கின்றன. முகம் முழுவதும் மகிழ்ச்சி பரவி வியப்புடன் பார்த்து நிற்கிறவன்

குமார்:

சஞ்சாரியாயிருந்தே. சம்சாரியாயிட்டியா?

என்றவாறு அவைகளுடன் சற்று நேரம் விளையாடிவிட்டு யாமினியிடம் ஏதோ கூறுவதற்காகத் திரும்ப

யாமினி முழுக்க சரிவது போல இருப்பது புரிகிறது. பார்க்கிறான். யாமினி கம்பை போட்டு விட்டு பெருமூச்செறிதலுடன் எழும்பும் ஆவியை நோக்கி நிற்கிறாள்.

கையில் இருந்த குட்டிநாயைப் பால் குடிக்க விட்டுவிட்டு, யாமினியை நெருங்கி

குமார்:

ரொம்பத் தான் பண்ணிக்கிறீங்க. நவுந்து போய் அப்படி உக்கார்றீங்ளா?

யாமினி:

இல்ல, பரவால்ல

குமார்:

என்ன பரவால்ல? வேல செஞ்சா தான் பொம்பளன்னு பாடம் படிச்சிட்டு வந்தீங்களா? முடியலன்னு வந்தா விட்டுரணும்

யாமினி:

முடியலன்னு யார் சொன்னா?

குமார்:

சொல்லணுமா அது? மூஞ்சப் பாத்தா தெரியாது? நவுருங்க, நவுருங்க. அப்டி போயி கொஞ்ச நேரம் பேசாம உக்காருங்க

அவள் தளர்வாய் பார்க்கிறாள்.

குமார்:

அய்ய, என்ன அப்டி பாக்கறீங்க? சொன்ன பேச்ச கேக்கற பழக்கம் கெடயாதா?

யாமினி நகர்ந்து, குடை விரித்திருக்கும் ஒரு மரத்துக்குக் கீழே செல்ல- இவன் கம்பால் கிளறுகிறான். பார்க்கிறான்.

அவள் நிதானமாய் அமர்ந்துகொள்ளுவது தெரிகிறது.

துணிகளை ஒருமுறை நன்றாய் கிளறிவிட்ட பிறகு திண்ணைக்குச் சென்று தண்ணீர் சொம்பை எடுத்துக்கொண்டு வந்து யாமினிக்கு கொடுக்கிறான். அவள் பரபரவென குடிக்கிறாள்.

அதை குறுகுறுப்புடன் பார்த்தவாறிருந்து விட்டு

குமார்:

புள்ளத்தாச்சியா இருக்கறது ரொம்பக் கஷ்டம் தான், இல்ல?

அவள் புன்னகைக்க

இவன் மறுபடி வந்து வேலையைத் தொடருகிறான். பிறகு சட்டென வரும் யோசனையுடன்

குமார்:

ஜமுனா எங்கப் போயிட்டா?

என்று கேட்க..

புருவத்தை மேலேற்றி வீட்டைக் கண்களால் காட்டுகிறாள் யாமினி.

★★★★

Sc No : 29

Int / Day

பழனி வீடு.

ஜமுனாவின் கண்கள். அவற்றில் கள்ளம். சரியாய் காய்ச்சல் வந்தவள் போல இருக்கிறாள்.

★★★★

கர்ணாவின் திருட்டுத்தனமான காத்திருப்பு. இடுப்பில் ஒரு துண்டு மட்டும் கட்டிக் கொண்டிருக்கிறான். அதையும் முடிச்சிடாமல் இடுப்பில் பிடித்துக்கொண்டு பார்த்திருக்க,

வாசலில் நிழலாடுகிறது.

தயாராய் நிற்கிறான்.

இப்போது அறை வாசலுக்கு ஜமுனா வந்துவிட, கர்ணா இடுப்புத் துண்டை நழுவ விடுகிறான்.

ஜமுனா அதிர்ச்சியடைந்து விக்கித்துப் பார்க்க

வெட்கமும், அதிர்ச்சியுமான பாவனையைக் காட்டிவிட்டு அவன் வேகவேகமாய் துண்டை எடுத்து, கட்ட முயல

அவள் மறைந்துவிட

இவன் புன்னகையுடன் நிதானமாய் துண்டை எடுத்துக் கட்டிக்கொண்டு

வெகுளித்தனமான குரலில் வாயிலைப் பார்த்துக்கொண்டு

கர்ணா:

சாரி, சாரி ஜமுனா. இந்தத் துண்டு சரியில்ல. வழவழன்னு இருந்து சதி பண்ணிடிச்சி. ரியலீ, ஐ ஆம் சாரி

மறுபுறத்தில் ஜமுனா இமைகள் அடித்துக்கொள்ள, திக்திக் நெஞ்சுடன் பேசாமல் இருக்க..

அவள் முகத்தில்..

குரல்:

கோவமா?

இவள் பெருமைகொள்ளும் முகத்துடன் முன்னகர்ந்து எட்டிப் பார்க்க, அவன் பேன்டை மாட்டிக்கொண்டு நின்றவாறு

கர்ணா:

எதிர்பாக்கவே இல்ல. சாரி

ஜமுனா:

பரவால்ல

கர்ணா:

ஜட்டி கூட போடாம நின்னுட்டேன். ஒன்னும் பாக்கல இல்ல?

ஜமுனா:

இல்ல

அவன் அவளை ஊடுருவிப் பார்க்கிறான். அவளும் அவனை நோக்கிவிட்டு சற்றே தழைகிறாள். அவன் அவசர அவசரமாய்

நகர்ந்து ஒரு பெட்டியைத் திறக்கிறான்.

இவள் பார்த்திருக்கிறாள்.

ஏகப்பட்ட ஜட்டிகளை வாரி எடுத்து அடுக்குகிறான்.

இவள் விழிக்கிறாள்.

கர்ணா:

ஃப்ரெண்டு கட, லாசாயி போச்சி. அங்க இருந்து அள்ளிட்டு வந்தேன்

அவளை நெருங்குகிறான். அவளிடம் நீட்டுகிறான்.

கர்ணா:

எல்லாம் மேட் இன் யு எஸ் ஏ. சும்மா நச்னு இருக்கும். போட்டுக்க

அவள் தயங்க..

கர்ணா:

ப்ளீஸ்..?

அவள் வாங்கிக் கொள்ள..

கர்ணா:

போட்டுப் பாத்து கரக்டா இருக்கான்னு சொல்லணும்

அவள் குழந்தைப் போல தலையசைக்கவும், போ என்பது போல சிணுங்கவும் செய்கிறாள்.

கூர்ந்து பார்த்துக்கொண்டு..

கர்ணா:

சொல்றதுக்கு கூச்சமா இருந்தா போட்டுக்கிட்டு வா. எப்டி இருக்குன்னு நானே பாத்துக்கறேன்

அடி வாங்கியது போல காமத்தால் செயலிழக்கிற ஜமுனா அவனை சிரிக்க முடியாத சிரிப்புடன் வெறிக்க, அவன் கைகள் நீட்டி அவளது இடுப்பை நீவுகிறான், அவள் மொத்தமாய் அவன் மீது சாய்கிறாள்.

★★★★

Sc No : 30

Ext / Day

பழனி வீடு.

ஆவி பறக்கிற துணிகளை வேறொரு இடத்துக்கு மாற்றிக் கொண்டிருக்கிறான் குமார். வேறெங்கும் கவனிக்க முடியாமல் வேலையில் மும்முரமாய் இருக்கிறான்.

மரத்துக்குக் கீழே அமர்ந்திருக்கிற யாமினி அதில் சாய்ந்து தன்னை மறந்து உறங்குவது தெரிகிறது.

ஒன்றிரண்டு துணிகளை பிரித்தெடுத்து வேறு பக்கம் வைக்கிற குமார் தற்செயலாய் திரும்பும் போது

கையில் எதையோ எடுத்துக் கொண்டு சிந்தனையுடன் நடந்து வருகிறாள் ஜமுனா. இவன் பார்த்துக்கொண்டே நின்றிருக்க இவனை கவனிக்காமல் ஏதோ நினைப்பின் சுமையுடன் கடந்து செல்கிறாள்.

குமார் வியப்புடன் பார்த்திருக்க

அவள் யாமினியை நெருங்குவது தெரிகிறது.

தூங்குகிற யாமினியைத் தட்டி

ஜமுனா:

அண்ணி..!

யாமினி துணுக்குற்று விழிக்க

ஜமுனா:

பாக்கறீங்களா?

ஜட்டிகளை எடுத்து பல கோணங்களில் காட்டுகிறாள். பல வர்ணங்களில் இருக்கின்றன அவைகள்.

ஜமுனா:

அவுரு குடுத்தாரு

யாமினி புரியாமல் பார்க்க..

ஜமுனா:

நெறைய இருக்கு. அவருக்கு ஃப்ரீயா கெடச்சுச்சாம். இந்த சைஸ் உங்களுக்கு க்ரெக்டா இருக்கும்ன்னு சொன்னாரு. எடுத்துக்கங்க

யாமினி:

அய்யய்யே... என்ன ஜமுனா இது?

ஜமுனா:

இதில என்ன தப்பு? எல்லாம் போட்டுக்கற துணி தானே? இனி ரெண்டு வருஷத்துக்கு இத காசு குடுத்து வாங்க வேணா இல்ல?

யாமினி:

நீ எடுத்துட்டுப் போ

ஜமுனா:

என்னண்ணி நீங்க?

யாமினி:

ஒரு வீட்டுக்கு வந்தவரு இதையெல்லாமா குடுப்பாரு? உங்கண்ணன் கிட்ட சொல்லிட்டு தான் இதை எல்லாம் செய்றாரா?

குரல்:

தூக்கிப் போடுங்க அத

இருவரும் பார்க்க..

இறுகிய முகத்துடன் நிற்கிறான் குமார்.

ஜமுனா:

ஏ, என்ன?

குமார்:

என்னன்னா.. என்ன? சொல்லு. என்ன?

ஜமுனா:

தேவயில்லாத விஷயத்ல தலயிடாத. உன்ன யாரு இப்ப கூப்ட்டா? நீ போயி உன் வேலய பாரு

அண்ணி, இத நான் உங்க பீரோல வெக்கிறேன்

குமார்:

அதத்தான் அவங்க வேணானு சொல்லிட்டாங்க, இல்ல? ஆசயா இருக்கறது ஒனக்குத் தான, எல்லாத்தையும் உன் பொட்டில வெச்சுக்கோ

ஜமுனா பார்க்கிறாள். கோபம் படபடக்க வைக்க..

குமார்:

நான் பழனிக்கு ஃபோன் பண்றேன். பண்ணிக் கேக்கறேன். கண்ட தேவிடியா பசங்கள அனுப்பி நீ தான் ஜட்டி வினியோகம் பண்ண சொன்னியான்னு கேக்கறேன். தாயளி, வந்தமா சாப்ட்டமா கௌம்பினமான்னு இல்லாம ஜட்டி குடுத்துக்கிட்டிருக்கானா ஜட்டி? பழனியே சொல்லட்டும், வாங்கணுமா, வேணாமான்னுட்டு

அவனுடைய கோபத்தை இருவருமே கவனிக்கிறார்கள்.

ஜமுனாவிடம்

குமார்:

ஏய், உனக்கு தெரியாது உன் அண்ணனப் பத்தி. என்ன, திமிரெடுத்துப் போயி அலையறியா? இவங்க இத வாங்கிக்கிட்டா என்ன நடக்கும் தெரியுமா?

ஜமுனா:

அண்ணீ, என்ன அண்ணீ இதெல்லாம்?

யாமினி:

எனக்கு வேணா ஜமுனா. தயவு செஞ்சு வேணா. குமார் சொல்றது உண்ம தான், அவருக்கு தெரிஞ்சா ரொம்ப மனசு கஷ்டப்படுவாரு, வேணா

உற்றுப் பார்த்து நின்று விட்டு, பிறகு தலையிலடித்துக் கொண்டு ஜமுனா செல்ல குமாரை புதிதாய் பார்ப்பது போல அடித்துப் பார்க்கிறாள் யாமினி. இன்னும் கோபம் அடங்காத ரோஷக் குரலுடன்..

குமார்:

இங்க பாருங்க, உள்ளுக்குள்ள உங்களுக்கும் ஆச இருந்தா அத வாங்கி உங்க பீரோல வெச்சுக்கங்க. நான் லூசு. என் பேச்ச எல்லாம் எடுத்துக்க வேணா

அவள் இப்போதும் அவனையே பார்த்திருக்கிறாள்.

அந்தப் பார்வையைத் தாங்க முடியாதவனாய், அங்கே இருந்து விலகிச் சென்று தன் வேலையில் ஈடுபடுகிறான் அவன்.

அவள் அவன் மீதிருந்த பார்வையை விலக்கி யோசனையோடு இருக்கிறாள்.

★★★★

Sc No : 31

Ext / Night

பழனி வீடு.

ஓர் உயர்தர விஸ்கி பாட்டிலில் இருந்து க்ளாஸ்களில் சரக்கு ஊற்றப்படுகிறது. அப்பா, ஊர் ஆள், கர்ணா இருக்க.. ஊற்றி முடித்த கர்ணா அப்பாவிடம் ஒரு கிளாசை கொடுக்கிறான். அவர் வேண்டாம் என்று போதையோடு கையசைத்து விட்டு போடப்பட்டிருக்கிற பாயில் சாய்ந்துகொள்ள..

ஊர் ஆள்:

காலி!

கர்ணா:

இந்தாங்க, நீங்க குடிங்க

ஊர் ஆள்:

நான் போதும்ன்னு சொல்லி உங்கள வருத்தப்பட வைக்க மாட்டேன், குடுங்க

அவன் வாங்கிக் குடிக்க

கர்ணா:

அ, அ... அப்படி இல்ல, அப்பிடியே கவுத்தணும்

ஊர் ஆள்:

அப்டியா

ஒரே மூச்சில் குடித்து முடிக்க, அடுத்த பெக்கை நீட்டி குடி என்பது போல செய்ய

ஊர் ஆள்:

இதயுமா?

கர்ணா:

ஆமாண்டா மயிரு. குடிச்சிட்டு சாயி

ஊர் ஆள்:

என்ன சார், வாய்க்குள்ளயே பேசிக்கறீங்க?

கர்ணா:

அத விடு, நீ குடி. உண்மையான ஆம்பளையா இருந்தா குடி

ஊர் ஆள்:

யாரு? யாரப் பாத்து ஆம்பளையான்னு.. இப்ப பாருங்க சார்.. பாருங்க.. க்காளி..

மறுபடி அதே மூச்சில் குடித்து கண்களில் எல்லாம் நீர் வழிய அவன் தன்னை உதறிக்கொள்கிறான். நிதானமாய் அவனையே பார்த்திருந்த கர்ணா அடுத்த பெக்கை நீட்ட, பிரமிப்பு பயம் இவற்றோடு பார்க்கிற ஊர் ஆள் தன்னையறியாமல் மல்லாக்க விழுகிறான்.

இவன் சிரிப்போடு விழுந்தவனைப் பார்க்க

மீன் துண்டுகளோடு வருகிறாள் ஜமுனா.

கர்ணா வெறிக்கிறான்.

பயத்துடன் கீச்சுக் குரலில்..

ஜமுனா:

என்ன, இவங்க படுத்துட்டாங்க?

கர்ணா:

காலைல வரைக்கும் எழுந்திரிக்க முடியாது

அவள் அவனைப் பார்க்க, ரகசியமாய்..

கர்ணா:

'சைஸ் எல்லாம் கரக்ட் தான?

ஜமுனா:

ம்

கர்ணா:

நான் பாக்கலாம் இல்ல?

அவள் அமைதியாய் இருக்க..

கர்ணா:

அந்த மரத்தாண்ட போயி இரு, வரேன்

மிகுந்த தயக்கத்துடன்..

ஜமுனா:

வேணா. யாராவது பாத்துட்டாங்கன்னா?

ஆத்திரத்துடன்..

கர்ணா:

ஏய்

என்று அதட்டி விட்டு

கர்ணா:

மரியாதையா போய் அந்த மரத்தாண்ட படு. காலத் தூக்கறதுன்னு வந்துட்ட. அப்றம் என்ன மயிரு பயம்? எவன் வந்தாலும் நான் பாத்துக்கறேன்

என்று சொன்னவனின் முகம் மாறுகிறது.

அதைக் கவனித்து ஜமுனாவும் அவன் பார்க்கிற திசையில் பார்க்கிறாள். அவள் முகமும் மாறுகிறது.

இருளில் இருந்து ஒளிக்கு தள்ளாடிக் கொண்டு வந்து நிற்கிறான் குமார்.

ஜமுனாவை நோக்கி போ என்பதாய் சைகை செய்கிறான்.

அவனது கண்ணில் இருக்கிற மூர்க்கத்தைப் பார்த்தவாறு ஜமுனா விலகிச் செல்ல, கர்ணா தளர்ச்சியுடன் பார்க்க..

குமார் ஒரு கிளாசை எடுக்கிறான். அதில் முக்கால் பாகத்துக்கு நிதானமாய் விஸ்கியை ஊற்றுகிறான். ஒருமுறை அதை நன்றாகப் பார்த்துக்கொண்டு விட்டு சரசரவென குடிக்கிறான்.

கர்ணா கலவரமடைகிறான்.

மறுபடியும் தண்ணீர் கலக்காமல் இன்னொரு கிளாஸ். முடித்த பிறகு காறி உமிழ்கிறான்.

இப்போது இருவருடைய பார்வைகளும் நேருக்கு நேராய் சந்திக்கின்றன.

குமார்:

எனக்கு இல்லயா?

கர்ணா:

என்னது?

குமார்:

என்னதா? உங்கிட்ட நான் என்ன வேட்டி சொக்காவா கேக்கப் போறேன்? ஜட்டிடா ஜட்டி! பொம்பளைங்களுக்கு கூப்ட்டு கூப்ட்டு குட்த்தியே? எங்களுக்கெல்லாம் குடுக்க மாட்டியா?

கர்ணா:

தம்பி, நான் என்ன ஜாதிக்காரன் தெரியுமா? கொஞ்சம் ஒழுங்கு மரியாதயா பேசு

என்பதற்குள் விழுகிறது அடி. நிலைக்குலைந்து விழும் கர்ணாவை எழுப்பி நிறுத்தி பளார் பளாரென அறைந்து புரட்டி எடுக்கிறான் குமார். ஓட முயல்கிறவனை எட்டிப் பிடித்து விருட்டென எடுக்கப்படும் ஒரு கத்தியை அவன் கழுத்தில் வைக்கிறான்.

குமார்:

கடா வெட்டு பாக்கறியா? கழுத்ல இருந்து எகிறி தல தனியா கெடக்கும், பாக்கறியா? பாக்கறியாடா பன்னாட?

கர்ணா:

விட்டுரு, நான் போயிடறேன்

குமார்:

உன் பொண்டாட்டிக்கு ஜட்டி வாங்கி வெச்சிருக்கியா?

கர்ணா விழிக்க..

குமார்:

எதுக்கு? இல்ல? நீ ஊர்ல இல்லாதப்ப அத வேற எவனாவது வாங்கிக் குடுத்துட்டு போறான்! அப்டி தான?

கர்ணா:

விடு, போயிர்றேன்

அவனையே பார்த்துக்கொண்டு..

குமார்:

போயிர்றியா?

கர்ணா:

போயிர்றேன்

குமார்:

எப்ப?

கர்ணா:

நாளைக்கு காலைல

குமார்:

வாய் கீய் தொறப்பியோ?

கர்ணா:

இல்ல. தொறக்கவே மாட்டன். பொழுது விடிஞ்ச ஒடனேயே நல்ல புள்ளயா கெளம்பிப் போயிடறேன்

குமார்:

நெஜம்மா?

கர்ணா:

நெஜம்மா

★★★★

Sc No : 32

Ext / Day

பழனி வீடு.

ஒரு வாடகை டாக்சி.

அருகே அதன் டிரைவர் நின்று கொண்டிருந்து ஜரூராகிறான். அவன் பார்க்கிற திசை, பெட்டியொடு வாசலில் இருந்து இறங்கி வருகிறவன் கர்ணா. பின்னால் அடக்கமாய் வருகிற குமார் பெட்டியை வாங்கி டாக்சியில் வைக்கிறான்.

அப்பா, பாட்டி ஆகியோர் வந்து அருகில் நிற்க, ஊர் ஆளும் களைப்போடு நிற்கிறான். வீட்டின் திண்ணையில் யாமினி நின்றிருப்பது தெரிகிறது. ஜமுனா தலையைக் காட்டலாமா வேண்டாமா எனும் நிலையில் பம்முகிறாள்.

பெட்டிகளை எல்லாம் வைத்து முடித்துவிட்டு

குமார்:

ஆறுமுகம்..

டிரைவர்:

என்ன குமாரு?

குமார்:

சார் ரொம்ப டீசன்டு. பள்ளம் மேடு பாத்து போ, செரமம் குடுக்காத. சரியா?

டிரைவர்:

சரி குமாரு

கர்ணாவை நெருங்கி ரகசியக் குரலில்..

குமார்:

மானமே இடிஞ்சி தல மேல வுழுந்தாலும் சரி, இந்தப் பக்கம் தல வெச்சு படுக்கக் கூடாது. அப்பிடி தானே?

கர்ணா:

அப்டி தான்

பாட்டொன்றை பாடி நகரும் குமார், திண்ணைப் பக்கம் சென்று ஜமுனாவை ஓரக் கண்களால் பார்க்க அவள் வேறு பக்கம் திரும்பிக் கொள்கிறாள். யாமினி அவனுடைய உற்சாகத்தை புரிந்துகொள்ள முடியாமல் பார்க்கிறாள்.

காரில் ஏறிக்கொண்ட கர்ணா, எல்லோரிடமும் சிரித்துவிட்டு கதவருகே ஊர் ஆளிடம்

கர்ணா:

வெய்யில்லயும், பனிலயும் மாடு மாதிரி ஒழச்சு குடும்பத்துக்கு பணம் அனுப்பி குடுக்கறான் அந்தப் பழனி. பாவம்யா அவன். இதுங்களப் பாத்தியா?

ஊர் ஆள், இது என்னடா என்பது போல பார்க்க, குமார் இரண்டு பெண்களோடும் ஏதோ பேசிக்கொண்டிருப்பது தெரிகிறது.

கர்ணா:

ரெண்டுத்து கிட்டயும் மாறி மாறி படுக்கறான் போலருக்கே? ஊர்காரனுங்க எல்லாம் என்ன மயிரப் புடுங்கிகினு இருக்கீங்க?

ஊர் ஆளும் கர்ணாவும் பார்க்கும்போது குமார் டாட்டா காட்டுகிறான்.

அப்பா:

ஆறுமுகம், வண்டிய எடுப்பா. தம்பி, அடிக்கடி வந்துட்டு போங்க

பாட்டி:

ஆமா தம்பி, இது உங்க வீடு மாதிரி. எப்ப வேணுன்னாலும் வரலாம். எப்ப வேணுன்னாலும் போலாம்

வாய்க்குள்ளேயே..

கர்ணா:

சரிடா, கெழப்புண்ட

கர்ணா திரண்டு வருகிற வெறுப்பை மறைத்து ஓர் இளிப்பு இளிக்க கார் கிளம்புகிறது. குமார் டாட்டா காட்ட இவனும் வேறு வழியில்லாமல் கையை அசைக்கிறான். வண்டி நகர்ந்து செல்ல வீடு மறைய ஆரம்பிக்கிறது.

டாட்டா காட்டுகிற ஆர்வம் முடிந்து குமார் திரும்ப பெண்கள் இருவரும் பேருக்கு கையை அசைத்து முடிக்கிறார்கள்.

சிரிப்புடன் பார்க்கிறான்.

ஜமுனா உள்ளே சென்றுவிட, குமாரின் பார்வையை, அதில் இருந்த எள்ளலை புரிந்துகொள்ள முடியாமல் ஆழ்ந்து பார்த்துவிட்டு உள்ளே செல்கிறாள் யாமினி.

சிரிப்பு முடிந்து முகம் தீவிரமாகி காறித் துப்புகிறான் குமார்.

★★★★

Sc No : 33

Ext / Int / Day

பழனி வீடு.

ஏதோ வேலையாய் இருக்கிறாள் ஜமுனா. நடுவே வந்து அங்கே இருக்கிற சாக்லேட் பெட்டியில் இருந்து ஒரு சாக்லேட்டை எடுத்துத் தின்றவாறே ஜன்னலில் பார்க்க, வேலையாய் இருக்கிற குமாரை பார்க்க முடிகிறது.

யோசிக்கிறாள்.

ஒரு சாக்லேட்டை எடுத்துக் கொள்கிறாள்.

நடந்து சென்று குமாரை நெருங்கி அசட்டு சிரிப்பு சிரிக்க அவன் ஒரு நோட்டம் பார்த்துவிட்டு தன் வேலையை செய்ய இவள் தயக்கமாய் சாக்லேட்டை எடுத்து நீட்டி

ஜமுனா:

இந்தா

குமார்:

என்னது?

ஜமுனா:

ஃபாரின் சாக்லேட்டு. தின்னு பாரு. சூப்பரா இருக்கு

குமார்:

அந்த மயிராண்டி கொண்டு வந்ததா?

ஜமுனா அமைதியாய் இருக்க, குமார் தன் வேலையை செய்ய சாகச கண்களுடன் யதார்த்தமாய் பேசுவது போல..

ஜமுனா:

அண்ணனோட ஃப்ரண்டாச்சேன்னு கள்ளங்கபடம் இல்லாம பழகினேன். அண்ணன் மாதிரியே நெனச்சுகிட்டேன். அவன் என்னடான்னா...

குமார் பார்க்க, சிறு பெண்ணைப் போன்ற முக பாவத்துடன்..

ஜமுனா:

திடீர்னு அசிங்க அசிங்கமா பேச ஆரம்பிச்சிட்டான். பயந்தே போயிட்டேன், தெரியுமா? நல்ல வேள. நீ வந்த உடன தான் எனக்கு மூச்சே வந்துச்சி

கேட்டவன் போலவும் கேட்காதவன் போலவும் விலகிப் போகிறவனை தடுத்து சாக்லேட்டை நீட்டி..

ஜமுனா:

இந்தா

என்று கொடுக்க, அதைப் பிடுங்கி தூரமாய் எறிகிறான் குமார். இதை, சன்னலில் இருந்து பார்த்துவிட்டு யாமினி மறைந்து போவது தெரிகிறது.

குமார்:

போ!

ஜமுனா நான் கவலைப்படுகிறேன் என்று அவனுக்குக் காட்டிவிட்டு உள்ளே வந்து யோசிக்கிறாள். சாக்லேட்டை தின்றவாறே அந்தப் பெட்டியை இழுக்க அதில் சாக்லேட் இல்லை. சற்று குழப்பத்துடன் நகர்ந்து சமையலறையில் தெரியும் யாமினியிடம்..

ஜமுனா:

இதில ஒரு சாக்லேட் இருந்திச்சி. எடுத்தீங்களா அண்ணீ?

திரும்பிப் பார்த்து..

யாமினி:

ப்ஸ..

என்று தலை மறைய

ஜமுனா:

பாத்தன். இப்ப காணோம். எப்டி அது?

என்று குழப்பமாய் முகம் சுழிந்து சன்னலுக்கு திரும்ப, அங்கே குமார் எதையும் கவனிக்காமல் வேலையில் ஈடுபட்டிருக்கிறான்.

★★★★

Sc No : 34

Int / Ext / Day

பேங்க்.

ரோடு.

பேருந்து.

அப்பா பார்த்திருக்க, யாமினி பேப்பர்களில் வரிசையாய் கையெழுத்து போடுகிறாள். சீட்டில் இருக்கிற பேங்க் அதிகாரி காகிதங்களை எடுத்துக் கொடுக்கிறான்.

முடிந்த பின்னர்

அப்பா:

அவ்வளோ தானா சார்?

அதிகாரி ஆம் என்பதாய் தலையசைத்து

அதிகாரி:

இந்த செக்க உங்க அக்கவுண்ட்ல போட்டுரலாம், இல்லயா?

யாமினி:

ம்

என்கிறவளின் முகம் ஏதோ சோர்வில், கவலையில் இருக்கிறது.

அதிகாரி எல்லா பேப்பர்களையும் தொகுத்துப் பார்த்து ஓக்கே என்று செய்ய அப்பா கையெடுத்து கும்பிடு போட்டுவிட்டு வெளியேற, அவரைப் பின்தொடர்ந்து நடக்கிறாள் யாமினி.

பேங்க்கை விட்டு சாலைக்கு வருகிற அப்பா சுற்றும்முற்றும் தேட, யாமினியும் அங்கே இங்கே பார்க்க

ஒரு பெட்டிக்கடை அருகே பீடியை அணைத்துப் போட்டுவிட்டு இவர்களை நோக்கி வேகவேகமாக வருகிறான் குமார்.

குமார்:

முடிஞ்சிருச்சா?

அப்பா:

ம்,ம்..

என்கிறவர்..

அப்பா:

நான் போயிட்டு வந்துடறேன். கூட்டிக்கிட்டு போயிருவே இல்ல?

குமார்:

ஆங்க், போயிருவேன்

அப்பா:

யாமினி, பத்திரம்மா

யாமினி:

சரி, மாமா

அவர் செல்ல..

குமார்:

வாங்க..

குமார் அவளை வழி நடத்துபவன் போல அக்கறையோடு திரும்பி, திரும்பிப் பார்த்து நடக்க, மிகுந்த அடக்கத்துடன் யோசனையாய் நடக்கிறாள் யாமினி.

குமார்:

ஏதாவது கவலையா?

யாமினி:

ம்?

குமார்:

மொகமெல்லாம் ஒரு மாதிரியா இருக்கே? ஏதாவது கவலையான்னு கேட்டேன்?

அவள் அவனைப் பார்க்கிறாள். கண்கள் சந்தித்து விலகுகின்றன. நடக்கிறார்கள்.

குமார்:

ஒன்னு மட்டும் சொல்றேன். அனுபவத்துல சொல்றேன். எடுத்து எடுத்து வச்சு கவலைய பாத்துக்கிட்டுருந்தா கஷ்டம் மட்டும்தான் வரும். பாடுபட்டாவது சந்தோஷமா இருக்கணும், அதான் சரி..

அவள் அமைதியாய் இருக்கிறாள்.

குமார்:

வேலையும் வேணா, மண்ணும் வேணா கெளம்பி வாடான்னு பழனிக்கு ஃபோன் பண்ணவா?

அமைதி.

குமாரும் பேசாமல் நடக்க, சற்றே துடிதுடிக்கும் முகத்துடன்

யாமினி:

என்னன்னெல்லாம் தெரியல. என்னவோ போல இருக்கு. மனசுக்குள்ள ஏதோ ஒரு கஷ்டம். வாய்விட்டு ஒன்னு அழணும் போல இருக்கு

குமார்:

அட என்னங்க நீங்க. உங்கள பெரிய தைரியசாலின்னு

நெனைச்சனே? த்ஸோ, த்ஸோ. அழ எல்லாம் கூடாது. எதுக்கு அழணும்?

எனும்போது அவள் கண்ணீரைத் துடைத்துக்கொள்வதைக் கண்டு அதிர்ச்சி அடைகிறான்.

குமார்:

கடவுளே

என, பொதுவில் அண்ணாந்துவிட்டு..

குமார்:

தயவு செஞ்சு அழாதீங்க. நீங்க அழறத பாக்கும்போது எனக்கு அடைக்குது. அய்யோன்னு கத்தலாம்னு கூட இருக்கு. கத்தவா?

அவள் நிற்காத கண்ணீரினூடே மிக இலேசாய் புன்னகை செய்கிறாள்.

★ ★ ★ ★

ஓடுகிற பேருந்தின் சன்னல் வழியே கடைத் தெருக்கள் ஓடுகின்றன.

ஒரு சீட்டில் யாமினியும், எதிர்ப்புற சீட்டில் குமாரும் அமர்ந்திருக்கிறார்கள். குமார் தூங்கி தூங்கி விழப் போவதை யாமினி கவனிக்கிறாள். மெல்ல, அவளது பார்வை இன்னமும் தீவிரமாய் அவன் மீது படிகிறது. கைப்பையைத் திறக்கிறாள்.

சற்றுநேரம் யோசித்து மெதுவாய் எதையோ எடுக்கிறாள். கொஞ்சம் சிரமப்பட்டு தூங்குகிற குமாரின் தோளைத் தொட்டு இரண்டு தட்டு தட்ட அவன் விழித்துப் பார்க்கிறான். சாக்லெட்டை நீட்டுகிறாள்.

அவன் அதை உற்றுப் பார்த்துவிட்டு முகச் சுழிப்புடன் வேண்டாம் என்று சொல்ல முயல்வதற்குள்

யாமினி:

வாங்கிக்கன்னு சொல்றன் இல்ல?

வாங்கிக் கொள்கிறான்.

யாமினி:

சாப்பிடு

குமார்:

அது... நான் என்ன சின்ன பப்பாவா? சின்ன வயசுலயே கூட...

முடிப்பதற்குள் மூர்க்கமாய்

யாமினி:

சரி, வேணான்னா வெளிய தூக்கிப் போட்டுரு

அவன் அடங்கி, அதைப் பிரிக்க ஆரம்பிக்க யாமினி சன்னலுக்கு வெளியே வேடிக்கைப் பார்க்கிறாள். சில கணங்களுக்குள் முகம் மாறுகிறது.

சாக்லேட் தின்றவாறிருந்த குமார் அவள் பக்கம் திரும்பி அதிர்ச்சியடைய வயிற்றைப் பிடித்துக்கொண்டு அம்மாவென்று வீறிடுகிறாள் யாமினி.

★★★★

Sc No : 35

Int / Day

ஹாஸ்பிட்டல்.

ஹாஸ்பிட்டல் கார்டாரில் ஓரமாய் இருக்கிற ஃபோனில் எதையோ சொல்லி முடித்துவிட்டு பிரமிப்பில் இருந்து விடுபடாத முகத்துடன் காலியாய் இருக்கிற பெஞ்சின் மீது குத்துக் காலிட்டு அமர்கிறான் குமார்.

★★★★

டாக்டர்கள் சூழ்ந்து நிற்க பிரசவ வலியில் துடிக்கிற யாமினி.

★★★★

பெண்:

மொத பிரசவமா?

குமார்:

ம்? ம்! ஆமா

பெண்:

இந்த காலத்துல பயப்படறதுக்கு ஒன்னும் இல்ல. டாக்டருங்க பாத்துப்பாங்க. பொறுமையா இரு

குமார்:

சார்

என்று சொல்லுகிறவன் படபடப்புடன் எழுந்துகொள்ள முயல, அவனை பார்வையாலே உட்கார வைத்துவிட்டு

பெண்:

மத்தவங்க உபதேசம் இந்த மாதிரி நேரத்துல காதுல ஏறாது தான். டென்சன் இருக்கும். உன் பொண்டாட்டி எப்டி? துணிச்சல்காரியா, இல்ல உன்ன மாதிரி தானா?

அந்தப் பெண்மணி ஒரு மாதிரியாய் பார்க்க, எந்த விதத்திலும் சேர்க்க முடியாத ஓர் இளிப்பை இளித்துக் கொண்டிருக்கிறான் குமார்.

★★★★

குழந்தை வீறிட்டு கொண்டு வெளியேறி வந்துவிட்டது.

யாமினி வலியை விழுங்கி அழுகையை நிறுத்துகிறாள். முகமெங்கும் சிவந்து துடிக்க குழந்தையை எட்டி நோக்குகிறாள். ஒரே பார்வையில் அதை உட்கொண்டவளாய் ஆசுவாசமடைகிறாள்.

ஒரு புன்னகை. ஒரு நிம்மதி. கண்கள் அடைந்து கொள்கின்றன.

★★★★

போஸ்டர் குழந்தை ஷ்ஷ்ஷ் என்கிறது.

குமாரை டாக்டர் மற்றும் நர்ஸ்கள் கடந்து செல்கிறார்கள்.

ஒரு நர்ஸ்:

போயி பாக்கலாம்பா..

என்று சொல்லிவிட்டு போக, மிகுந்த தயக்கத்துடன் நடந்து கதவைத் திறந்து உள்ளே பார்க்கிறான் குமார். முகத்தில் விவரிக்க முடியாத அடக்கம், பீதி மற்றும் பல உணர்வுகள்.

யாமினி கண்களை மூடிப் படுத்திருக்க அருகே அந்த சிசு.

இவன் முகத்தில் முதலில் ஒரு திருப்தி.

பின்னர் மகிழ்ச்சி.

தயக்கத்துடன் படுக்கையை நெருங்கி செல்கிறான்.

அவளைப் பார்க்கிறான்.

அவள் அறியவில்லை.

கட்டிலுக்கு அருகே மண்டியிட்டு அமர்ந்து கை, கால்களை அசைக்கிற அந்த புதிய பிறப்பை வியந்து பார்க்கிறான்.

எங்கேயிருந்தோ அவனது முகத்தில் கருணை பிறப்பெடுக்கிறது. கண்கள் முழுக்க ததும்பும் அசலான பேரன்புடன் அந்தக் குழந்தையை நோக்கி குனிகிறான்.

ஏதோ உணர்வில் சட்டென விழித்துக் கொண்டு பார்க்கிறாள் யாமினி.

மிகுந்த பொறுமையுடன் குழந்தையின் சிறு நெற்றியில் முத்தமிடுகிற குமார்.

இவள் முகத்திலும் அதே கருணையின் பேருணர்வு நிறைகிறது. தன்னை இன்னும் கவனிக்காத அவனைப் பார்த்திருந்து, அவனுக்குத் தெரியாமல் தனது கைகளை உயர்த்தி அவனது தலையை வருடுவது போல் காற்றில் அளைகிறாள்.

கண்களில் காதல் புறப்பட்டிருக்கிறது.

★★★★★★

- இடை வேளை -

அத்தியாயம் – 2

மூர்த்தி சிட்டிகைப் போட்டான்.

நாங்கள் மூன்று பேர் 'கடவுளே துணை' யில் இருந்தோம். நான் பீடியை அணைத்தேன். ரவியும் சீனியும் என்னைத் தள்ளியே விட்டார்கள் என்று சொல்ல வேண்டும். வழுக்கிக் கொண்டு நான் இறங்க அவர்களும் இறங்க மதில் சுவர் ஏறி குதித்து நடக்க ஆரம்பித்த மூர்த்தியைத் தொடர்ந்தோம். அவன் கும்மிருட்டில் ஒளி தேடி அலைபாய்ந்தவாறு முன்னேறி நடந்தான். நான் கையை நீட்ட ரவி அதைப் பற்றிக்கொண்டு அழைத்து சென்றான்.

பிளாட்டுகள் மாதிரி அமைந்த நான்கடுக்கு வீடுகள். பின்பகுதியில் எந்த படிக்கட்டுப் பகுதிகளும் திறக்கப்படவில்லை. கிரில் ஷட்டர்களும் பூட்டுகளும் வலுவானவை. ஒரு வழியாய் இடுக்கில் மிஞ்சிய தென்னைக்குப் பக்கத்தில் இருந்த பைப்பின் அருகே வந்து சேர்ந்துவிட்டோம். வழக்கம் போல நான் ஒருமுறை எனது இதயத்தைப் பற்றிக் கொண்டேன். மூர்த்தி தான் பாஸ். ஒரே பார்வையில் எல்லோருக்கும் அவன் அமைதியை வற்புறுத்தினான். நாங்கள் சம்மதம் போல ஒரு மூஞ்சியைக் கொண்டு வருவதற்குள் பைப்பின் மீது ஏற ஆரம்பித்தான். சற்றே தடிமனான சிமெண்டு பைப்பு. நான் ஓரளவிற்கு பகலில் அவ்வப்போது ஒத்திகைப் பார்த்து பழகி வைத்திருந்ததால் தப்பித்தேன். அதுவும் ரவி கீழே ஏறியவாறு எனது புட்டத்தை அடிக்கடி தாங்க வேண்டியிருந்தது.

பால்கனியில் நால்வரும் குதித்த பிறகு முன்னுக்கு நகர்ந்து அந்த சன்னலைப் பார்த்தோம். சன்னமான ஒளி இருந்து, அது திறந்துமிருந்தது. சுவரின் மீது ஏறி மிகுந்த ஒதுக்கத்துடன் மூர்த்தி சன்னலின் திட்டு மீது தாவிக் கொண்டான். நாங்களும் ஏறிக்கொள்ளும் பொருட்டு சுவரோடு சுவராய் நின்றான். இப்போது நாங்கள் மூவரும் நிற்க, மூர்த்தி மெதுவாக உட்கார்ந்தான். அப்புறம் கால்களை எட்டும் திசைக்கு நீட்டிக் கொண்டு படுத்து சன்னலில் விளிம்பில் தொங்கினான். அடுத்தது நான் படுத்தேன். முடிகிற வரைக்கும் தொங்கினேன்.

இப்படியே நான் கீழே தரைக்கு எட்டி நொறுங்குவது போலவும் அம்மு தலையிலடித்துக் கொண்டு கதறுவது போலவும் மனசிற்குள்

ஒரு மின்னல் வெட்டி மறைந்து போயிற்று. அது ஒரு கணம் மூச்சை நிறுத்துகிறது என்றாலும் அடுத்த கணத்துக்கு தாவி விடுவது முக்கியம்.

மற்றவர்களும் நெருக்கிக் கொண்டு முன்னும் பின்னுமாக சன்னல் வழியே பார்த்தோம். முதலில் எல்லாமே கொஞ்சம் கலங்கலாய் தான் இருக்கும். மெல்ல இருட்டு தனது முகத்திரையை எடுக்கும். மூச்சு விடாமல் காத்திருந்தோம். ரவி எனது பின் தொடை மீது ஏறிப் படுத்து வாசனின் தோள் வழியாக சன்னலை அடைந்திருந்ததால் அவனது குறி விறைத்துக் கொண்டே வருவதை அறிந்தேன்.

படுக்கையில் இருந்த உஷாவிற்கு உடம்பில் ஒரு பொட்டுத் துணியில்லை. அவளது புருஷன் ராமஜெயத்துக்கும் தான். ரீனா ராய் நடித்த இந்தி பாம்புப் படம் மாதிரி இருந்தது. அவர் அவளைத் தழுவிக்கொண்டு முத்தமிட்டவாறு மேலே படுத்திருக்கிறார். அப்புறம் கீழே வருகிறார். இப்போது அவள் அந்த வேலையை செய்கிறாள். அப்படியே உருண்டு அவர் மேலே. மறுபடியும் அவள் மேலே. அவள் மல்லாந்திருக்கும் போது அம்மின்னல் நொடியில் அந்த உடம்பு பூராவையும் அள்ளி உள்ளே வைக்க நான் திரண்டபோது, அவர் மல்லாந்து ஒரு நொடி டைம் எடுக்க அவரது பாம்பு எழுவதும் தாழ்வதுமாக இருந்தது. மூர்த்தியும் வாசனும் சிரிப்பில் குலுங்கினார்கள். 'ஆடு பாம்பே' டியூனை ரவி மெல்ல சைகையால் செய்து வாயை மட்டும் அசைக்க வாயைப் பொத்திக் கொண்டோம்.

இதெல்லாம் ஒரு ஜோக்குதான். உள்ளுக்குள் பார்த்த காட்சியின் வீரியம் பாய்ந்திருந்தது.

அவர்கள் தங்களுடைய உடலுறவைத் தொடங்கியபோது நான் கொஞ்சம் அதிகமாக உணர்ச்சி வசப்பட்டேன். உயிராசையை விட்டது இருக்கட்டும். எனது தலை, என்னை மறித்த தலைகளை எல்லாம் கடந்து பார்டரைக் கிராஸ் செய்துவிட்டது. மல்லாந்து படுத்து அவரின் ஊடுருவலை மனக்கண்களில் உணர்ந்தவாறு அசைந்து கொண்டிருந்த உஷா தனது எல்லையற்ற மந்தகாசப் புன்னகையுடன் அவருக்கு நோக்கி தனது உதடுகளைக் குவித்துவிட்டு சாவதானமாக திரும்பினாள்.

நான் தான்.

அப்படியே என்னையே ஒரு நொடி பார்த்துக் கொண்டிருந்தாள். யாரும் இதை நம்ப மாட்டார்கள். நானும் அப்படியே அவளைப் பார்த்தவாறு இருந்தேன். அவளுக்கு எனது முகம் தெரிந்திருக்கும்.

அவள் அவரைத் தட்டி கை காட்டினாள். சட்டென்று விலகி எழுந்த அவருடைய பாம்பு ஒரு சீற்றத்துடன் பொங்கி பொசுக்கென சுருங்கி விழுவதைப் பார்த்தவாறு தலையை இழுத்துக் கொண்டேன். மற்றவர்களும் விலகினார்கள்.

பொங்கும் சிரிப்புக்களுடன் பைப்பில் வழுக்கினோம். கடவுளே துணையில் பொத்திப் பிடித்துக்கொண்டு பீடியைப் புகைக்கும்போது, தூரத்தில் ராமஜெயமும் அடுத்த வீட்டுக்காரர்கள் ஓரிருவரும் வீட்டுக்குள்ளிருந்து வெளியே வந்து கொஞ்சம் தேடியவாறு பேசிக் கொண்டிருந்தார்கள். நாங்கள் பீடியை அணைத்து, தலைகளை இறக்கிக் கொண்டோம். என்ன பேசிக் கொள்வார்கள் என்பது தெரிந்ததுதான்.

ஆறு மாதமிருக்கலாம், அன்று ஒருநாள் கஜலக்ஷ்மி ஹோம் வீட்டில் நடுராத்திரிக்கு தாவியிருக்கிறான் ரவி. உஷ்ண காலம் அல்லவா, கீழ் போர்ஷன் சன்னல் திறந்தே இருந்திருக்கிறது. ஒட்டி நின்றுக்கொண்டு தனது ஒற்றை விரலால் திரைச்சீலையை விலக்கிப் பார்க்க கஜலஷ்மி தூங்கவில்லை. மார்புத் துணியை விலக்கி இலேசாக தடவிக்கொண்டு இருந்திருக்கிறாள். சன்னலை ஒட்டிய படுக்கை. மிகவும் நெருக்கத்தில் அதையே பார்த்துக்கொண்டிருந்த ரவி, சட்டெனத் திடுக்கிட்டு அவளது அடுத்த கரம் எங்கே என்று பரபரத்துவிட்டிருக்கிறான். அவன் பயந்த மாதிரியே அவளது கை தொடை இடுக்குக்குள் பேய் மாதிரி இயங்கிக் கொண்டிருக்கிறது.

ரவிக்கு தொண்டைத் தண்ணீர் வற்றியது. கடவுளே என்று தனக்குள் முனகிக்கொள்ளும் போது தலை சுற்றுவது போலவும் இருந்தது.

அவனுக்கு அவளது புருஷன் சாரதியையும் அவனது சாதி ஜமாவையும் தெரியும். இந்நேரத்துக்கு அருண் டீலக்சில் நான்கு பெக் முடித்துவிட்டு, கேபரேவின் கிளைமேக்சுக்காக காத்துக் கொண்டிருப்பார்கள். ஒருநாள் தவறாமல் வீட்டுக்கு வருவது பின்னிரவு தான்.

தனது காமத்தை அடக்க மாட்டாமல் தவித்துக் கொண்டிருக்கிற அபலையை பார்த்துக் கொண்டேயிருந்த ரவி, ஒரு பக்கம் ஆண்கள் பெண்களில்லாமல் தவிப்பதையும் மறுபக்கம் பெண்கள் ஆண்களில்லாமல் அவதிப்படுவதையும் நினைத்து வருவதற்குள் எதோ ஒரு சமநிலையை பேணுவதாக எழும்பி வந்த ஒரு நினைவின் சொடுக்கில் சட்டென கையை மட்டும் உள்ளேவிட்டு காற்று வாங்கிக்கொண்டிருந்த முலையைக் கசக்கி விட்டான்.

நீங்கள் ஒரு கட்டிலில் படுத்து உங்கள் அந்தரங்கத்துடன் இருக்கிறீர்கள். ஒரு கரம் மட்டுமே நுழைந்து வந்து அடாத காரியத்தை செய்கிறது என்றால் இருளில் நீங்கள் எப்படிக் கூச்சலிடுவீர்கள்?

நாங்கள் தெருமுனையில் இருந்தோம். கடைகள் பூட்டப்பட்ட பிறகு அது நாங்கள் எடுத்துக்கொள்ளும் இடம். நான் ‘மகராசி வாழ்க’ படத்தில் கே.ஆர். விஜயா போற்றுகிற பெண்மையைப் பற்றி வியந்தோதிக் கொண்டிருந்தேன். ஜெயசுதா அந்த அம்மாவின் தங்கை. அவளுக்கு அவ்வளவு காஜி ஆகாது என்பதை மூர்த்தியும் ஆமோதித்துக் கொண்டிருந்தான். ஜெய்கணேஷ் தமிழ் சினிமாவிற்கு கிடைத்த பொக்கிஷம் என்று மார்பு விம்மும்போது தான், ரவி புயல் மாதிரி எகிறி வந்து எங்களை விலக்கி நடுவில் உட்கார்ந்து கொண்டான்.

மூச்சு வாங்கிக்கொண்டு நீ பேசு, நீ பேசு என்றான்.

என்ன ஆயிற்று? என்ற கேள்விக்கு ‘உஷ் உஷ்’ என்றான். வாயைப் பொத்தி மூச்சுவிட்டு மறுபடி பொத்தி மூச்சுவிட்டு வேகவேகமாக பிராணாயாமம் நடந்தது.

சந்திலிருந்து பேச்சுக் குரல் கேட்டது. யாரோ வந்து கொண்டிருக்கிறார்கள். ஆமாம். சாரதியின் அப்பா, மற்றும் தம்பிகள், அக்கம் பக்கத்தில் இருப்போர், அவர்கள் வீட்டுக்கு மறுபுறத்தில் இருக்கிற லாரி ஷெட்டில் படுத்திருந்த பையன்கள் என்று ஒரு சரியான டீம். தங்களுக்குள் பேசிக் கொண்டிருந்தார்கள் கிளர்ச்சியுடன். நாங்கள் ரவியை என்னடா என்று ரகசியமாகப் பார்த்துக் கொண்டோம்.

ரவி எழுந்து கொண்டான்.

“என்னப்பா பிரச்சின?”

சாரதியின் அப்பா முன்னேறி வந்தார்.

“என்னாச்சுப்பா?”

“நம்ம ஏரியாக்குள்ள திருடன் பூந்துட்டாம்பா.”

“ஐயையோ, நெஜமாவா?”

“நம்ம மருமக படுத்துக்கிட்டு இருந்துருக்கா. அந்த ஜன்னல மூடி வெச்சு இருந்துருக்கக் கூடாது? வந்தவன் கை வுட்டுட்டுருக்கான்.”

ரவி அவரையே பார்த்துக்கொண்டு நின்றான்.

"ஒன்னும் இல்ல. சாரதி இப்ப வாங்கிக் குடுத்த டைம்பீசு அங்க இருந்துருக்கு. அதத் தட்ட ட்ரை பண்ணியிருக்கான். ஆனா மருமக உஷாரு. சவுண்டு குடுத்துட்டா."

அந்தத் திருட்டு தேவடியா மகன் ஓடியிருப்பானா, அல்லது எங்காவது சந்து பொந்தில் ஒளிந்து கொண்டிருப்பானா என்கிற நியாயமான சந்தேகத்தைக் கேட்டான் ரவி.

அனைவரும் சுதாரிப்படைந்தார்கள். அவர்கள் கொண்டு வந்த கட்டைகளில் ஒன்றை வாங்கிக்கொண்டு, அவன் முன்னால் நடக்க மற்றவர்கள் பின்னால் போனார்கள்.

ஆபஸ்ட்பரியில் ஒரு திருமணம். எங்களைப் போன்ற சிலரைத் தவிர வந்தவர் மொத்தமும் கோடீஸ்வரராக இருந்தாலும் டைனிங் ஹால் அருகே கூட்ட நெரிசல். கஜலக்ஷ்மியிடம் அன்று உன் மாரைப் பிடித்தது நான்தான் என்று ரவியால் சொல்ல முடிந்துவிட்டது. அவள் ஒரு பெரிய பிறவிக் கலைஞனைப் பார்ப்பதைப் போல அவனைப் பார்த்ததை, நாங்கள் அனைவருமே பார்த்தோம்.

ஒருநாள் சரியான நேரம் அமைந்தால் ஒரு முத்தம் மட்டும் தருவதாக நல்லதம்பியிடம் சொல்லி அனுப்பியிருக்கிறாள்.

நானே அவளை, அவளது அந்தப் பார்வையை மனதில் கொண்டு வந்து நூறு தடவை இன்பம் துய்த்திருக்கிறேன். ரவி இளைத்துக் கொண்டே போகிறான்.

இன்று அவளில்லை. உஷா.

இருப்பவனுக்கு ஒரு பொண்டாட்டி. இல்லாதவனுக்கு, அது வேறு கதை அல்லவா?

காலையில் எழுந்தபோது கண்கள் எரிந்தன. இரவு தூங்க முடிந்தால் தானே. சங்கதி வேறு ஒன்றுக்கு இரண்டு தடவை. காலையில் எக்ஸாமுக்கு எழவெடுக்கப் போக வேண்டும் என்பது மட்டும் இல்லாதிருந்தால் மொத்தமும் வறண்டிருக்கும். பஸ்சில் போகும்போது அவசர அவசரமாக புத்தகத்தைப் புரட்டினேன். என்றோ ஒருநாள் இதுமாதிரி கொஞ்சம் புரட்டினதோடு சரி. பதட்டமாக இருந்தது. பார்வையை ஓட்டிக்கொண்டு போனாலும், அதன் சாரத்தை மனசு அள்ளிக் கொண்டிருந்தது.

டிபன் வாங்கிக் கொடுத்தார்கள்.

சந்திரகுமார் மிகவும் பாந்தத்துடன் "நல்லா படிச்சிட்டு வந்து

இருக்கீங்க, இல்ல?" என்று கேட்டான். படிக்காமல் இருப்பேனா என்கிற புன்னகையை காட்டும்போது திக்கென்று இருந்தது.

எக்ஸாம் ஹாலில், ஹால் டிக்கெட்டில் சந்திரகுமார் என்று கையெழுத்தைப் போட்டு முடித்து அங்கிருந்து அந்த நெட்டை ஆள் போன பிறகுதான் வினாத்தாளில் இருந்த கேள்விகள் புரிய ஆரம்பித்தன. ஒன்று கூட தெரியாது போலிருக்கிறதே? இல்லை, இது தெரியும். இதுவும் தெரியும். அப்புறம் பார்த்தால் மூன்று பக்க வினாக்கள் ஐந்து, ஆறு பக்க வினாக்கள் மூன்று எல்லாவற்றிற்குமே பதில் தெரியும்.

அல்லது கதை அளக்க முடியும்.

ஐரோப்பிய வரலாறை ஒரு ரோடு சண்டை மாதிரி வைத்துக் கொண்டால் யார் யார், யார் பக்கம். இவன் எவனை அடித்தான், கொள்ளையடித்ததை எப்படி பங்கு வைத்துக் கொண்டார்கள் என்று மொத்தமும் பைத்தியக்கார வெறியாட்டம். லட்சக்கணக்கில் ஜனங்களைக் கொன்று தீர்த்தான்கள். கொஞ்சம் வயித்தெரிச்சல் வந்ததால் பாஷையில் ரீங்காரம் கூடியது. பயல் ரசித்து எழுதி இருக்கிறானே என்று எவனாவது கொஞ்சம் மார்க்கை கூட்டிப் போட்டால் சரி.

சந்திரகுமார் கரத்தைக் குலுக்கி, நான் வெற்றியை உறுதிப்படுத்தினேன். அவனது ஹரியர் பேப்பர் ஆறு, கரண்ட் மூன்று என்று மொத்தம் ஒன்பது எழுதிக் கொடுத்திருக்கிறேன். ஒரு சாதனைத்தான்.

ஒருநாள், உட்காரும் டேபிளில் நம்பர் இல்லாமல் குழப்பமாக அது சம்பந்தப்பட்ட கூட்டம் கூடி பிரின்சியே என்னைத் தோளில் கைப்போட்டு அழைத்துச் சென்று எனது இடத்தில் சேர்ப்பித்திருக்கிறார். ஏண்டா, நீ இந்தக் கல்லூரியில் தானா படிக்கிறாய்? என்று அந்த மனிதர் புன்னகையுடன் கேட்டிருந்தால் கூட மூத்திரம் போயிருப்பேன்.

இதெல்லாம் என்ன வேலையென்று சற்றே கோபத்துடன் நூறு ரூபாய் போட்டுக் கொடுக்க முடியுமா என்று அறச்சீற்றத்துடன் கேட்டது தவறவில்லை. ஆயிரம் ரூபாய் சுளையாகக் கொடுத்தான் சந்திரகுமார். அவனது பெயருடன் படிப்பையும் சேர்த்துப் போட்டு, வருகிற மனைவி வீட்டில் ஒன்றுக்கு பத்தாக கலக்சன் பண்ணிக் கொள்வான்.

சரி, இந்தப் பணத்தை என்ன செய்யலாம் என்று கேட்டான் ரவி.

முதலில், ரவிக்கு தான் எழுதினேன். தமிழ் வராது என்பதால். நட்புக்காகவும். பின்னால் அதே நட்பைச் சொல்லி பலரும் அணைத்துக்கொண்டு உதவி கேட்டார்கள். ரவி ரேட்டு போட்டான். ஹாஸ்டல் பையன்கள் மொத்த பேரோடும் பழக்கம்.

மாணவர் போராட்டம் இந்தக் கல்லூரியில் இருந்து உக்கிரமாக தொடங்கிப் பரவி, அது அத்தனை கல்லூரிகளுக்கும் நடந்து இறுதியாக தமிழகம் ஸ்தம்பிக்கக் காரணமாயிருந்த நாங்கள் எங்களுக்குள் ரொம்ப நெருங்கியிருந்தோம். மச்சான், மச்சான், மச்சான். எல்லாருமே பலமுறை ஒரு தட்டில் அள்ளி சாப்பிட்டோம்.

ஒரு எக்ஸாம் என்ன அவ்வளவு முக்கியமா? காசு வேறு வருகிறது.

ரவி பணத்தை என்ன செய்யலாம் என்று கேட்டதற்கு நான் பதில் சொல்லுவதற்குள், கெட்ட வழியில் வந்த பணத்தை கெட்ட வழியில் தான் செலவழிக்க வேண்டுமென்று எச்சரிக்கை செய்தான். நான் அதில் ஆர்வமாயிருந்தேன்.

கீழ் திருப்பதியில் நான் தேர்வு செய்த பெண்ணிற்கு என்னைக் காட்டிலும் பத்து வயது அதிகமிருக்கும். அப்போது அதுதான் எனது லட்சியமாகவே இருந்தது என்பதுடன் அதை நிறுத்திக் கொள்கிறேன். குண்டு பல்பு மட்டுமிருந்த அரையிருட்டில் நான் அவளைக் கொஞ்ச முற்பட்டபோது எங்கேயோ இருந்தாள். எனக்கு எதுவும் சரிவர பிடிபடவில்லை என்றே சொல்ல வேண்டும். இவ்வளவுதானா என்று பலவற்றையும் ஆராய்ந்து கொண்டிருந்தேன். அவள் கனவிலிருந்து விடுபட்டு என்னவோ சொன்னாள். 'எனக்கு தெலுங்கு வராது. என்ன?' என்று மறுபடியும் கேட்டேன். மறுபடியும் என்னவோ சொன்னாள்.

"ஆங்? இங்கிலீஷ் கூட தெரியாதா?" என்றாள். என்ன இங்கிலீஷ் பேசினாள் இப்போ!? நான் சுத்தமாக விழித்தேன்.

"உன் அத்த தூக்கி என் இத்துல வைய்யி!"

ரவியும் அவனது மாதேஸ்வரியும் அறையைத் தட்டினார்கள். நால்வரும், பீரும் பிரியாணியும் சாப்பிட்டோம்.

எனது ஜோடியான சுனிதா தனது மகளைப் பற்றி சொன்னாள். ஊரில் பாட்டியுடன் இருக்கிறாளாம். அவளுக்கு என்னென்ன பிடிக்கும் என்பதெல்லாம் சொல்லிவிட்டு, அவள் பாடுகிற நர்சரி ரைம்சை எல்லாம் பாட ஆரம்பித்தாள். ஒரு கட்டத்தில் அறையலாமா என்றுகூட இருந்தது.

ஆனால் நானும் ரவியும் ஒரு ஆறுமணி வாக்கில் அங்கிருந்து புறப்பட்டபோது, வராந்தாவின் இடுக்குகளில் கொத்துக்கொத்தாக கடும் உழைப்பிற்கு அப்புறம் வந்த பெண்கள் அலங்கோலமாக படுத்துக் கிடந்தார்கள். அதில் சுனிதாவும் இருந்தாள். அவளது வாய் அப்படி திறந்திருந்தது. எச்சில் இறங்கிக் கொண்டிருந்தது. நான் அவளது முலைகளைக் கசக்கும்போது பால் சுரந்ததோ? இந்த எண்ணம் எனக்குள் எதையோ கிளறியது. ரவிக்கு தெரியாமல் நான் கண்களை துடைத்துக் கொண்டேன்.

இனி, இதற்கு மேல் இப்படி எல்லாம் இல்லை என்று திருக்குளத்தில் மூழ்கி எழுந்து கொள்ளும்போது சங்கல்பம் எடுத்துக்கொண்டேன். நான் நல்லவன் போலிருக்கிறதே என்று வந்த சந்தேகம் நன்றாகத்தானிருந்தது.

அப்புறம், நான் எனது அம்முவை நினைத்துக்கொள்ளும்போதெல்லாம் நல்லவன் தான். ஆனால் அவளை நினைத்தவாறே இருப்பதுதான் எரிந்து கொண்டிருக்கும். பெரும்பாலும் அவளது நினைப்பே வரக்கூடாது என்பதற்காகத் தான் பல்டி போட்டுக் கொண்டிருப்பேன். ஒருவேளை எனக்கு அம்மு என்கிற ஒருத்தியை தெரியாமல் போயிருந்தால் எப்போதுமே நல்லவனாக இருந்திருப்பேனோ என்னமோ?

★★★★★

ஒரு வாரத்திற்குள் அந்தத் தகராறு வந்து விட்டது.

அம்மு வள்ளியம்மை டிரஸ்ட் ஸ்கூலில் படிக்கிறாள். நான் அவள் போவதைப் பார்க்கிற தூரத்தில், அந்த பார்க் சுவரின் மீது அமர்ந்துகொண்டு, ஜூட்டின் தோள்களில் கரத்தைப் போட்டு பிரிஸ்டால் சிகரெட்டை ஊதியவாறே இருப்பது வழக்கம். அவள், தனது இரண்டு தோழிகளுடன் வந்தவாறே, எங்களைத் தூரத்திலேயே கவனித்துவிட்டுத் தலையை குனிந்தாளென்றால், தாண்டும்வரை நிமிர மாட்டாள். இப்போதும் அதுதான் நடந்தது.

நான் ஃபூ ஃபூ என்று அடிவயிற்றிலிருந்து ஊதிக் கொண்டிருக்கும் போது ஒன்றை கவனிக்கவேண்டி வந்தது. சைக்கிளில் ஒருத்தனை முன்னே உட்கார வைத்துக்கொண்டு மற்றொருவன் அவர்களைத் தொடர்கிறான். இந்த ஏரியா பையன்கள்தான். இரண்டு பேரும் செயின்ட் ஜார்ஜில் படிக்கிறவன்கள். யாரை? அம்முவையா பிராக்கெட் போட ஐடியா!? டேய். என்னடா இது. பத்து நிமிஷம் போயிற்று. அந்த இரண்டு பேர் எங்களைப் பார்த்தவாறே திரும்பிப் போனார்கள். நாங்களும் அவர்கள் மறைகிறவரை பார்த்துக் கொண்டிருந்தோம்.

என்ன செய்யலாம்? என்று ஜுட் கேட்டான். அவன் எங்களுடைய காதலுக்காக உயிரையும் விடுவேன் என்று பல சந்தர்ப்பங்களில் சொல்லியிருக்கிறான். நாளைக்கு பையன்களை சொடக்கு போட்டுக் கூப்பிட்டு எச்சரித்து அனுப்பி விடுவோமா. சற்றே கிளர்ச்சியுடன் பேச்சு நீண்டதில் அந்த இரண்டு பேருடன் ஒரு கூட்டமே எங்களை நெருங்கியிருப்பதை கவனிக்கவில்லை. ஒரு கணம் அடிவயிற்றில் ஜில்வென்றது.

“ஏய், எறங்குங்கடா”

இறங்கினோம்.

“ஏரியா வுட்டு ஏரியா வந்து என்ன பண்ணிக்கிட்டு இருக்கீங்க?”

ஜுட் ஒருவிதமான நட்புப் புன்னகையுடன், “நாங்களே உங்ககிட்ட பேசலாம்னு இருந்தோம் ஸ்நேகிதா. உள்ள போயி பேசலாமா, இல்ல இங்க உக்காந்து பேசலாமா? அப்டிக்கா இண்டியன் டீ ஸ்டாலுக்கு போனாக்கா டீ சாப்ட்டுக்கிட்டே கூட பேசலாம்?”

ஒருவன் முதலில் ஜுட்டை அறைந்தான்.

பின்னர் அத்தனைப் பேரும் சராமாரியாக அடித்தார்கள். பாஸ்கர் என்கிறவன் கீழே விழுந்த ஜுட்டை எட்டி உதைத்தது பயங்கரமாக இருந்தது. ஒருத்தன் கூட எதற்கோ என்னைத் தொடவில்லை.

மௌனமாக திரும்பினோம்.

மல்லாந்து படுத்துக் கொண்டிருந்ததில் இரவு தெரியும். ஓடுகளுக்கு நடுவே வைக்கப்பட்டிருந்த கண்ணாடி சில்லில் மாமர இலைகளின் அசைவையும் நிலா ஒளியின் கண்ணாமூச்சியையும் பார்த்துக்கொண்டு வெகுநேரம் கிடந்தேன்.

நாய்களின் தொடர் குரைப்பு தேய்ந்துகொண்டே வந்தது.

கண்கள் கிறங்கி இமைகள் அடையும்போது அம்மு என்று இழுப்பில் போவேன்.

அது, அவளைக் கண்ட நாள் முதல் தொடங்கிய எழவு. சபரிமலைக்கு மாலை போட்டிருந்த அந்த நேரத்தில் அம்மாவிற்கு தீட்டு நேரம் வர அப்பா கடையில் படுத்துக்கொள்ள, என்னை கேசவன் மாமா வீட்டில் விட்டார்கள். அந்த வீட்டில் நான் எல்லா திக்கிலும் நின்று விழித்தேன். எனது சம வயதிலிருந்த அம்முவோ எப்போதும் என்னை நடுங்கச் செய்தாள். அவள் ஆங்கிலத்தில் புலி. இருவருக்குமான டியுஷன் சார் எல்லாவற்றையும் ஒப்பிக்க வேண்டிய பாடங்களை அவளிடம் சொல்ல வேண்டுமென்று ஒப்புவித்தார். நான் தமிழில் புலி என்று சொன்னேனா? அவள்

அதை எல்லாம் பேச்சே இல்லாமல் தவிர்த்து விட்டு என்னிடம் கேள்விகளாகக் கேட்டாள். நான் ஸ்கூலுக்கு போனாலும் அங்கேயும் இவளுக்காக படிக்க வேண்டியிருந்தது. இன்னொரு பொறி மலையாளம். அவர்கள் வீட்டில் அதுதான் புழங்கும். என் வீட்டில் நான் அப்படி பழகவில்லை.

எல்லாம் சேர்ந்து எனக்கு தூக்கமில்லாமல் போக, ஒருநாள் நான் என் வீட்டுக்கு ஓடி வந்துவிட்டேன். அவர்கள் பிளேட்டில் அடுக்குகிற பத்து இட்லிகளை என்னால் விழுங்க முடியவில்லை என்று என் அம்மாவிடம் கூச்சல் போட்டேன்.

ஆனால், அடுத்த மாதமும் அங்கே போக வேண்டியதாயிற்று. முதல் நாள் சாயந்திரம் படிக்க உட்கார்ந்ததும் அம்மு என்னிடம் புன்னகைத்தாள்.

"என்னடா இது? முடிந்தால் படி. இல்லையென்றால் விடு. நான் சாரிடம் எதுவும் சொல்ல மாட்டேன்."

இவளை முதன்முதல் பார்த்த நிமிடத்தில் தொடங்கியிருந்த தவிப்பு ஒருமாதிரி வெளியில் வராமல்தான் இருந்தது. இப்போது அது குதியாட்டம் போட்டது. உலகின் துயர்கள் பூராவும் என் மீது மொத்தமாக இறங்கின. என்னை வைத்துக்கொண்டு அவள் ரோஜாசெடி எல்லாம் நட்டாள்.

அவளது விழிகளை உருகியவாறு தான் மருதமலை ஏறினேன். குருவாயூரில் தொழுதேன். காடாம்புழ, சோற்றானிக்கர, கொடுங்கல்லூர் அம்மாக்களை ஏற்றமானுர் கருத்துருத்தி, வைக்கம் அப்பன்களை நேரிட்டு நின்றேன். எருமேலியில் நடனமாடினேன். அழுதை நதியில் மூழ்கி எழுந்தேன். கரிமலை ஏறியிறங்கி, பம்பையில் விளக்கு பார்த்து, நீலிமலைக்கு அப்புறம் பொன்னு பதினெட்டு படிகள் தொட்டேன். மஞ்ச மாதாவைக் கண்ணீரோடு உணர்ந்தேன்.

வீட்டுக்குத் திரும்பி வந்த பத்து நிமிடத்திற்குள், ஒரு காரணம் வைத்து அம்மு வந்தாள். அப்பாவிடம் பேசினாள். அம்மாவிடம் பேசினாள். அவள் என்னைப் பொருட்படுத்த மாட்டாள் என்று நான் விலக நினைக்கும்போது, சட்டெனத் திரும்பி என்னை முழு பார்வையாலும் ஒரே வீச்சில் அள்ளிக்கொண்டு ஒரு தலையசைப்புடன் போனாள்.

ஒரு வழியாக, அவள் பெரிய மனுஷியாக ஆனதும்தான் நான் என்னை சுமந்துகொண்ட நாட்கள் முடிவுற்றன. அவள் முதலில் வெட்கப்பட்டுக் கொண்டு போனாள்.

இடைவெளிக்கு, கோபப்பட்டு முறுகிக்கொண்டதில் எனது முகமும் மாறியவாறு வந்தது. அவளது பார்வையில் இப்போதெல்லாம் பல துஷ்ட குணமுடைய ஒருவன் சிகரெட்டு புகையை ஊதுவதாக இருந்தாலும், என்னை அடிமனதிலிருந்து வெறுக்கிறவளாக இருந்தாலும் சரிதான். டேய், அவளைப் போய் இன்னொருவன் துரத்துவதாவது.

பார்க்கின் சுவர் மீது நான்கு பேர் தான் இருந்தோம்.

எதிரே வந்து கொண்டிருந்தார்கள்.

சமரசம் பேசிக் கொள்ளலாம் என்று திட்டமிடப்பட்டிருந்தது. ரவியும் அவர்களுடைய பள்ளியில் படிக்கிறவனில்லையா, அங்கேயும் இங்கேயும் நடந்து பேசி உறுதி செய்திருந்தான்.

நாங்கள் இறங்கினோம். அவர்களை நோக்கி நடந்தோம். எல்லோரும் ஒருவிதமான தலைக் கவிழலுடன் சோம்பலாக முன்னேறினோம். அவர்கள் அப்படியே எங்களை சேருவதற்குள் ஜூட் பாய்ந்தான். எங்களுடன் இருந்த மற்ற மூவரும் பாய்ந்தார்கள். அதற்குள் பார்க்கினுள் இருந்த ஜூட்டின் நண்பர்கள் தாவி வந்தார்கள். பிள்ளையார் கோயில் பக்கமிருந்து புள்ளைங்க ஒரு ரிக்சாவில் பறந்து வந்து கொண்டிருந்தார்கள். சுற்றி சூழ்ந்து பிளந்து கட்டினோம். அங்கேயே இருந்த தமது வீடுகளுக்குள் புகுந்தவர்களை வெளியே இழுத்துக் கொண்டு வந்து அடித்தோம். ஒருவனை அடிக்கும்போது, அவனது அண்ணன் அக்கா எல்லோரும் வந்தார்கள். அவனை அடித்து சாய்த்து அவனது வீட்டு முள்வேலியை உடைத்தோம். புகழ்பெற்ற பிக் பாக்கெட் ஆட்களான அன்வரும், கற்கலும் ரோட்டில் கத்தியை இழுத்து நெருப்பு பறக்க வைத்துக் காட்டினார்கள்.

அந்த நிழல் ரோட்டின் எல்லா வீடுகளும் அடைக்கப்பட்டன. நாங்கள், ஒரு பெரிய கூட்டமே அந்த சாலையெங்கும் நிறைந்து நடந்து யாருமே கேட்டிருக்க முடியாத வசைகளை எதிரொலிக்க செய்தோம். சரியான ஆனந்தத் தாண்டவமென்று தான் அதை சொல்ல வேண்டும். ஆனால் பூட்டிய வீட்டுக்குள் அத்தனைப் பேரும் தங்களுடைய ஃபோன்களை சுழற்றியிருக்க மாட்டார்களா.

நான் அத்தனைப் பேரையும் முடுக்கினேன். பைக்குகளில், சைக்கிள்களில் மூவர் மூவராக ஏறிக்கொள்ள அத்தனைப் பேரையும் விரைய வைத்து, நான் கடைசியாக அந்த சைக்கிள் ரிக்சாவில் ஏறிக்கொண்டேன்.

சண்டை முடிந்தாலும் அதன் விறுவிறுப்பு யாருக்கும் அடங்கவில்லை. கத்தி வைத்திருந்தோர் அதை சுழட்டிக் கொண்டு சென்றார்கள். மற்றவர்கள் கையையாவது சுழட்டிக் கொண்டு கடக்கிற ஜனங்களை எல்லாம் எச்சரித்துக் கொண்டே சென்றார்கள். என்னதான் நான் பூனைப் போல பம்மினாலும் கேசவன் மாமா என்னைப் பார்க்கவே செய்தார்.

அதுகூடப் பரவாயில்லை. எங்களுக்கு முன்னே போனவர்கள் இயல்பாக என் வீட்டுப் பக்கம் சென்று இறங்க, நாங்களும் தொடர்ந்து வந்து இறங்க என் அப்பா மலைத்துப் போய் பார்த்துக் கொண்டிருந்தார். அவருக்கு என்னைப் பார்க்கவே பயமாக இருந்திருக்க வேண்டும். அன்வர், கற்கல், தேவா, பால்ராஜ் எல்லாம் அவர் கடை வைத்திருக்கிற ஏரியாவில், அவர் பார்த்து வளர்ந்த பையன்கள். அவன்களுக்கு குருவாயிருக்கக் கூடிய கில்லாடிகள் எல்லாருமே கூட அவருக்கு நெருக்கமானவர்கள்தான். இருந்தாலும், நாலு பிள்ளைகளைப் பெற்ற பிறகு எழுகிற கோழைத்தனம் அவரை மடக்கி வைத்திருந்தது.

இப்போதுமே சர்வ சல்பிகளையும் பார்த்துக் கொண்டிருக்கிறவர். ஒருவன் அவரது வயிற்றுக்கு கத்தியைக் கொண்டு வந்தாலும் வெறுங்கையுடன் அவனை நேர்க்கொண்டு அவனை அடித்தவாறு குத்துடா குத்துடா என்பது நான் நடுங்கிப் போய் நின்று பார்த்த காரியம்.

என்னை இப்படி பார்த்து அவரால் நம்ப முடியவில்லை.

ஏரியாவின் எல்லா கில்லாடிகளுடனும் இவன் எப்போது சேர்ந்தான். நமது ஜேப்படி நண்பர்கள் வேறு இருந்தார்களல்லவா?

அவர் அம்முவின் ஏரியாவிற்குப் போயிருப்பார். கேசவன் மாமாவுடன் பேசியும் இருப்பார். அடி வாங்கின பல பேரும் மலையாளிகள். அப்பாவிற்குப் பழக்கமானவர்கள். போலீஸ் என்னையும் பையன்களையும் பிடிக்காமலிருக்க என்னென்ன காரியங்கள் செய்யவேண்டி இருந்ததோ, எவ்வளவு பணம் செலவாயிற்றோ எனக்குத் தெரியாது.

நிறைய பேருக்கு நிறைய அடி. பாஸ்கர் ஆஸ்பிட்டலில் அட்மிட் செய்யப்பட்டான். உண்ணிக்கு ஒரு பல் காலி. ஓரிரு நாட்களில் மார்க்கெட் பகுதியை சேர்ந்த ஆட்களுடன் அவர்கள் எங்களைத் தேட முயன்றார்கள். அங்கே எனக்கும் ஜுட்டுக்கும் பழக்கமான ஆட்கள் இருக்கவே, தேடுவதாக சுற்றிக் கொண்டிருந்தோர் மிரட்டப்பட்டு திருப்பப்பட்டனர்.

அப்புறம் எல்லோரும் ஒரு திருவிழா நேரத்தில் கைகுலுக்கிக் கொள்ள நேர்ந்தது. அம்முவோடு சேர்ந்து வருகிற ஷீலாவை பாஸ்கர் காதலிப்பதில் எனக்கென்ன விரோதம் இருக்கப் போகிறது? எங்க ஜமாவும் அவர்களுமாக நடந்து சென்று, முரளி கிருஷ்ணா அருகே பட்டர் பிஸ்கட் சாப்பிட்டு மலாய் பால் குடித்து, முடிந்த வரையில் கட்டியணைத்துக் கொண்டோம்.

இதெல்லாம் சரிதான், அம்மு இன்னமுமே என்னை விட்டு விலகி தூரமாகப் போனாள்.

★★★★★

நான் இரவெல்லாம் பிசி. தினமும் வந்து படுக்க மணி இரண்டு அல்லது மூன்றாகி விடும். சிலநேரம் பியர் குடித்து விட்டு ஹோட்டலில் சாப்பிட்டு லோக்கல் தியேட்டருக்கு போயிருப்போம். அல்லது குடிக்காமல் மவுண்ட் ரோட்டிற்கோ புரசைவாக்கத்திற்கோ போய் திரும்பியிருப்போம். திரும்பி வந்து உடனே தூங்கிவிட முடிவதில்லை. சில சம்பிரதாயங்கள் இருக்கும். எல்லாம் முடிந்து தூங்க ஆரம்பித்து எட்டுமணி வாக்கிலெல்லாம் அது உச்சம் கொண்டிருக்கும். அந்த நேரத்தில், நான் படுத்திருக்கிற அறைக்கே வந்து எழுப்பினாள் சங்கரி. அப்பா அம்மா தம்பிகள் எல்லாம் பார்த்திருக்க அவள் என்னைப் போட்டு உலுக்கினாள்.

விழித்தவன் என்னையறியாமல் அதிர்ந்து “ங்கோத்தா. என்னா?” என்றேன்.

அவள் மூன்று பையன்களுக்கு அம்மா. கொஞ்சம் மூளை வளர்ச்சி குறைவு. நாங்கள் அவளைப் போட்டு ஆட்டி வைப்பது வழக்கம்தான். வீணுக்கு சண்டை இழுப்போம். அவள் குளிக்கிற நேரம் பார்த்து வீட்டுக்குள் புகுந்து கிச்சனில் இருக்கிற பித்தளை டிபன் பாக்ஸில் இருந்து சில்லறைகளை அள்ளி இருக்கிறோம். அவளது புருஷன் ஒரு வழுக்கைத் தலையன். அவளுக்கு புகார் சொல்கிற அளவிற்கு துணிச்சல் கிடையாது. சொன்னாலும் எங்களை கேள்வி கேட்கிற அளவிற்கு அவனுக்கு எண்ணம் கிடையாது. ஏனென்றால் அவனுக்கு ஒரு வைப்பு இருந்தாள். அவள் இவ்வீட்டுப் பெண்மணியை விலக்கி நிறுத்திவிட்டு படுத்து முடித்து காசடித்து செல்வாள். கண்ணில் பிதுங்கும் மை, ரோஸ் பவுடர், ஜிகினா புடவை என்று சிக்குபுக்கு ரயில் மாதிரி அந்த வீட்டுக்குள் ஓடி வந்து கதவை சாத்திக் கொள்வது ஒரு மாதிரியாகத் தானிருக்கும்.

‘கடவுளே துணை’. அது ஒரு சிதிலமடைந்த லாரி என்பதை சொன்னேனா? அதிலிருந்து எட்டிப் பார்த்தால் முகத்துக்கருகில்

குளிக்கிற அவளைப் பார்க்க முடியும். என்னைப் பார்த்து புன்னகை செய்தவாறே அம்மணமாக காக்கைக் குளி குளிப்பாள். அந்தப் புன்னகை பற்றின கற்பனைக்கு யாரும் போகத் தேவையில்லை. அது ஓர் ஏளனப் புன்னகையாகத்தானிருந்தது. வழுக்கைத் தலையனுடன் படுக்கும்போதும் அப்படித்தான் அவள் புன்னகைத்துக் கொண்டு இருந்திருக்க முடியும். அவளது கதை இப்போது நமக்கு தேவையில்லை.

ஆனால், சங்கரி அழுதுகொண்டு கேட்கிற அயர்ன் பாக்சை, அவள்தான் எடுத்துக்கொண்டு போயிருப்பாள்.

“குடுறா. அத எங்க ஒளிச்சு வெச்சிருக்க? நான் திரும்பி வரும்போது அயர்ன் பாக்ஸ் இருக்கணும்னு பாவா கடைக்கு போயிருக்காரு. கடைக்குப் போயிட்டு வந்த ஒடனே என்னத்தாண்டா அடிப்பாரு. நீ தானே என் வீட்ல வந்து திருடறவன்? எங்கடா ஒளிச்சு வெச்சிருக்க?”

அப்பா அதிர்ச்சியில் நகர்ந்து போனார்.

அம்மா சமாதானத்துக்கு முயன்றாள்.

சங்கரி தனது பாட்டை நிறுத்தவில்லை. நான் என்ன விளக்கம் கொடுத்தாலும் அவளது மண்டை அதை எடுக்காது. அவளது பையன் வந்து, நைனா கூப்பிடுகிறார் என்றதும் நான் அவளைத் தள்ளிக்கொண்டு என் அப்பாவை தாண்டிக்கொண்டு வெளியே ஓடி, தனது வீட்டு வாசலில் உக்கிரமாய் நின்றுகொண்டிருந்த வழுக்கையிடம்..

“யோவ், உன் கீப்பரு தாய்யா அத சுட்டுட்டு போயிருக்கும். உன் பொண்டாட்டிய நீ இப்ப அடக்கி வைக்கறியா, இல்லையா?” என்று கூச்சலிட்டேன்.

அப்பாவின் பார்வையில் பட்டுவிட்டதைத் தவிர இந்தக் காட்சியில் பெரிய அவலச் சுவையெல்லாம் எதுவுமில்லை.

எனக்கெல்லாம், அல்லது என்னோடிருந்தவர்களுக்கெல்லாம் சினிமா பார்ப்பதுதான் முக்கியம். அல்லது அதற்கு காசு சம்பாதிப்பதுதான் முக்கியம். நாங்கள் பால்கனியிலோ, ஃபஸ்ட் கிளாசிலோ உட்கார்ந்து ஆடம்பரமாக படம் பார்ப்பவர்களும் அல்ல. புகைப் பழக்கம் இருந்தவர்கள் கூட சிக்கனமாய் பீடிக்கட்டு வாங்கி வைத்துக் கொள்வோம். வாரத்தில் ஒரு படம் ரிலீசாகி விடுவதுடன், ஏகப்பட்ட பழைய படங்கள் பார்க்காத லிஸ்டில் இருக்கின்றன. அதற்கு யாரிடமும் திருப்பிக் கொடுக்காத கடன் வாங்கி விடுவதுதான். இரந்து விடுவதுதான்.

ரவியும் ஜுட்டும் மூர்த்தியும் 'கடவுளே துணைக்கு' தேடி வருகிற நல்லதம்பியின் 'கையில்' கொடுப்பார்கள். நான் மாட்டேன். கிளைமாக்சில் அவன் வாயை வைத்துக் குடித்து விடுவான் எனப்படுவதை என்னால் ஏற்றுக் கொள்ளவே முடிவதில்லை. அவன் எப்போதும் என்னை ஆசையுடன் ஒரே ஒருமுறை என்று மன்றாடிக்கொண்டே இருப்பான். டேய் போடா.

அவன் புழங்குகிற வீடுகளில் இருக்கிற அழகிகள் ஓரிருவரின் பெயரைச் சொல்லி அவர்களை உஷார் பண்ணித் தருவதாக ஆசைக் காட்டியும், நான் மசிந்திருக்கவில்லை.

ஆனால், ஒருமுறை பணமில்லாமல் மின்ட் பகுதியில் கிருஷ்ணா தியேட்டரில் ஓடிக் கொண்டிருந்த 'யட்ஷகானம்' பழைய படம் பெண்டிங்கில் இருந்தது. நள்ளிரவு ஜமாவைத் தேடி வந்த நல்லதம்பி வழக்கமான முறையில் என்னை அழைக்கவே, அவனிடம் பணம் தருவாயா என்று ஒரு பேச்சுக்கு கேட்டபோது, தருகிறேன் என்று பணத்தை எடுத்து நீட்டி விட்டான். அன்று அந்த அனுபவத்தையும் பார்த்துவிட்டேன். அது ஒரு கொடுமை. கையில் பிடித்து எழுச்சி வருவது தாமதமாகுமென்று முதலில் இருந்தே வாயால் தொடங்கிவிட்டான். நன்றாக இருந்ததா என்பதைச் சரியாக சொல்ல முடியவில்லை. ஆனால், யட்ஷகானம் அடிபொளி படம். அந்தப் படத்தை ஷீலா டைரக்ட் செய்திருந்தார் என்பது விநோதமாக இருந்தது. பெண்களுக்கு அவ்வளவு புத்தி இருக்குமா என்பது பற்றி நாங்கள் இரவு கூடுதலாக ஒருமணி நேரம் விவாதித்தோம்.

மாடர்ன் தியேட்டர்சின் பழைய படமான, நான்கு கில்லாடிகள் படத்துக்குப் போக ஒருமுறை காசு கிடைக்கவில்லை. அலைந்து திரிந்து கொண்டிருந்தோம். எல்லோருடைய வீடுகளிலும் இருந்த பித்தளைச் செம்பு பாத்திரங்கள் அத்தனையையும் முடிச்சாச்சு. பீராய்ந்து பீராய்ந்து வந்து நின்று, ஒருவர் முகத்தை ஒருவர் பார்த்துக் கொண்டிருந்தோம்.

மூத்திரம் அடிக்கப் போனபோது சங்கரி வீட்டு சன்னலில் பார்த்தேன். சமையலறை தான். டீ போட தண்ணீர் கொதித்திருந்தது. சங்கரி வந்து ஸ்டவ்வை அணைத்தாள். மூடியை போட்டாள். அவள் அங்கிருந்து நகர்ந்து சென்றதும், நான் சற்றுத் தள்ளியிருந்த எருக்கம் புதரிலிருந்து ஒரு நோஞ்சான் தண்டை உடைத்து அதை சன்னல் வழியாய் செலுத்தி மூடியின் காதிற்குள் நுழைத்து மெல்ல தூக்கி எனக்கு இழுத்துக் கொண்டேன். அந்தக் கணத்திலேயே திரும்பியிருக்கக் கூடிய சங்கரி மூடி எங்க என்று கேட்டுக் கொண்டிருந்ததும் எனக்குக் கேட்டது.

152 ● மதுர விசாரம்?

அதை நசுக்கி, விற்று ஓடினோம்.

பார்த்தால் அந்தப் படத்தில் திருடி திருடி சினிமாவே எடுக்கிறார்கள். செவ்வானத்தில் ஒரு நட்சத்திரம், சிரித்தது எனைப் பார்த்து! படத்தின் இசையமைப்பாளர் வேதா. நூன் ஷோ என்கிற கலாச்சாரம் தொடங்கியபோது, இப்படி பார்க்காதிருந்த எவ்வளவோ படங்களை கவர் செய்ய முடிந்தது. அது போதாமல் சென்னையின் நகர எல்லை விளிம்புகளுக்கு அப்பால் ஆங்காங்கே டெண்ட் கொட்டாய்கள் இருந்தன. சிவாஜி கதறி, எம்.ஜி.ஆர் பாய்ந்து, ஜெமினி விறைத்து, ஜெய்சங்கர் ஜேம்ஸ் பாண்ட் செய்த கருப்பு வெள்ளை, ஈஸ்ட்மென் கலர் படங்களைச் சலிக்காமல் பார்த்தோம். அறுபது காசில் மண்ணைக் குவித்து தலையணையாக்கி சாய்ந்து, பீடி பிடித்துக்கொண்டு படுத்தவாறே இரண்டு படங்கள்.

ஒரு பெரிய மழைக்காலத்தில் ஊரெல்லாம் வெள்ளம் ஓடிக் கொண்டிருந்தபோது ஏரியா தியேட்டரில் தினம் ஒரு படம் என்று ஒரு வாரத்துக்கு அந்தக் காலத்து படங்களைப் போட்டிருந்தார்கள். வீடு தண்ணீரில் ஜிலுஜிலுத்துக் கொண்டிருக்க, நண்பர்களை யாரையும் சந்திக்க முடியாதிருந்த சூழலில் நான் தினமும் அவைகளைப் பார்த்தேன். தியாகராஜ பாகவதர் பாட்டு சொயான் உண்டை போடுவது போலிருந்தது. டி.ஆர் மகாலிங்கம் ஆர்யமாலாவை ஜெபித்தது, காது வலிப்பது போலிருந்தது. இரண்டு மூன்று நாள் பழக்கத்தில் அவைகளும் பிடிக்க ஆரம்பித்து விட்டன. எனது படுக்கையில், அந்தப் படங்களில் இருந்தும் பெண் முகங்கள் தெளிந்து வந்தன. என்றாலும், உச்சம் போகிற பாதையில் நான் கொஞ்சுகிற நாரீமணிகள் இப்போது கிழவிகளாக இருப்பார்கள் என்று தட்டும்போது ‘தொட்டால் பூ மலரும்’ காரியம் திடுக்கிடும்.

என்றாலும் முயற்சியுடையார் இகழ்ச்சியடையார். உடலெங்கும் புளிப்பு எழுந்து தித்திப்பாக பரவும்வரை தன்னம்பிக்கை முடுக்கப்படும்.

ஆங்கிலப் படங்களின் கதாநாயகிகள் ஆரம்பத்தில் பொருந்தாமல் இருந்தார்கள். பிறகு, நான் என்னை ஓர் இந்திய உளவாளியாகக் கருதிக்கொண்டது சௌகர்யமாயிருந்தது. தொழில் நிமித்தம், நாம் பல நாட்டு காரிகைகளையும் சந்திக்க வேண்டி வருமில்லையா. அவர்களுக்கு நமது சாகசங்கள் பிரமிப்பாயிருந்து கண்கள் விரிந்து கவிதைகள் சொல்ல ஆரம்பித்தார்கள் என்றால் அதற்குக் கோபித்துக்கொள்ள முடியுமா? நான் ஒரு கட்டுப்பெட்டியான இந்தியனாகவே இருப்பதில் இருந்து வெளியேறி உலக மனிதனானேன். அவர்கள், நான் ஆங்கிலப் படம் பார்த்த

நாளெல்லாம் நான் உங்களுடன் படுத்துக் கொள்ளலாமா என்று கேட்டவாறிருந்தார்கள். பொதுவாக பெண்களை ஏமாற்றம் கொள்ள வைக்கிற அளவிற்கு எனக்கு நெஞ்சு திடம் இல்லை. அதனால் அதெல்லாம் அப்படியே போயிற்று.

அம்மு இருந்து அனுதினமும் நெஞ்சை அறுத்துக் கொண்டிருந்த இம்சை தாங்கமுடியாமல், ஒரு பெண்ணை திடீர் என்று காதலிக்க ஆரம்பிக்க நாற்பது நாட்களுக்குள் அவளுக்கு கல்யாணம் நடந்தது. இருபது நாட்களுக்கு முன்னால்தான் அவள் அவனைக் காதலிக்க ஆரம்பித்திருந்தாள். கல்யாணத்தில் இருந்து அட்சதையைப் போட்டுவிட்டு சாப்பிடாமல் பஸ்சைப் பிடித்தேன்.

யாரும் வகுப்புக்குப் போயிருக்க மாட்டார்கள். ஹாஸ்டலுக்கு சென்று, தூங்கிக்கொண்டிருந்த ஜுட்டையும் ரவியையும் எழுப்பினேன். எனக்கு இப்போதே ஒரு ஆங்கிலப் படம் பார்க்க வேண்டும் என்றேன். இரவுக்கு ஆவேசமாக இருந்து தணிய ஒரு முகம் வேண்டியிருந்தது. அவர்களுக்கு ஒரு ஐடியா இருந்ததாலும், என் காதல் தோல்வியை ஏற்றுக் கொண்டதாலும் உடனடியாக அந்த மேனாமினுக்கி தியேட்டருக்குப் போனோம்.

சரியான ஜனம். டிக்கெட்டுகள் இல்லை.

கல்லூரி இருக்கிற ஏரியாவில்தான் அந்தத் தியேட்டர் இருந்தது. வழக்கம் போல மானேஜர் அறைக்குச் சென்று பதிமூன்று டிக்கெட்டுகள் கேட்டோம். பழைய சடங்குகளை ஒழித்துக் கட்டி சீர்திருத்தம் பண்ண வந்திருந்த புதிய மானேஜர் எங்களுடன் உரையாடத் தயாரில்லை. மிகவும் சம்பிரதாயமான ஏளனத்துடன் ‘ஸாரி’ என்றான். நாங்கள் கூட்டமாக எங்களுடைய குரலை உயர்த்த முற்பட்டபோது ‘அவுட்’ என்றான்.

இதற்கிடையில் அந்த மேனேஜரின் வழுக்கைத் தலை மினுக்கிக் கொண்டிருத்த கவர்ச்சி தாங்காமல் நந்தகுமார் நடு மண்டையில் ஓங்கி ஒரு கொட்டு வைத்தான். விஷயங்கள் தாறுமாறாகின.

ரவி என்னிடம் ‘நீ ஸ்டூடன்ட் கிடையாது. ஓடு’ என்றான். “நீயும் வா” என்று நான் சிணுங்கவே, இருவருமாக கீழே இறங்கி வரும்போது போலீஸ் மேலே ஏறிக் கொண்டிருந்தது. ஒன்பது பேர் கைது செய்யப்பட்டு கோர்ட் மூலம் ரிமான்ட் செய்யப்பட்டு சென்டிரல் ஜெயிலுக்குள் அடைக்கப்பட்டார்கள். மறுநாள் ஒன்பது பேரும் கல்லூரியிலிருந்து டிஸ்மிஸ் செய்யப்பட்டார்கள்.

செக்ரட்டரி ஒருவழியாக மாணவர்களின் கோரிக்கைக்கு இறங்கி, ஸ்டிரைக் நோட்டீஸ் கொடுத்தான். மாணவர்கள் தெருவிற்கு

இறங்கினார்கள். கல்லூரி மிகவும் பிடிவாதமாகவே இருக்கும் என்று தெரிந்ததாலும் வகுப்புகளுக்குச் செல்ல வேண்டியதில்லை என்பதாலும் அவர்கள் பெரும்பாலும் சாலையிலேயே இருந்தார்கள்.

குறைந்தது பத்து பேருந்துகளாவது நொறுக்கப்பட்டன. ஒன்று கொளுத்தப்பட்டது. பல பேருந்துகளைக் கடத்தி வேறு கல்லூரிகளுக்கு சென்று இறங்கி அங்கு புரட்சி பரப்பப்பட்டது. மெல்ல மெல்ல நகரின் மொத்த கல்லூரிகளும் ஒன்று சேர்ந்தன. பெண்கள் வந்து இணைந்ததும், புரட்சி மேலும் வலுப்பெற்றது. ஊர்வலத்தில் எழுப்பக்கூடிய முழக்கங்களை, நான் இரவெல்லாம் கண் விழித்து எழுதியிருந்தாலும் 'பச்ச சாரி அப் அப்' அல்லது 'ஐஸ் வண்டி ஜிந்தாபாத்' என்றெல்லாம் பக்கவாட்டுகளில் பையன்கள் ஜாலி பண்ணினார்கள். புரட்சி எப்படிப் பார்த்தாலும் உறைக்காத சமாச்சாரமாகவே இருந்தது.

என்ற போதிலும் தலைநகரம் ஒவ்வொரு நாளும் ஸ்தம்பித்தது போக, மற்ற மாவட்டங்களுக்கும் ஸ்டிரைக் பரவியது.

போலீசின் சின்ன சின்ன அத்துமீறல் இன்னும் அதில் பெட்ரோலை ஊற்றியது. மக்கள் இயல்பு வாழ்க்கையைத் தங்களுடைய காலை நேரத்தில் தொடங்க முடியவில்லை. முதல்வர் வருந்திப் பார்த்தார். லூசுத்தனமாக அறிவுரைகள் உதிர்த்துப் பார்த்தார். போலீசை விட்டு அடித்துப் பார்த்தார். கல்லூரி டிரஸ்ட் போர்ட், வேண்டுமென்றால் கல்லூரியை மூடிக் கொள்கிறோம், டிஸ்மிஸ் செய்யப்பட்ட ஒன்பது பேரை மறுபடி சேர்த்துக்கொள்கிற பேச்சே இல்லை என்று உறுதியாக சொல்லிவிட்டது.

எதிர்கட்சித் தலைவர் மற்றும் பல உதிரிக்கட்சிகளுடன் உண்ணாவிரதத்துக்கு உட்கார்ந்தார்கள். சட்டசபையில் முதல்வரின் தலைக்கு மேலே செருப்பு பறந்தது. மெதுவாக டில்லியில் இருந்து கனைப்பு சத்தம் கேட்டது. என்ன நடக்கிறது என்று கேட்கவும் ஆரம்பித்தார்கள். சட்டம் ஒழுங்கு சந்தி சிரிப்பதால் ஆட்சி பிச்சிக்கொண்டு விடுமோ? அப்புறம் மாணவர்களுக்கு கல்லூரி திறந்து விட்டால், எப்படிதான் வாழ்வது என்கிற கவலை வருகிற அளவிற்கு சிறிய முன்னேற்றங்கள் நிகழ்ந்தன. தமிழக அரசின் வேண்டுகோளின்படி ஒன்பது கல்லூரிகள் தங்களுடைய கல்லூரியில் ஒவ்வொருவரை இணைத்துக்கொள்ள இசைந்தன. மெதுவாக ஒருவழியில் சாந்தியும் சமாதானமும் வந்து சேர்ந்தன.

மாணவன் நினைத்தால் நடத்திக் காட்டுவான். அவன் நெஞ்சம் ஒரு நெருப்பு, அவன் நேர்மையின் மறுபிறப்பு என்று எல்லோரும் பாடினார்கள்.

நானும் ஓர் ஓரத்தில் நின்றுகொண்டு சன்னமாய் பாடினேன்.

பத்து பதினைந்து நாட்கள் வெவ்வேறு குழுவினரோடு பார்ட்டியில் கலந்து கொண்டேன். ஒருநாள் மப்பு அதிகமாகிப் போய் திரும்பினோம், அவனவன் தங்களுடைய வீட்டுக்கு சென்றுவிட வாந்தியெடுக்க வேண்டிய சுழற்றலில் இருந்த நான் வீட்டுக்குச் செல்ல விரும்பவில்லை. என்னதான் என் அப்பா என்னை வெறுத்துக் கொண்டிருந்தாலும் என்னால் அவரை வெறுக்க முடியாது. முடிந்தவரையில் நான், அவரது மனம் துயர் கொள்ளக் கூடாது என்பதைத்தான் ஆசைப்படுவேன். என்ன செய்வது, காலம் அதற்கு ஒப்புக்கொள்ள மாட்டேனென்கிறது.

போனவாரம் கூட வக்கீலுக்கு கொடுக்க வட்டிக்கு வாங்கி வைத்திருந்த பணத்தை கள்ளச்சாவி போட்டு மேஜையைத் திறந்து எடுத்துக்கொண்டு சென்று விட்டேன். இரவு சரியான அடி விழும் என்று போனால், மேஜையின் உள்ளே இருந்த மொத்த பணத்தையும் எடுத்து என் மீது போட்டுவிட்டு ஒருவிதமான விசும்பலுடன் அங்கிருந்து நகர்ந்து சென்று படுத்துவிட்டார். சிறிது நேரத்தில் விளக்குகளை அணைத்துக் கொண்டு எல்லோரும் படுத்து விட்டார்கள். எவ்வளவு நேரம் நின்று கொண்டிருப்பது? ஒரு கட்டத்தில் நானும் படுத்து விட்டேன். அறையெங்கும் பணம் விரவிக் கிடந்தது.

காலையில் ஐந்து மணிக்கெல்லாம் எழுந்து அங்கிருந்து தப்பிச் சென்று மதியம் வீட்டுக்குப் போனபோது நல்லவேளையாக பணம் இல்லை. இனிமேல் அக்கம் பக்கம் திருடலாமே தவிர அவரது பணத்தில் கை வைக்கக் கூடாது என்று முடிவு செய்தேன். அவர், நான் ஒரு திருடனாக இருக்கிறேன் என்பதற்காகத்தான் கூனிக் குறுகுகிறார் என்பது தெரியாமலில்லை. எனினும் என்னால் அல்லது எங்களால் திருடாமல் இருக்க முடியாது. என்ன ஒன்று, அவருக்குத் தெரியாமல் பார்த்துக்கொள்ள வேண்டும். அதுமட்டும் தான்.

எப்படியோ தத்தித் தள்ளாடி 'கடவுளே துணை' யில் படுத்தேன். அது ஒரு தெய்வ காரியமாக இருக்க வேண்டும். கல்லூரி ஏரியா போலீஸ் வந்து, அப்பாவை எழுப்பி என்னைப் பற்றி விசாரித்திருக்கிறது. அவன் என் மகனே இல்லை, எப்போதோ வீட்டை விட்டுத் துரத்திவிட்டேன் என்று சொல்லியிருக்கிறார். அவர்கள், எனது அப்பாவின் 'பிள்ளையப் பெத்தால் கண்ணீரு' என்கிற இடத்தில் நின்று பார்த்து திரும்பிப் போயிருக்கலாம்.

கத்தாரில் இருந்து விடுமுறைக்கு வந்திருந்த சித்தப்பா கேரளாவில் இருந்து நம் வீட்டுக்கு வர, அவர் என்னை அலாக்காக அள்ளிக்

கொண்டு சென்றார். அப்பாவின் சதி இதில் இருந்தது என்பது எனக்குத் தெரியாது. இனிமேல் நீ சென்னைக்குத் திரும்பிப் போகப் போவதில்லை என்றார் அவர்.

ஏர் கண்டிஷன் ரெஃப்ரெஜிரேஷன் கற்றுக்கொள்ளப் போகிறேனாம். அவர் விசா அனுப்புவாராம். ஒரு ஆறு மாதத்திற்குள் கத்தாரில் எனக்கு வேலை.

என்னடா நடக்கிறது இங்கே என்பதைக் கூட என்னால் யோசிக்க முடியவில்லை.

சரிவர மலையாளம் கூட பேச ஆகாத நான், திடீர் என்று கேரளா ஆளாகிவிட்டேன்.

★★★★★

“ம். பாத்து நட. என்ன இது? கவனத்த எல்லாம் எங்கயோ வெச்சுகிட்டு நடக்கறியா?”

“ஆமா. உன்னப் பத்தியே நெனச்சுக்கிட்டிருக்கேன்.”

“எதுக்கு?”

“தெரியல. ஒரு வாரம் ஒன்னா இருந்தோம். எவ்ளோ நல்லா இருந்திச்சு ல்ல? இப்ப நீ பாட்டுக்குப் போறியே?”

“போவாம? இப்பவே லேட்டு. அதான் கல்யாணத்துக்கு வருவேன்ல்ல? உனக்காகவே கண்டிப்பா வருவேன்.”

“ச்சே. இன்னும் முப்பத்தி ஏழு நாள் இருக்கு அதுக்கு.”

“என்ன நெனச்சுகிட்டு நீ உன் அம்முவ மறந்துடாத. அஞ்சு வருஷம் போனா, நீ அவளத்தான் கல்யாணம் பண்ணிக்கணும்.”

“முடியாது. அவ என்ன தேடறது இல்ல. அவளுக்கு என்ன தேவையும் இல்ல. எப்பவும் காய்ச்சலோட நான்தான் அவளையே நெனச்சுகிட்டு இருந்தேன். இனிமே அது கெடையாது. நான் உன்னப் பாத்த அந்த நிமிஷமே நடுங்கிட்டேன், தெரியுமா? இனிமே எனக்கு எல்லாம் நீ தான்!”

“ஏய், சீ!”

“இருக்கற உண்மைய சொல்லிட்டேன். அவ்வளவு தான். என்ன செய்வியோ. இனி உன் இஷ்டம்.!”

“............”

"என்ன பதில் சொல்ல மாட்டேங்கற? உனக்கு என் மேல் ஆச இல்லையா?"

"மெதுவா பேசு. பெரியம்மா காதில விழும்!"

உண்மையில் அப்போது பெரியம்மா திரும்பி எங்கள் இருவரையும் பார்த்தாள். சீக்கிரமாக இருவரையும் நடக்கச் சொல்லி அதட்டினாள். சாயந்திரம் நான்கு முப்பது பஸ் போய் விட்டால், அப்புறம் அடுத்த பஸ்சிற்கு ஒரு மணிநேரம் காத்திருக்க வேண்டும் என்றாள்.

பாக்குத்தோட்டம் விஸ்தாரமாக நீண்டு கிடந்தது. அதன் விளிம்பில் தென்னைகள் அசைந்தன. மேட்டிலிருந்து வயலுக்கு இறங்கினோம். வரப்புகளில் பெரியம்மாவும் சுஜாதாவும் மிக சாதாரணமாக நடந்தார்கள். நான் தான் அவ்வப்போது தடுமாறிக் கொண்டிருந்தேன். பக்கவாட்டில் இருந்த நெற்கதிர்களை வேடிக்கை பார்க்கக் கூட முடியவில்லை. ஓடையின் மீதிருந்த பாக்குமரக் கட்டைகளின் மீது நடந்து ஓடையைத் தாண்டும்போது சுஜாதாவை ஏறக்குறைய அணைத்துக் கொண்டேன். பெரியம்மாவும் உதவினாள்.

ஒரு சிறிய ரோட்டை எட்டினோம்.

கொஞ்சம் நடந்து சென்று, மறுபடியும் வேறு ஒரு வயலுக்கு இறங்க வேண்டும் என்பது வழக்கமான எரிச்சல்தான். இப்போது குறைவாக இருந்தது. சுஜாதாவுடன் நான் இப்போது நரகத்திற்கே என்றாலும் நூறு மைல் நடக்கத் தயார். அவள் என்னுடன் நடப்பதை பலரும் பார்ப்பது எவ்வளவு பெருமையாக இருக்கிறது. ஒரு விஷயத்தை சொல்ல வேண்டும், தனது பாதையில் கவனம் வைத்து நடக்கிற சுஜாதா எப்போதேனும் என்னை கண்ணுக்குள் நேரிடும்போது அப்படியே என்னை அள்ளிக் கொள்கிறாள் என்பது என்னை நடுங்க வைத்துக் கொண்டிருந்தது. அதை மீறி பெரிய பலவான் மாதிரி எப்படி பேசிக்கொண்டு வருகிறேன் என்பது வியப்புதான். பெரியம்மா சற்று முன்னால் சென்று இறக்கத்தில் சட்டென இறங்கி விட்டாள். சுஜாதா எனது கரத்தைப் பற்றியிருக்க, மிகவும் கவனமாக இறங்கியபோதும் சரிவில் செருப்பு வழுக்கியது.

"மெட்ராஸ்ல இருக்கவங்க எல்லாம் இப்பிடித்தானா. அவங்களுக்கு ஒழுங்கா நடக்கக் கூட தெரியாதா?"

"அதெல்லாம் விடு. உனக்கு இஷ்டமா. இல்லையா?"

"இஷ்டம் சிவா."

"கொஞ்சமா? நெறையவா?"

“பாரேன் இப்போ. சும்மா இருக்க மாட்டியா?”

“உண்மை என்ன தெரியுமா. உனக்கு என்ன ஒன்னும் அவ்ளவா பிடிக்கல. மனசு கஷ்டம் வேணான்னு இஷ்டம் கிஷ்டம் னு சும்மான்னா சொல்லிக்கிட்டு வரே. நான் தான் பைத்தியக்காரன்!”

“மரியாதையா வாய மூடிக்கோ, சொல்லிட்டேன். இப்ப உன்ன விட்டுட்டுப் போன ஒடனே எனக்கு எப்பிடியெல்லாம் அழ வரப் போவுதோ? நான் எவ்வளவு கஷ்டத்துல இருக்கேன்னு உனக்குத் தெரியுமா? இனிமே நீ அம்முவப் பத்தி யோசிக்கக்கூட கூடாது. கல்யாணத்துக்கு வருவேன் இல்ல, அப்ப நீ என் மனச தெரிஞ்சுப்ப. உன்னக் கட்டிப்புடிச்சு ஒரு முத்தம் கூட குடுப்பேன்!”

சித்தப்பா கூட்டிக் கொண்டு வந்தாரே தவிர நான் போவதற்கு ஏசி ரிப்பேர் கடை அமையவில்லை. கொஞ்சம் காலதாமதம் ஆகுமென்றார்கள். பத்து பதினைந்து நாளில் அவர் கத்தாருக்குக் கிளம்பிப் போனார். நானும் எனது தமிழுமாக பெரிய அவஸ்தை. ஆட்களுடன் பேச வராமல் மூளிக் கொண்டும் முனகிக் கொண்டும் பாட்டு கேட்டுக்கொண்டு ரேடியோ டிராமாக்களுக்கு கிளர்ச்சி அடைந்துகொண்டு மலையாளம் பயின்றவாறிருந்தேன்.

அக்காள் தங்கைகள் எல்லாம் ஏதாவது வந்து கேட்டால் மூச்சுக் காற்று கிடைத்து அவர்களுக்கு பதில் சொல்வதற்குள் தாவு தீர்ந்தது. அதற்குப் பின்னர் பெரும்பாலும் அவர்களே என் பக்கம் வருவதைக் குறைத்துக் கொண்டார்கள். கடலளவு ஆசை இருந்ததுதான். சுற்றிலும் போக வர, பார்க்க, வெறிக்க எத்தனைத் தினுசில் பெண்கள்! ஓரிரு அழகிகள் என்னோடு பேசாமலிருந்த புன்முறுவலைப் பகிரும் நாட்களில் அரை மயக்கத்துடன் உலவிக் கொண்டிருப்பேன். இறைச்சி சாப்பிட்டால் எலும்பைப் பிரிக்க வேண்டும், மீனைத் தின்றால் தொண்டையில் முள் நின்று விடும் போன்ற சோம்பேறித்தனங்களை விட்டு நகர்ந்தேன்.

ஒரு சகோதரன், ‘ஆண்களைப் போல சாப்பிடு’ என்றது ஒருநாள் உறைத்துவிட்டது என்று வைத்துக் கொள்ளுங்கள். ஓர் ஆணாக எழுந்தது போல இருந்தபோது மலையாளம் நெருங்கி வந்தது. அதைப் பிரயோகிக்கும் வலிமை கூட அதற்குப் பின்னால் வந்துவிட்டது. சேட்டன்மாரைப் போல வேஷ்டியை அடித்துக் கட்டிக்கொண்டு சரளமாக ஸ்டைல் பண்ணிக்கொள்கிற வித்தை அமையவே ஓரளவிற்கு பெண்கள் ஓரக்கண்களால் பார்க்கிற பாக்கியம் கிட்டியது, முக்கிய கான்ஃபிடன்ஸ் அல்லவா.

வேறு ஒன்றும் உண்டு என்பதைச் சொல்ல வேண்டும். கொஞ்சம் பயமும் இலேசான வெறுப்புமே இருந்து வந்திருந்த ஊர், மெதுவாக

நமக்குள் படிந்து வருவது. கொஞ்சம் தூக்கிச் சொல்லுவது என்றால் நிலப்பரப்பு. அதைப் புரிந்துகொள்வது, உள்வாங்கிக் கொள்வது.

அம்மாவின் ஊரோ, அப்பாவின் ஊரோ விடியற்காலை எழுந்து பறம்புக்கு நடக்கும்போது உணர்கிற மண்வாசம் மிகவும் பிடித்துப் போய்விட்டது. அது ஒருவிதமான பச்சை வாசனையும் கூட. காற்றில் குளிர் இருக்கும். நனைந்திருக்கிற சிறிய செடிகளெல்லாம் சற்றே தலை குனிந்திருக்கும். பாக்கு மரங்களின் ஈரத்தை தடவிக்கொண்டு நடப்பேன். பெரிய கிணற்றில் இருந்து மாடுகள் கயிற்றை இழுக்க வாய்க்காலில் கவிழ்ந்து நடக்கிற தண்ணீரை வெட்டி அம்மரங்களுக்கு குடிக்கக் கொடுக்க ஆட்கள் வருவார்கள். நடக்கும்போது கால்களை நனைத்துக்கொள்ள சுகம். வயல்களில் மழைவெள்ளம் நிறைந்திருக்க, எங்கள் இடத்திலிருந்து பார்க்கும்போது எவ்வளவு தென்னந்தீவுகள்!?

மழைக்காலங்களில் பையன்கள் சிறு படகுகளில் அக்கரைகளுக்கு அழைத்துப் போனார்கள்.

கடும் மழை பெய்திருக்க ஓடையின் அருகே அமைந்திருக்கிற மோட்டார் கூரையில் தங்கி வயல் மீன்களைப் பிடித்து சுட்டு தின்றோம். ஆயிரக்கணக்கான வாத்துகளுடன் வரும் கருத்த மனிதர்களின் பாட்டுகள் கேட்டவாறே மழையை வெறித்த தருணங்கள் எல்லாம் எப்படி என்பது இன்னும் விளங்காதவை. மனம் என்கிற ஒன்றை, வீசுகிற மழை எழுப்பின புகையில் கண்டுபிடித்தது போலிருக்கிறது. கண்ணுக்கெட்டின தூரம்வரை பரந்திருக்கிற வெள்ளம், சிறிய பதட்டத்தை உருவாக்காமல் போகாது. ஓடையின் மண் சரிவில் பிணையும் பாம்புகளை அஞ்சாமல் இருப்பானா ஒரு நகர ஜீவி? ஆயினும் அந்தத் திகில்கள் அழகின் அழகைக் கூட்டின. நான் ஆங்காங்கே அறிந்திருந்த புத்தக வரிகளை மீறின உலகின் துடிதுடிப்பை துரத்த முயன்றவாறிருந்தேன். நான் எதையாவது அப்படி அறிந்துகொள்ள மும்முரம் கொள்ளும்போது பலருமே வியப்பு கொண்டார்கள் என்பதைக் குறிப்பாய் சொல்ல வேண்டும்.

இரவுக்காட்சி முடிந்து இருள்காட்டில் டார்ச் விளக்குகளுடன் பேசியவாறு வரும்போது நான் உணர்ந்த அம்மண்ணைப் பற்றி பையன்களிடம் சொல்லும்போது அவர்கள் கூர்ந்து கேட்டார்கள். மனதில் இருக்கிற தமிழை மொழிபெயர்த்து நிதானமாக நான் பேசக்கூடிய ஒரு வேற்று மொழி சற்றே அலங்காரம் கொண்டது.

ஒரு பெண், “உன்னுடைய மலையாளம் ரேடியோவில் பேசுகிறார்களே, அதைக் கேட்பது போலிருக்கிறது” என்றாள்.

என்னைப் பொறுத்தவரையில் பெண்கள் சொல்வது வேத வாக்கு. அவர்களுக்கு தெரியாதது எதுவுமில்லை.

ஒரு மழைநாளில் என்னை வெளியறையில் படுக்க வேண்டாம் என்று சொல்லிவிட்டாள் சித்தி. அவளும் அவளது குழந்தைகளும் பாட்டியும் மற்றும் பக்கத்து ஊரிலிருந்து வந்த என் பெரியம்மாவும், அவளுடைய மகளும் என்று அத்தனைப் பேருமே முன்னறையில் படுத்துக்கொண்டிருந்தோம். பாட்டியும் நானும் தமக்கையான விலாசினியும் இன்னும் தூங்கவில்லை. பாட்டி கொட்டாவி விடுவதும் பெருமூச்சு விடுவதும் கிருஷ்ணா என்று சொல்லிக் கொள்வதுமாக இருந்து, இறுதியாக குறட்டை விட்டுத் தூங்க ஆரம்பித்தாள்.

நானும் விலாசினியும் இடைவிடாமல் மெல்லிய குரல்களில் பேசியவாறு இருந்தோம். அம்மம்மாவிற்கு சாவு பயம் என்றாள் விலாசினி. அப்புறம் சாகாமல் இருந்து விடுவோமோ என்கிற பயமாகவும் இருக்கலாம் என்றாள். முன்னொரு காலங்களில் சாவு வாராமல் மனிதர்கள் தங்களுடைய வடிவமும் குணமும் இழந்து தவளை வடிவில் சுருங்கும்போது பானையில் போட்டு புதைத்து விடுகிற காரியங்களை விரிவாகச் சொல்லிக் கொண்டிருந்தாள். அம்மம்மாவின் பாட்டி, நூற்றி எண்பது வயதுவரை ஊர்ந்து கொண்டிருந்திருக்கிறாள் என்பது அதிர்ச்சியாக இருந்தது.

அதெல்லாம் என்ன, விலாசினியின் வீட்டில் கூட ஒரு கிழவி இருக்கிறாள். எனது தாத்தாவின் தங்கை. அக்காலத்திலேயே வீட்டைவிட்டு ஓடி மக்களைப் பெற்று வளர்த்து பேரன் பேத்திகளை எல்லாம் பார்த்து இறுதியாக நிற்க நிலமில்லாமல் அவ்வீட்டிற்கு வந்து சேர்ந்தவள்.

ஒருநாள் அங்கே தங்கியிருந்தபோது, எனக்கு இலை போடும்போதெல்லாம் அவள் புயல் மாதிரி வருவாள். உட்கார்ந்தவாறே அப்படி முன்னேறி வருவது ஏதோ இயந்திரம் வருவது போலிருக்கும். கண்கள் கீழே விழுவது போல முண்டி நிற்க, 'பத பத' என்று எதையோ குதப்பிச் சொல்லுவாள். சாப்பிடு, சாப்பிடு என்று அர்த்தமாம் அதற்கு. அவளுக்கு நான் யார் என்றெல்லாம் தெரியாது. யார் உட்கார்ந்து சாப்பிட்டாலும் பறந்து வந்து 'சாப்பிடு சாப்பிடு' தான்.

அதைப் போல அவள் சாப்பிடுவதைக் கண் கொண்டு பார்க்க முடியாது. அசல் மிருகம் தான். ஒரே ஒரு வித்தியாசம். மனம் முழுக்க அன்பை மட்டுமே கொண்டு அந்த வீட்டுக்குள் திரிந்தலையும் மிருகம்.

எனது பாட்டி, சாவு வராமலிருந்து விடுமா என்று அஞ்சுவதைப் போன்ற கட்டத்தையும் தாண்டி விட்டிருந்த கிழவி, அன்று பெரியப்பா சாப்பிடும்போது வந்து சாப்பிடு சாப்பிடு என்று பதைத்து விட்டு அப்படியே அங்கு படுத்து விட்டிருக்கிறாள். எல்லோரும் திட்டியிருக்கிறார்கள். சற்று மூர்க்கமாக எழுப்ப முயலும் போதுதான் அவள் உயிரை விட்டிருக்கிறாள் என்பது தெரிந்தது.

அவளது சாவிற்கு வந்தபோதுதான், நான் சுஜாதாவை முதன்முதலாக பார்த்தேன்.

பெரியம்மாவும் அவளும் நின்றார்கள்.

மூன்று கிலோமீட்டர் நடந்து வந்திருக்கிறோம். இங்கே நாங்கள் பிரிய வேண்டும். நான் அம்மா வீட்டிற்கும், அவர்கள் அவர்களுடைய வீட்டிற்கும். விலாசினியின் அம்மாவிற்கு இந்த பெரியம்மா இளையவர்கள். சுஜாதா இந்தப் பெரியம்மாவின் அண்ணன் மகள். ஏறக்குறைய எங்களுக்குள் ஒரு தெய்வீகக் காதல் மலர்ந்துவிட்டதாக நான் ஃபீல் பண்ணுகிறேன்.

விடை சொல்லிப் பிரிந்தபோது எனக்குள் அடித்துக் கொண்டது.

அவள் வேகமாக திரும்பிக்கொண்டு நடக்க, பெரியம்மா என்னென்ன சொன்னார்கள் என்பது சரியாக புரியவில்லை. என்ன சொல்லுவது. இடித்துக் கொண்டு வெளியே வந்துவிடாமல் இறுகப் பிடித்துக்கொண்டு வந்த அழுகையை, பிராந்தன் வேலாயுதன் பறம்பில் அவிழ்த்துவிட்டேன். அப்படி பிரவாகம் எடுத்து வந்தது அது. நினைக்க நினைக்கப் பெருகி வந்தது. அவள் சொன்னது நினைவில் இருந்தது, எங்கேனும் ஒதுக்கமான இடத்தில் நின்று யாரும் காணாமல் விம்முகிற அவளை ஒரு மின்னலில் மனதுள் பார்த்தபோது இன்னும் புரண்டது துக்கம்.

ஒரு கட்டத்தில் நான் அம்முவைப் பற்றி யோசிக்காமலில்லை. எங்கே போனாள் அவள்? ஒழிந்து விட்டாளா? கொஞ்சம் அது பற்றி சிந்தனை நீண்டபோது, அவளை மறப்பதற்காகத்தான் பலவும் செய்து கொண்டிருக்கிறோம் என்று பட்டது. ஆமாம், மறந்துவிட வேண்டும். ஒரு கல்லைத் தூக்கிக்கொண்டு நடப்பது போல சுதந்திரம் இல்லாமல் இப்படி எத்தனைக் காலம். நான் யாருக்கும் அடிமை கிடையாது. எனக்கு தன்மானம் சுயகௌரவம் எல்லாம் இருக்கின்றன. மழுப்பிக் கொள்வதைப் போலவே ஒன்று என்னைச் சீண்டிக் கொண்டிருந்தாலும் அப்படி எதுவும் இல்லை என்று நழுவிக்கொண்டிருந்தேன்.

எப்படியும் அம்முவிற்கு இது தெரியவா போகிறது என்கிற கிசுகிசுப்பு உள்ளுக்குள் இருந்த சரியான ஆறுதலாய் இருந்திருக்கும்.

கிழவியின் பிணத்திற்கு முன்னால் ஒரு அட்டென்ஷன் போட்டுவிட்டு திரும்பியவுடன், நான் பார்த்தது சுஜாதாவின் கண்களைத் தான். விலாசினி, இன்ன பிற பெண்களுடன் கூட்டத்தில்தான் இருந்தாள். மெட்ராஸ் பையனான என்னிடம் எனது தமக்கைகள் சில மகிமைகளைப் பார்த்திருந்தார்கள். ஏகப்பட்ட பெருமைகள் அவர்களுக்கு உள்ளன. எதைச் சொல்ல தொடங்கியிருந்தார்களோ, சுஜாதா உள்பட அந்தக் கும்பல் என்னைத்தான் பார்த்திருந்தது.

நான் அவர்களை நெருங்கினேன். மேலே எழுகிற கூச்சத்தை மறைத்துக்கொள்ள வேண்டியது ஆணின் அத்தியாவசிய காரியமில்லையா? இன்னாரிடம் என்றில்லாமல் சற்று முறைப்புடன்..

"எதுக்கு எல்லாருக்கும் இந்த சிரிப்பு?" என்று கேட்டு வைத்தேன்.

"நீ நின்ன நிப்ப பாத்தப்ப பாட்டி கூட படுத்துருவ போல இருந்திச்சி!" என்று அடக்கி சிரித்தாள் விலாசினி.

"படுத்தா தான் இப்ப என்ன?"

"ரொம்ப அழகா இருக்கும். ஒரு தடவ படுத்துக் காட்டேன்!"

"படுத்தா? என்ன தருவ எனக்கு?"

"என்ன வேணும்? உனக்குப் பிடிச்ச பழம்பொரிய மூனு நாள் தொடர்ந்து செஞ்சு தரேன். கள்ளப்பம் கூட. போய் படு."

என்கிறவள் அடங்காமல்..

"அய்ல கூட பொரிச்சு தரேண்டா!" என்கிறாள். சிரிப்புடன் என்னைப் பார்த்திருந்த சுஜாதாவை அடித்துப் பார்த்தவாறு..

"யார் இது?" என்றேன்.

எனது நேரான கேள்வி அப்போது ஓர் அமைதியை உண்டாக்கியது.

அதற்கு அப்புறம் அவள் என்னிடம் சொல்லும்போது, நீ யாருடி என்று என்னைப் பார்த்தே கேட்டிருந்தாலும் எனக்குக் கோபமே வந்திருக்காது. உன்னைப் பார்த்த உடனேயே எனக்கு அவ்வளவு பிடித்து விட்டது என்றாள். என்னில் அவள் அடையாளம் கண்ட ஆணை மெச்சிக் கொண்டேன். மேலும் அந்த மாதிரி எவ்விதமாக தொடர்ந்து நடந்துகொள்ள முடியலாம் என்று உள்ளில் துருவியவாறும் இருந்தேன். நாடகங்கள் கைகொடுத்துக் கொண்டு வந்தன.

ஒரு நாள் கனவில், என்னிடம் எனது அன்பை உறுதியாகத் தரச் சொல்லி பிச்சைக்காரி போல அழுததும் நான் அவளை ஏறிட்டுப் பார்க்காமலிருப்பது பார்த்து திடுக்கிட்டு எழுந்துகொண்டேன். ராஸ்கல் என்னடா இது என்று என்னைக் கடிந்து கொண்டேன். அப்படி இல்லை, அப்படி இல்லை, உனக்குத் தராத அந்த அன்பை வைத்துக்கொண்டு நான் என்ன செய்யப் போகிறேன் என்று மனம் கரைந்தது. வாய்விட்டே கூட எதையோ உளறிக் கொண்டேன். சரியாக சொல்வதென்றால் அவள் என்னைத் தனது கண்ணுக்குள் வைத்துக் கொண்டாள். பையன்களுடன் எங்காவது சென்று திரும்பி, அது தாமதமாகிப் போனால் அப்படியே சுருங்கிப் போயிருப்பாள்.

ஒருநாள் எனது வேறொரு சகோதரன் திலகனுடன் ஒரு முக்கியமான வேலைக்காக சென்று திரும்பியவள் தனியாக என்னைப் பார்க்க முடிந்த தருணத்தில் எனது இடுப்பைத் திருகி பல்லைக் கடித்தவாறு..

“எப்ப இங்க வருவோம்னு துடிச்சு துடிச்சு செத்தே போனேன்” என்றாள்.

என்ன பலம் அவளுக்கு? என்ன மாதிரி வலி?

தலையை ஆட்டிக்கொண்டு என் முகத்தை ஆசையாய் பார்த்தவாறு எவ்வளவோ பாடாவதி குடும்பக் கதைகளை சொல்லியிருக்கிறாள். யாருக்கு வேண்டும் அதெல்லாம்? அவைகள் என் காதிற்குள் இறங்கக் கூட இல்லை. நான் அவளது கண்களை, மூக்கை, இதழ்களை கவனித்துக் கொண்டிருப்பேன். அவ்வப்போது தனது நாவால் உதட்டை நனைத்துக் கொள்வாள். அவளது வாயிற்குள் சிறு எச்சில் கோடுகள் எப்படி உருவாகின்றன என்கிற எனது ஆய்வு முடிந்தவரை சரியாகவே இருந்தது.

ஒரு முத்தம் கேட்க வேண்டும் என்கிற துடிப்பு எழுந்தபோதெல்லாம் அது புனிதக் காதலுக்கு எதிரானது என்று கருதிக் கொண்டேன். மேலும் அது ஒரு பெண்ணுக்கு முன்னால் தன்னை பொறுக்கியாக வைப்பது மாதிரி. நான் என்னை ஒரு கண்ணியவானாக நம்ப முயன்றேன். அது இல்லை என்று உறுதியாக தெரிந்திருந்தாலும். எப்படித்தான் எனது மனதில் ஓடுவதைப் பிடித்துக் கொண்டாளோ, நான் அவளுடைய வாயைப் பார்த்துக் கொண்டிருக்கிறேன் என்பதை அதிகமாக கவனித்திருக்கவும் வாய்ப்பிருக்கிறது.

‘உன்னக் கட்டிப்புடிச்சு முத்தம் கூட கொடுப்பேன்’ என்று பாய்ன்டாக சொல்லிவிட்டுப் போனாளே? பெண்கள் பொறுக்கிகளாக இருக்கும்போது நாம் சற்றே துணுக்குறுவது உண்மைதான்.

போகட்டும், கல்யாணத்தில் நான் சும்மா இருக்கப் போவதில்லை. அவள் எவ்வளவு பிகு பண்ணிக் கொண்டாலும் மறுத்தாலும் அவள் சொன்ன பாய்ன்டை வைத்தே அந்த முத்தத்தைப் பிடுங்கிவிடுவேன்.

தங்கம் என்பது மணப்பெண்ணின் பெயர். பெரியப்பாவின் மகள். என்னைவிட வயதில் மூத்தவள். அக்கா. அப்பா பக்கமும் அம்மா பக்கமும் இருக்கிற சகோதர சகோதரிகளின் கணக்கை சொல்ல முடியவே முடியாதென்றாலும் இவளது குணமே தனி. ஒரு மனிதராலும் அவளிடம் அப்பழுக்கு காண முடியாது. தேனென்று சொல்ல வேண்டும். முற்றம் பெருக்கி, வீட்டின் கொல்லைப்புற அடுப்பின் புகையல் நாளெல்லாம் உட்கார்ந்திருந்து, தோட்டத்து காரியங்களைப் பார்த்து, மாடுகளைத், தொழுவங்களைப் பராமரித்து, பால் கறந்து, இரவில் குளித்து முடித்து தலையை அவிழ்த்துவிட்டு அதை உலர்த்தியவாறு படுக்கப் போவதைப் பார்க்க வேண்டும். அது பெண்ணே அல்ல. அது தெய்வமே தான். அவள், தன் புருஷனிடம் படுத்துக்கொள்ளத் தெரியாமல் முதலிரவன்று கலாட்டா செய்துவிடுவாளோ என்கிற சந்தேகமே எனக்கு இருந்தது.

அவளுக்கு, என்னிடம் ரொம்ப வாஞ்சை. கரத்தைப் பற்றுவதிலும், தலையைக் கோதுவதிலும் அவளது மனசைத் தெரியும் எனக்கு. ‘சிவதாசா’ என்கிற விளியில் பலநேரம் சிலிர்த்தே போயிருக்கிறேன். என்னதான் சோம்பேறியாக இருந்தாலும் அவளது கல்யாணம் சொல்ல, பலருடனும் நான் பல ஊர்களுக்கு சென்றது அதனால்தான். இன்னும் பல அலுவல்களில் என்னைத் திணித்துக் கொண்டேன்.

சுஜாதாவின் வீட்டிற்குப் போனது நானும் திலகனும் தான். திரும்பி வர பஸ் இல்லாததால் அங்கேயே இரவு தங்கினோம். சிறு சிறு ஓசைகளைக் கேட்டுப் படுத்திருந்தேன். பாத சரங்கள் இன்னிசைத்தன. அவளது செருமல் சப்தங்களில் ஒன்றுக்கு மற்றொன்று எப்படி வேறுபட்டதாயிருந்தது என்று சிந்தனை கொண்டிருந்தபோது, திலகன் என்னிடம் தூங்கவில்லையா என்று கேட்டுவிட்டு புரண்டு படுத்தான். காதலைப் பற்றி அவனுக்கெல்லாம் ஒரு மயிரும் தெரியாது. போதாத குறைக்கு இரவு சாப்பாட்டுக்கு பத்திரியும் கோழி இறைச்சியும் செய்கிறார்கள் என்று அறிந்தவுடன் எங்கேயோ சென்று இரண்டு பாட்டில் கள்ளைக் குடித்துவிட்டு வந்தான். தூங்காமல் என்ன செய்வான்?

பொழுது விடியும்போது தூங்கி, காலையில் பிட்டும் பழமும் பப்படமும் கொண்ட சாயா கடி முடித்து ‘கல்யாணத்துக்கு வா’ என்று கண்ணால் சொல்லிவிட்டு வந்தேன்.

காத்திருக்கவும் ஆரம்பித்தேன்.

ரூல்ட் நோட்டு ஒன்றை வாங்கி வைத்துக்கொண்டு, அதில் மனம் கொள்கிற தவிப்புகளை எழுதத் தொடங்குவேன். அது நன்றாக இருப்பது போலத்தான் இருந்தது. என்னைத் தவிர வேறு யாருக்கும் புரிய வாய்ப்பில்லை என்பது குறிப்பிடத்தக்கது. சகித்துக் கொள்ளவே ஆகாத தீப்புண்ணின் எரிச்சலை இடம்பெயர்த்துக் காகிதத்தில் இறக்குகிற முயற்சிக்கு ஒவ்வொரு நாளும் பத்து சிகரெட்டுகளாவது தேவைப்படும். அப்புறம், நான் எழுதிய வரிகள் என்னை மூழ்கடித்து விடுவதில் என்னவோ அப்படி வெறித்துக்கொண்டு உட்கார்ந்திருப்பேன். பாக்குத் தோட்டமல்லவா, காற்றின் சீழ்க்கையைக் கேட்டுக் கொண்டிருக்கலாம் சிலநேரம்.

சகோதரிகளில் எவளாவது அந்தப் பக்கம் வந்து, நான் எழுதுவதை மிகுந்த பெருமையுடன் பார்த்துவிட்டு செல்வார்கள்.

அவர்களில் ஒருத்தி, நான் பிடிக்கிற சிகரெட்டின் எண்ணிக்கை குறைய வேண்டும் என்பதற்காக ஏற்றமானூர் அப்பனுக்கு வேண்டிக் கொண்டாள். கொதிப்பிலேயே இருப்பது அவளுக்கு வழக்கம். சிலநேரம் தன்னை மறந்து எனக்கு முத்தமிட வந்து, சட்டென பிரக்ஞை வந்து கன்னத்தைக் கிள்ளி விட்டுப் போய்விடுவாள்.

பெயர் பீனா. உதடுகள் துடிக்க, அம்மு பற்றி கேட்பாள்.

ஒருநாள் காய்ச்சல் வந்தது போல நடுங்கிக்கொண்டே 'அம்முவை முத்தமிட்டு இருக்கிறாயா?' என்று கேட்டாள். ஆமாம் என்று ஒரு பொய்யை சொல்லி வைத்தேன். அன்று இரவெல்லாம் அவளுக்குத் தூக்கம் வரவில்லை என்று சொன்னாள். அது எப்படி இருக்கும் என்று கேட்டபோது, நான் சொன்ன பதிலில் அன்றும் தூங்கவில்லை.

நான் இப்போது அம்முவை விரும்பவில்லை, சுஜாதாவே எனது காதலி என்று விட்டேன்.

அவளிடம் சொல்லி இருக்கலாமா!?

முடிந்தது.

'துரோகி' என்று கூர்மையாக ஒரே ஒருமுறை சொன்னாள். பின்னால், என்னோடு பேசுவதையே நிறுத்திக்கொண்டாள். கல்யாண வேலைகள் நெருங்கி வந்தன. எந்த நெருக்கடியின்போதும் பேசவில்லை. நான் பேச முயலும்போது எரிப்பது போல ஒரு பார்வை. சரி, நமக்கிருக்கிற ஆயிரம் வதையில் இவளுக்காக எல்லாம் வருந்திக்கொண்டிருக்க முடியுமா?

இரண்டு வருடங்களாகக் காய வைத்து சேகரித்திருந்த பாக்குகளை அதன் நாரிலிருந்து பிரிக்கும் பணி ஒரு வாரமாக

நடந்துகொண்டிருந்தது. கல்யாணச் செலவிற்கு பணம் வேண்டுமில்லையா? எட்டு மணிக்கு ஆரம்பித்தால் பன்னிரெண்டு, ஒருமணி வரைக்கும் வேலை நடக்கும். பெருசுகள் ஒரு கட்டத்துக்கு மேல் சென்று படுத்தவுடன் பையன்களும் பெண்களுமாக மிஞ்சுவோம். பலரும் மேலோட்டமான கதைகள் சொல்லுவார்கள். தங்களுடைய அனுபவங்கள் தான். அதில், காதல் ஒரு பாலாடை போல மிதப்பது கூட கஷ்டம். பெரிய கண்ணாமூச்சி ஆட்டம் அது. அதில் உள்ள உண்மைகளை நாமாக கிரகித்துக்கொண்டு, நயமாக அது தெரியாதது போலவும் நடிக்க வேண்டும். ஒருநாள் இந்த ரூட்டில் எனது அண்ணி ஒருத்தி சொன்ன கதையில் கல்லூரி இருந்தது. பிரேமேட்டன் ஒருவர் இருந்தார். அவர் பாடினார். அண்ணியும் பாடி இருக்கிறாள். குன்றின் மீது தனியாக அமர்ந்து ஆரோகணம் அவரோகணம் பரிசீலித்திருக்கிறார்கள்.

அப்புறம் வருவது ஜம்ப் கட். நான் அவரது கல்யாணத்திற்குப் போயிருந்தேன், அந்தப் பெண் ரொம்பக் கறுப்பு.

இப்படி குடை சாய்கிற கதைகளுக்கு நடுவே நான் கொஞ்சம், பச்சை. அதை எதிர்பார்ப்பார்கள். மெல்லிய குரலில் சொல்ல வேண்டும். அது மட்டுமே நிபந்தனை. பீனாவின் கண்களை ஒருமுறை பார்த்துக்கொண்டு தான், தொண்டையை செருமினேன். அவள் திரும்பிக் கொண்டு, நான் என்கிற ஒருவனே அங்கில்லாத மாதிரி, ‘சீ சீ’ என்று பாவாடை சட்டைக்கு மேலே படிந்திருந்த நார்க் குப்பையை தட்டிக்கொண்டு அலட்டியவாறிருந்தாள்.

ஹேமா. நகரப் பிரமுகர் ஒருவரின் மகள். அவளது அம்மாவும் அப்படித்தான். என்னவோ ஒரு சமூக சேவை செய்கிறவர். ஹேமா சரியாக ஆழ்ந்து போகாமல் பத்தாவது ஃபெயிலாகி மோகன்ராம் மாஸ்டரிடம் டியூஷனுக்கு வந்தாள். அங்கு, அதே மாதிரி ஃபெயிலாகி அவரிடம் வந்து சேர்ந்த நான் சோபாவைத் தேய்த்துக் கொண்டிருந்தேன். வந்த அன்றே முன்னேறி நின்று அவள் காட்டின ஒரு புன்னகை. இரண்டு நாட்களில் எனது திக்கல் நின்று, சகஜத்துக்கு எட்டி விட்டேன்.

மாஸ்டர் டியூஷன் நேரத்தில் உள்ளே மனைவியுடன் சண்டைப் போட்டுக் கொண்டிருக்கிறவர். சின்ன வகுப்புப் பையன்கள் ஏறக் கட்டினதும் எங்களுக்குக் கிடைக்கும் ஓர் இடைவெளியில், எங்களுக்கு தெரிந்ததில் நாங்கள் பேசாதது இல்லை. அவள் படிக்க வரும்போதே கிஃப்ட் என்கிற பெயரில் பிரிஸ்டால் பாக்கெட் எல்லாம் வாங்கிவர ஆரம்பிக்கவே பரிச்சயம் விரிவடைந்து முதலில் நாங்கள் காதலின் மகத்துவத்தைப் பற்றி பேச ஆரம்பித்தோம்.

அவளுக்கு நிக்கி என்றொரு சேசர் இருந்தான். அவளுக்கு முன்னால் பைக் வீலிங் எல்லாம் பண்ணிக் கொண்டிருக்கிறான். எப்போது ஐ லவ் யூ சொன்னாலும் இவள் ஓகே சொல்லலாம் என்றிருக்கிறாள். எனக்கோ இருக்கிறாளே, மூச்சு முட்ட வைக்கிற ஒரு அம்மு. மாறி மாறி இதையே பேசிக் கொண்டிருந்து போரடித்து எப்போதோ உண்டான ஒரு சுழலில் வேறு திசையில் பிய்த்துக் கொண்டோம்.

ஒருநாள் அவள் தனக்கு பீரியட் என்றும், அடிவயிறு வலிக்கிறது என்றும் சொன்னபோது இரண்டு பேருமே சிவந்து கொண்டோம். அது எப்படி வரும்? என்கிற எனது வினாவிற்கு அவள் டீட்டெயில் பண்ணவும் செய்தாள். அதற்கு அப்புறம் நான், ஊரெங்கும் தேடியலைந்து ஆவலுடன் பார்த்து வந்திருந்த, துணியைத் தூக்கி மோந்து கொள்கிற பிட்டுப் படங்களின் கதையை எல்லாம் சொல்லும்போது அவளது காதோர மயிர்கள் எல்லாம் நிமிர்ந்தன. அவள் என்னிடம் பல டீடெயில்களைக் கேட்டாள்.

இந்த பாலகுமாரன் கதைகளைப் படித்து விட்டு, தப்பித்தவறி முலைகளைப் பார்த்து விடாமல் கண்களை மட்டுமே பார்த்துப் பேசும் ஆண்மை சறுக்கியது. அடேங்கப்பா, எப்படி இருந்தன அவைகள்? நான், இந்த ப்ரா எல்லாம் போடாமலிருந்தால் அவைகள் குலுக்கல் போட்டு தொந்தரவாக மாறி விடுமோ என்று அறிவியல் பூர்வமாகக் கேட்பது போன்ற முகத்துடன் கேள்வி கேட்டதும் அவள் நாளை சொல்லுகிறேன் என்றாள்.

மறுநாள் அவள் ப்ரா போடாமல் வந்தாள். கவனிக்காது போன என்னை விழிப்புணர்வு கொள்ளச் செய்து, ஒரு பக்க முந்தானையை விலக்கி பார்த்தாயா என்று நளினமாக தனது கரம் கொண்டு குலுக்கி காட்டினாள். கிறுகலாகிப் போய் இம்மீடியட்டாக, எனக்கு ஒன்னு வேணும் என்றேன்.

"என்ன வேணும்?"

"பஸ்ட் லெட்டர் கே. லாஸ்ட் லெட்டர் எஸ்."

"என்ன சொல்றே நீ?"

"மொதல் எழுத்து மு. லாஸ்ட் எழுத்து ம்."

"ஆச வந்தா கொழந்தைங்களுக்கு எல்லாம் குடுப்போமே, அதுவா?"

விஷயம் என்னவென்றால் இரவு ஏழரை மணி வாக்கில், மாஸ்டர் கதவை மூடிக்கொண்டதும், படிக்கட்டுகளுக்கு வளர்ந்திருந்த தென்னையின் மறைப்பில், தூரத்தில் ஒளிர்ந்த நகரத்தைப் பற்றி

கவலைப்படாமல் நாங்கள் இருவரும் முத்தமிட்டுக் கொண்டபோது இருவருடைய உள்ளாடைகளும் நனைந்துவிட்டன. போதும் வலிக்கிறது என்று ஹேமா தனது முலைகளை விடுவித்துக் கொண்டாள்.

"ஏய், பீனா என்னாச்சு?" என்று யாரோ கேட்டார்கள்.

அவள் எழுந்து சென்றுவிட்டாள்.

உண்மையில் எனக்கு அன்று என்ன நடந்தது என்பது புரியாத அளவு நடுக்கமிருந்தது. பின்னால் எவ்வளவு யோசித்தாலும் அவைகள் மறந்து விட்டது போலிருந்தன. இன்னும் ஒரு தடவை முயற்சி செய்வதற்குள் அந்த நிக்கி அவளிடம் ஐ லவ் யூ சொல்லிவிட்டான். இவளும் அதற்கு ஓகே சொன்ன கையுடன் என்னையும் அழைத்துக்கொண்டு ஒரு பிளாட்பார அம்மனிடம், செய்த பாவத்திற்கு மன்னிப்பு கேட்டுக்கொண்டாள். நீயும் உனது அம்முவை ட்ரூவாக நேசிக்க வேண்டும் என்பதாகக் கேட்டுக்கொண்டாள். நான் அந்த மாத டியூஷன் ஃபீஸை எடுத்துக்கொண்டு மவுண்ட் ரோட்டில், ஒரு ரேப் படத்தை பார்த்து முடித்து டியூஷன் என்கிற அந்த விஷயத்திற்கு ஒரு முழுக்கைப் போட்டேன்.

மிகச் சரியாக சொல்லுவது என்றால் முத்தமென்றால் என்ன? அதன் அனுபவமென்ன? அன்று அவளது எச்சிலின் சுவையறிந்தேனா, இல்லையா? அது எப்படி இருந்தது?

விடை சுஜாதாவிடம் இருக்கிறது.

பந்தல் வந்துவிட்டது. முற்றம் நிறைத்தார்கள். பாத்திர பண்டங்கள் வந்து இறங்கின. திலகனும் அவனுடைய துடியான குழுவினரும் இரவு நேரத்தில் சாராயம் காய்ச்சினார்கள். அது ஒரு நடைமுறையாகும். மிகப் பெரிய காரியம் போலும் மிகவும் நுட்பமான யோசனைகள் எல்லாம் அவர்களுக்குள் பரிமாறப்பட்டன, எனக்கு எதுவும் சரிவர புரியவில்லை. எனது லட்சியம் அங்கே நிலைக்கவில்லை. விடிய விடிய இருந்தும், எல்லாவற்றையும் பார்த்துக் கொண்டிருந்தும், எங்கேயோ ஆயிரம் காத தூரத்தில் நான் ஒரு புனிதக் காதலின் பொறியைக் கூட்டி அதன் வெம்மையில் தித்தித்திருந்தேன். காகிதத் தோரணங்கள் வெட்டிக் கட்டினோம். சற்றே நெருங்கின உறவினர்கள் எல்லாம் முன்னமே குழுமத் தொடங்கினார்கள்.

தங்கம் தீயாய் பணிபுரிந்தாள். மணப்பெண்ணல்லவா, எப்போதுமே முகம் சிவந்திருந்தது. அந்த சிவப்பு கூடிக்கொண்டுமிருந்தது.

'போடா, எரும. அப்படி எல்லாம் கிடையாது' என்று என்னை மறுத்தவாறும் இருந்தாள்.

"நீ உங்க மெட்ராசுக்கு திரும்பிப் போயிட்டா என்ன மறந்துருவியா? நான் அங்க எங்கயோ என் புருஷன் வீட்டில இருப்பேன். இங்க வந்தா என் வீடு எங்கன்னு தேடி என்ன வந்து பாப்பியா? பாக்க மாட்டடா. பாக்க மாட்ட. இப்பவே நான் ஒன்னு சொல்லிக்கிட்டுருக்கேன். நீ எங்கயோ வேற ஒன்ன யோசிச்சுக்கிட்டிருக்க!"

பீனா தண்ணீர் கிண்டியை கொண்டுவந்து வைத்துவிட்டு..

"அவன் கூட என்ன பேசிக்கிட்டு? துஷ்டனைக் கண்டா தூரப் போவணும்!" என்று சொல்லிவிட்டுப் போனாள்.

"போடி, நாயே!"

"நீ போடா துஷ்டா!"

நான் தோப்பில் இறங்கி மனிதர்கள் சப்தம் கேட்காத தூரத்தில் ஏதாவது தென்னையின் மீது சாய்ந்து சிகரெட்டையும் அதனுடன் காதலையும் சேர்த்துப் புகைக்கும்போது நானும் ஒரு பிரேம்நசீர் மாதிரியோ, மது மாதிரியோ தோன்றி விடுவதுண்டு. திடுக்கிடும். நான் ஒரு மெட்ராஸ் பையன் இல்லையா, நான் இப்படி இருக்கலாமா? ஆனால் சுஜாதாதான் வெல்லுவாள். எனக்கு இந்தச் செழுமையான பச்சை, கண்ணுக்குள் நிறைவது பிடிக்கிறது. வேட்டியை மடித்துக் கட்டி திமிராக நிற்பது பிடிக்கிறது. ஹவாய் ஸ்லிப்பர், வாழை இலையில் மீன் குழம்பு சாதம், ஆல் இந்தியா ரேடியோ வார்த்தகள், தேசாபிமானி, மற்றும் பெண்கள், பெண்கள், பெண்கள்.

சுஜாதா யார்?

அவள் எனது பிறப்புரிமையாக அமைந்துவிட்டவளில்லையா? மனம், தன்னை கீழே போட்டுக்கொள்ளுவது போல பாரம் தோன்றுகிறது. படபடப்பும். இதோ, இந்த மாலையில் குளித்து உடை மாற்றிக்கொண்டு நிற்கிறேன். புதியது. சும்மாவாவது தலையிலடித்துக் கொண்ட பீனாவைத் தவிர, மற்ற யாவரும் எனது கான்ஃபிடன்ஸ் மீட்டரை ஏற்றவே செய்தார்கள். ஒரு நடுக்கம் மட்டும் உள்ளே நூல் இழுத்துச் சென்றுகொண்டிருப்பதை அறிகிறேன். நேரம் செல்லச் செல்ல, அதன் துயர் எதுவரைப் போயிற்றென்றால் இந்தக் காதல் மயிர் எல்லாம் தேவையா என்பதுவரை. எவ்வளவு நிம்மதியாக விடுதலையாக

ஆண்மையோடிருந்தேன்? இது என்ன பம்மல்? எனது புன்னகை, பஞ்சி முட்டாய் பறப்பது போல சிதறுகிறது என்று வந்தது.

சாயந்திரம் கருகி இரவு கூடினபோது ஒரு பெரிய கும்பலே வந்தது. சும்மானாச்சும் இளித்து வைத்துக்கொண்டிருந்தேன். பலரும் பலதும் கேட்கிறார்கள். அதற்கெல்லாம் எப்படி பதில் சொல்லிக் கொண்டிருக்கிறேன் என்பதே விளங்கவில்லை. ஒரு முத்தச்சி எனக்கு திருஷ்டி முடுக்குவதற்குள் தள்ளி அனுப்பிவைத்தேன். பார்வை நீண்டு போட்ட வட்டத்தில், அவள் இலேசாக கண்களை உயர்த்தி கோணலான ஒரு புன்னகை செய்து கொண்டிருந்தாள். அவளைச் சுற்றி வளவளவென்று நெரிசல். அவளும்தான் யாருக்கோ பதில் சொல்லிக் கொண்டிருக்கிறாள். விழிகளின் கருமணிகள் உயர்ந்து என் மேல் நிலைத்து, யாருமறியாத ஒரு தலையசைப்பும் புன்னகையும் நிகழ்ந்து அவள் கூட்டத்தின் சகஜத்துக்கு அமிழும்போது, நான் எட்டி அவளிடமோ என்னமோ கேட்டேன். அவள்கூட என்னவோ சொன்னாள் போல. வந்தவர்களுக்கு கட்டனும் கடியும் இருந்தது. மேஜை நாற்காலிகள் போட்டிருந்தார்கள். அவள் இருந்த கூட்டத்தை அந்தப் பக்கம் செலுத்தும்போது அவர்களோடு நானும் உட்கார்ந்து விடுவேன் என்று நினைத்துப் பார்த்திருக்கவில்லை.

சரியாக அவளுக்கு எதிரே தான்.

பொடி வறுத்ததும், அச்சாப்பமும், கோழிக்கோடு அல்வாவும் கடிகள். பையன்கள் விளம்பினார்கள். அவர்களோடு வந்து எதையோ வைத்த திலகன் இவன் ஏன் உட்கார்ந்திருக்கிறான் என்கிற ஒரு பார்வை பார்த்தான். வாயில் வந்த எதையோ அடித்து விட்டேன். அவனுக்கே அதிர்ச்சி என்றால், கண்ணாடி கிளாஸ்களில் கட்டன் கொண்டு வந்த பீனா சும்மா இருப்பாளா. ‘எழுந்துரு’ என்று உறுதியாக சொல்லி எல்லோருக்கும் தண்ணீர் எடுத்துக் கொடு என்றாள். அவளது கண்களைப் பார்த்தபடி எழுந்தேன். திலகன் கூப்பிடவே, அவன் பக்கம் சென்றதும் கையில் ஜக்கை கொடுத்து விட்டார்கள்.

அட, எழவே! நெரிசலில் சுஜாதாவைப் பார்த்துக்கொள்ள முடியவில்லை என்பதிருக்கட்டும், என்னால் என்னையே பார்க்க முடியவில்லை. ஓட விடுகிறது ஜனம். குசலங்களுக்கு வேறு பதில் சொல்லியாக வேண்டும். அவனவன் பிழைப்பு கதி இல்லையென்றால் மெட்ராசுக்கோ, பெங்களூருக்கோ, பம்பாய்க்கோ ஓடுவார்கள். நீ அங்கிருந்து இங்கே வந்து என்ன பிடுங்கிக் கொண்டிருக்கிறாய் என்று ஒரு தாத்தா சத்தம் போட்டுக் கேட்கிறது. அதற்குள் ஒருவன் ஜங்க்சனுக்கு போகணும் வா என்றான்.

'போறியா, மாட்டியா?' என்று போகிற போக்கில் பீனா கேட்டுவிட்டுப் போக, நான் அவனுக்குப் பின்னால் ஓடினேன். ஒருமுறை சற்றே தள்ளியிருந்த சுஜாதாவைப் பார்க்க முயல அவள், 'என்னப்பா?" என்று ஏக்கத்துடன் பார்த்துக் கொண்டிருந்தாள். என் பின்னாலிருந்த திலகன் தட்டினான்.

"போயிட்டு வாடா."

ஜங்சன் காரியங்கள் நீண்டவாறே இருந்தது. மார்க்கெட்டிலும் ஒரு பெரிய ரவுண்ட். மூன்று நான்கு சாக்கு நிறையப் பொருட்களுடன் தத்தளிப்பாக வீடு வந்து சேர்ந்தபோது மணி எட்டரையைக் கடந்து விட்டது. ஊர் ஆட்கள் எல்லோரும் கூட, பந்தலில் வந்து அடைந்து விட்டார்கள். பெண்கள் நாளைய அடை பிரதமனுக்கு தேங்காய் சுரண்டத் தொடங்கி விட்டார்கள். கொல்லைப் புறத்தில் மூச்சிரைக்க வியர்த்து வழிய பொருட்களைத் தூக்கிக்கொண்டு போடும்போது அப்படி சற்றுத் தள்ளி குரல்கள் கேட்டன. நான் விழிப்பதற்குள், யாரோ ஒரு நடுவயதுப் பெண்மணி தனது அலுவலுக்கிடையில் 'குடிகார நாய்கள்' என்றாள். ஏறக்குறைய குடி பழக்கம் இருக்கிற ஊரின் மொத்த ஆட்களும் ஏற்றிக் கொண்டிருக்கிறார்கள்.

நான் அதையெல்லாம் பார்க்காத மாதிரி நம்ம ஏரியாவிற்கு ஓடினேன். அப்புறம் தாமதித்து என்னை முகர்ந்து கொண்டபோது, அது சரிப்பட்டு வரவில்லை. உடுத்திய துணிகள் எல்லாமே கூட சலிந்து விட்டிருந்தது. மூத்திரம் போகப் போன மணப்பெண் வெளியே வந்ததும் அவளைத் தள்ளிவிட்டுக் கொண்டு சென்று, குளியோ குளி குளித்து வேறு உடைகளை மாற்றிக்கொண்டு கதவைத் திறப்பதற்குள் என் அக்காள், மணப்பெண் தங்கம் ஒரு நாற்பது பேருடன் நின்றாள்.

அத்தனைப் பேரும் பெண்கள். பலரும் நான் யார் என்று தெரியாமல் பார்த்தும் இராதவர்கள். அறிமுகங்கள் நடக்கும்போதே என்னை ஓலைப்பாயில் உட்காரவைத்து சூழந்து அமர்ந்து கொண்டார்கள். நாட்டில் இந்தக் கிழவிகள் பிரச்சினை பெரும் பிரச்சினை. மிடில் ஆன்டிகளும் தான். எத்தனைக் கேள்விகள் கடவுளே!? நானும்கூட எவ்வளவு கேட்க வேண்டியிருந்தது?

ஒரு சுற்று முடிந்ததும், நான் ஓரக்கண்களால் பார்த்திருந்த அந்தச் சுற்று வந்தது.

"டேய், நான் சொல்லி இருந்தேன், இல்ல? இவதான் சுபைதா. இவ கிளாரா. இவங்க ரெண்டு பேரும் சேந்துதான் அந்தப் பாட்ட பாடுவாங்க. நீ கூட கூட்டிட்டு வா, பாட்ட கேட்டே ஆகணும்னு

சொல்லி இருந்த இல்ல? டீ, கிளாரா. நீ என்ன சும்மா இருக்க? கேக்க வேண்டியத கேளுடி. சூ, நீயும் தான்! கேளுங்கடி.''

நான் இளித்தவாறு இருந்தேன்.

பாருங்கள், இரண்டு பேருமே பேரழகிகள்! மனதிற்குள் ஏறவில்லை. எனக்குள் இருந்த ஜ்வாலாமுகிகளே வேறு.

“அம்மு சுகமா?''

“லெட்டர் போடுவதுண்டா?''

“கல்யாணம் முடிந்ததும் அவளை இங்கே எல்லாம் கூட்டிக்கிட்டு வரணும். எங்களுக்கெல்லாம் காட்டணும்.''

உண்மையில் கிளாரா வெட்கத்துடன் இதைச் சொல்லும்போது நான் உன்னைக் காதலிக்கிறேன் என்று சொல்லுவது போலவே இருந்தது. நான் சரியாகத்தான் இருக்கிறேனா?

“டேய், போன மாசம் இவ வீட்டுக்குப் போனப்ப, நாங்க மூனு பேரும் உன்னப் பத்திதான் பேசிக்கிட்டே இருந்தோம். கிளாராவுக்கு உன்ன ரொம்பப் பிடிக்கும் தெரியுமா? சொல்லு க்ளா!''

“முடி வெட்டக் கூடாதா? வெட்டறதுக்குக் காசில்லையா? நான் தரட்டுமா?''

“ஹா ஹா ஹா!!!''

ஒரு வழியாக யாருக்கும் பேசிப்பேசி ஒன்றும் பிடிபடாமலிருக்க, நான்தான் வந்து பார்த்துவிட்டு செல்லும் ஆட்களைக் காட்டினேன். பெண்களுக்கு நடுவே உட்கார்ந்து சல்லாபித்துக் கொண்டிருக்கிறான் என்கிற எரிச்சல் புகைய ஆரம்பித்திருக்கிறது என்பதைச் சொன்னேன். கிளம்புகிறேன் என்றதும்..

தங்கம் ‘அடச்சீ உக்காரு' என்று விட்டாள்.

“இவங்க பாடறத கேக்காம எங்கப் போறே?''

அதானே. அது எப்படி போவேன்?

அது ஒரு நல்ல பாட்டு. சினிமா பாட்டு தான். டூயட். ஆணின் குரலில் சுபைதாவும் பெண்ணின் குரலில் கிளாராவும் பாடினார்கள். அது அவ்வளவு நன்றாக இருந்தது. அதைப் பாடும்போது அவர்கள் முகத்தில் வெட்கத்தின் மீது வந்துபோன அந்த நளினங்களை மீண்டும் எப்போது பார்ப்பது?

என்றாலும், தப்பித்து வந்து தேடும்போது கல்யாண வேலைகள் முறுகித் தொடங்கியிருந்தது. பெண்களிடம் ஆண்கள் டபுள் பேசத்

தொடங்கியிருந்தார்கள். உண்மையில், பெண்கள் பேசுகிற லாகவம் கைவராமல் ஆண்கள் உளறிக் கொண்டிருந்தார்கள் என்பதுதான் எரிச்சலான உண்மை. எனது அக்கா, தங்கச்சிகள் எல்லாம் சாதாரணமானவள்கள் இல்லை என்பது அந்நேரத்திலும் எரிந்தது. எவனோ, எவளோ எப்படியோ நாசமாக போகட்டும். ஆமாம், சுஜாதா எங்கே?

இவ்வீட்டை ஒட்டியிருந்த வீடும் கல்யாணப் பணிகளில்தான் மூழ்கியிருந்தது. அங்கே அப்படி உலவிக்கொண்டு வரும்போது பெண்களின் கிளுகிளுப்பு சிரிப்புகள் கேட்டன. தட்டும்புறத்துக்கு ஏறினேன். ஓ! அத்தனைப் பேரும் இங்கேதான் இருக்கிறாள்களா? சுஜாதா என்னைப் பார்க்கிறாள். நான் முன்னேறிச் சென்று அவள்களைப் போலவே தரையில் அமர்ந்தவாறு ஒரு மொக்கை ஜோக்கு அடிப்பதற்குள் பக்கத்தில் பார்த்தேன், பீனா.

“என்ன சொல்ல வந்த, சொல்லுப்பா?”

“ஒரு மயிரும் இல்ல!”

“ஏய், கெட்ட வார்த்தை எல்லாம் பேசாத!”

“கீழ வேல இல்லையா உனக்கு? எதுக்கு இங்க உக்காந்து கத அடிச்சிக்கிட்டு இருக்க? எறங்கிப் போ!”

“ஆபீசர், நீங்க உங்க வேலையப் பாருங்க ஆபீசர்”

அவள்கள் பேசிக் கொண்டிருந்தார்களே தவிர என்னால் ஜோதியில் கலக்க முடியவில்லை. ஒருமுறை நான் என்னவோ பேசுவதற்குள் பீனா குறுக்கிட்டாள். அடங்கினேன். நான் என்ன பேசினாலும் அவள் அதைக் காலி செய்யக் காத்திருக்கிறாள் என்பது உறுதியாகிவிட்டது. சுஜாதா அவ்வப்போது என்னைப் பரிதாபமாக பார்ப்பதுபோலப் பட்டது. அல்லது, அப்படி இல்லையா? என்ன ஒரு அவமானம்? அப்படியே இருந்து வெறியேறி, நான் எழுந்து கொள்ள முயன்றேன். அப்புறம் வரலாம் என்பது எண்ணம்.

“என்ன, ஆபீசர் கெளம்புறாரு?”

“சீ! வாய மூடுறி”

“ஏய், இந்த வாடி போடியெல்லாம் வேணா, சொல்லிட்டேன். நான் என்ன உன் பொண்டாட்டியா? எதுக்கு எல்லா பொண்ணுங்க கிட்டயும் நீங்க வாடி போடின்னு பேசறீங்க? உங்களுக்கு அதுக்கெல்லாம் என்ன ரைட்ஸ் இருக்கு? பொம்பளைன்னா எளக்காரமா?”

அவள் பிரச்சினையை பொதுப் பிரச்சினையாக மாற்றிவிடவே அதில் பலபேரும் அவளுக்கு சப்போட் பண்ணிப் பேச ஆரம்பித்தார்கள். ஒரு கட்டத்தில் எனக்குப் பேசவே முடியவில்லை. தர்ம அடி வாங்கிக் கொண்டிருப்பதான சரிவு. சமரசம் உண்டாகிற இடத்தில் பீனா கொளுத்திப் போட்டுக் கொண்டிருந்தாள். அதுகூட பரவாயில்லை.

"என்ன இருந்தாலும் பெண்குட்டிகளை வாடி போடி என்பது தவறுதான்" என்று சுஜாதாவே சொல்லி முடித்தாள்.

"நீ பெரிய மயிரு. போடி!"

அப்புறம் எனக்கு அங்கே என்ன வேலை? வெளியேறி வந்து விட்டேன். ஒரு ஆங்காரத்தில் தங்கம் இருக்கிற இடத்துக்கு போனால் அவள் படுத்து விட்டாள் என்றார்கள். கிளாராவும், சுபைதாவும் கிளம்பித்தானே இருப்பார்கள். நாளை கல்யாணத்துக்கு வருவார்களாக இருக்கும்.

என்னை இதுவரை யாரும் சாப்பிடத் தேடவில்லை என்பது எரிந்தது. பசியாகவே மாறியது. இரண்டு சிகரெட் அடித்து சாப்பிடலாம் என்று முடிவுக்கு வந்து பந்திக்கு போனால் அத்தனைக் கழுதைகளும் அங்கிருந்து வந்து வரிசையாக உட்கார்ந்து கொண்டிருந்தன. பீனா, வா வந்து சாப்பிடு என்று கத்தினாள். மிகவும் அகந்தையுடன் அங்கிருந்து திரும்பி வந்தேன். பீனாவின் குரல் மறுபடியும் கேட்டது. வந்து கொண்டேயிருந்தேன். அவள் சொல்லி அவளது சகோதரன் ஒருத்தன் வந்து சாப்பிடக் கூப்பிட்டான். நான் அங்கிருந்தும் விலகி சாராய சப்ளை ஸ்பாட்டுக்கு போனேன். ஒரு கிளாஸ் போதும் என்று வாங்கிக்கொண்டு போட்டு, அடுத்து ஒன்றையும் போட்டேன். எடுத்துக் கடிக்க அவியலை வைத்திருந்தார்கள். அட, மலயாளத்தான்களா.

மரத்தைக் குலுக்கியதில் உதிர்ந்த ஒரு நீர்நெல்லிக்காயை எடுத்து முழுமையாக வாயில் போட்டுக் கடித்தபோது அது தலைக்குள் அறைந்தது பிரம்மாதமாக இருந்தது.

ஒரு மாமனிடம் வாங்கின ஒரு கஞ்சா பீடியும் அப்புறம் மூன்று சிகரெட்டுகளையும் தொடர்ந்து புகைத்து, மிட்டா ஏறும்போது, 'வாடி போடி என்பது தவறுதான்' என்று சுஜாதா புருபுருத்ததின் வீரியம் குறைந்துகொண்டே வந்தது. முத்தத்தின் நினைவு வந்துவிட்டது. வாக்குறுதி ஒன்று இருக்கிறதல்லவா. அந்தக் கற்பனை மெதுவாக ஓர் எழுச்சியை உண்டாக்கியது.

மிதந்துகொண்டு வந்தபோது, பீனா வழி மறித்தாள்.

“மரியாதையா சாப்பிட்டுட்டு போ!”

“எனக்குப் பசி இல்ல!”

“எவ்ளோ கோவம் இருந்தாலும் அத சாப்பாடு மேல காட்டக் கூடாது! என் கூட வா. நான் சாப்பாடு வெளம்பித் தரேன்.”

“ஆ, உன் அன்பு புரியாம இல்ல. நீ பெரிய மாதா அமிர்தானந்தமயின்னு எனக்குத் தெரியும். சகல உயிர்களையும் காத்து ரட்சிக்கிற தாய். அள்ளி அணைச்சுக்கற தாய். எதுக்காக நான் இப்ப சோறு சாப்பிட்டே ஆவணும்? வெஷம் கலந்து வச்சுருக்கியா?”

அவள் கண்ணில் இருந்தென்ன மினுக்குவது, கண்ணீரா?

“ஆ, பாத்துட்டேன், பாத்துட்டேன். பெரிய சாவித்ரி, சரோஜா தேவி, சௌகார் ஜானகி. போடி!”

பணிகள் மும்முரம் கொண்டிருந்தது. ஆண்களும் பெண்களுமான பேச்சு கும்மாளமும்தான். ‘என்னடா, ஒருத்தியும் சிக்கலையா?’ என்பதை ஒருத்தன் பச்சை கெட்டவார்த்தையில் கேட்டான். ஒருவனின் உள்ளே அறுத்துக் கொண்டிருக்கும் காதலுக்கு இந்த உலகம் எப்போதுதான் மரியாதைத் தருமோ? ரெகார்ட் போட்டிருந்த பக்கவாட்டு அறையில் சென்று படுத்துக் கொள்ளும் முன், ‘ஒ சாத்தீரே’ போட்டேன். எனக்கு அதில் ஒரு வார்த்தை கூட புரியாது. ஆனால் குரல் இதமளித்தது. அப்புறம் வந்த பாடல்களில் கடலிலே ஒளமும், கரளிலே மோகமும் அடங்குகில்லோமனே, அடங்குகில்லா என்பது புரியாமல் போகுமா, கண்ணீர்தான் வராமல் இருந்து விடுமா?

இன்னொரு பாட்டைத் தேடி எடுத்துப் போட்டேன். சந்நியாசினி என்று துவங்குகிற காதல் பாடல். காலா காலத்துக்குமானது. நன்றாக குடிபோதை ஏறியதற்குப் பிறகு நண்பன் ஷாஜி எத்தனயோ பூரப்பறம்புகளில் என் மடியில் படுத்துக்கொண்டு கூட இப்பாட்டை பாடியிருக்கிறான். எஸ்தருக்கு கொடுத்து வைக்கவில்லை.

போட்டதும், அது அழுதுகொண்டு படுப்பதற்கு மேலும் சுகமாக இருந்தது. அதன் அர்த்தம் இப்படியாக வரும்.

நின்ட ஏகாந்தமாம் ஓர்மை தன் வீதியில்

என்னை என்றாவது காண்பாய்

ஒருமுறை எனது கால்சுவடுகள் காண்பாய்

அன்றும் என் ஆத்மா உன்னோடு மந்திரிக்கும்

உன்னை நான் காதலித்திருந்தேன்!

இரவு பகலிடம் சொல்லிக் கொள்வது போல்

விடை பெற்றுக் கொள்கிறேன்!

எப்போது கண்ணசந்தேன், தெரியவில்லை. யாரோ எழுப்புகிறார்கள். திலகன். என்னடா தூக்கம், வாடா என்கிறான். இந்த மாமன் மயக்கம், விடிஞ்சா தீரும் வரைக்கும், மனசு தாவிக் குதிக்கும், ஓடம்பு தீயாக் கொதிக்கும். தீயாக் கொதிக்கும். நேத்துப் பூத்தாளே ரோஜா மொட்டு, எம்ஜிஆர் பாட்டு பாடிக் கொண்டிருந்தது.

இந்த வீட்டிலிருந்து பக்கத்துக்கு வீட்டிற்கு தாவினோம். அங்கே யாருமில்லை. திண்ணையில் சாராயமும் இரண்டு கிளாஸ்களும் நீர் நெல்லிக்காய்களும் இருந்தன. உப்பும் மிளகாய்த் தூளும் இருந்தது. இருவரும் தொட்டு வலித்துக்கொண்டு ஒரு ஏற்று ஏற்றினோம். 'யாரையும் இந்தப் பக்கம் விடாதே' என்று, திலகன் எதையோ எடுப்பதற்கு உள்ளே போனான். நான் தீ போலிருந்த ஒரு மிடறை சப்பி நாவெல்லாம் ருசியறிந்து விழுங்கி, நெல்லியை உப்பு மிளகாயுடன் எரிந்த நாவில் வைத்துத் தேய்த்தேன்.

திலகனின் தம்பி அபியும், சுஜாதாவின் ஊர்க்காரனான ஒரு பையனும் அந்தப் பக்கமாக செல்லுவதைப் பார்த்து நிதானம் கொண்டேன் என்றாலும் குடிப்பதற்கான ஒரு மூட் க்ரியேட் ஆகிவிட்டது. மற்றொரு கிளாஸ் ஊற்றி ஒரே மூச்சில் குடித்து கிளாசை வைத்துவிட்டு வானத்தைப் பார்த்தேன் பாருங்கள். திடுக்கிட்டு விட்டேன்.

த்தா, எவ்வளவு நட்சத்திரங்கள்!

இந்த கருவிருட்டும், இந்த விண்மீன்களும்தான் முதலில் கேரளா. அப்புறம் என் சுஜாதா. வானெங்கும் மின்னும் அற்புதங்கள் அனைத்தும் அவள்தான் என்று வைத்துக் கொள்ளலாமே? அட என்னடா இது, புளுக்கென்று கண்ணீர் பரவியதில் வானத்தின் சேட்டைகள் வர்ணங்களாகச் சிதறின. அண்ணாந்தே இருந்தவாறு நான் கொஞ்சநேரம் எனக்குள் சத்தமின்றி அழுதது எத்தனை யுகத்துக்கு நீண்டதோ? திலகன் என்னை எழுப்பினான்.

மறு ஜென்மம் வந்தமாதிரி இருந்தது.

அவன் உள்ளே கை காட்டினான்.

அவனது அம்மா கல்யாண வீட்டிலிருந்து வந்திருப்பார்கள். தண்ணீர் ஊற்றி வைத்த சோறு இருக்கிறதா என்று பார்க்க

வேண்டும். பசி. கொஞ்சம் மீன் குழம்பு மட்டும் இருந்துவிட்டதென்றால் தேவாம்ருதம். ‘அம்மா’ என்று வாயைத் திறப்பதற்குள் அவளைப் பார்த்து விட்டேன்.

உள்ளறையின் வலது பக்கத்தில் இருந்த படுக்கை அறையில். அம்மணமாக தன்னைப் பொத்திக் கொண்டு நின்றிருந்தாள். புன்னகையுடன் வாவென்றாள். எச்சிலை முழுங்கிக் கொண்டு நெருங்கியதும் அணைத்துக் கொண்டாள். ஜில்லென்ற உதடுகள் எனது உதடுகளின் மீது அழுந்தின. எனது உதடுகளில் இருந்து நாவைத் தேடிப் பற்றினாள். பிறகு அவளது நாவு என் நாவின் மீதிருந்தது. நான் அவளை அருந்தத் துவங்கும்போது நான் எழுச்சியடைந்ததை உணர்ந்தேன். அவள் அதைப் பிடித்து வருடிக் கொண்டிருந்தாள். எப்படி சாய வேண்டும், எப்படி பொருந்திக் கொள்ள வேண்டும், எப்படி புணர்ச்சி தொடங்க வேண்டும் என்பதை நிதானமாக வழி நடத்தினாள்.

எஸ், எஸ், எஸ் அவளேதான். சுஜாதா. சற்று முன்பு திலகனுடன் பழகிக் கொண்டிருக்கிறாள் இல்லையா? நான் என்னை ஓர் ஆணாக நிரூபிக்க வேண்டிய கட்டாயம் இருந்ததால் தீவிரமாக இயங்கினேன். ஆனால் நான், அவளைத்தான் அனுபவித்துக் கொண்டிருக்கிறேனா!?

இதோ, இந்த அழகுக் கண்கள். மூக்கு. இதழ்கள். அதன் புன்னகை. ம், ம் என்று அவள் சிரிப்புடன் உற்சாகப்படுத்தியது மெல்ல ஒரு தளர்வைக் கொண்டு வருகிறது என்பதை அறிகிறேன். மெஹ்பூபா மெஹ்பூபா, மெஹ்பூபா மெஹ்பூபா. ஷோலே படத்தின் பாலையில் கபர் சிங்கும் அவனது கோஷ்டியும் தூங்கி விட்டார்கள். ஹெலன் மிச்சமிருந்த பிட்டு துணிகளை நகர்த்தி தன்னை மலர்த்துகிறாள். வா, சிவதாசா. வந்து என்னில் நுழை. துண்டு துண்டாகக் கிழி. ம்ம்ம், வா, வா. நான் என்னையே வெட்டிக் குவித்து மொத்தமாக அவளில் கொட்டிச் சோர்ந்தேன்.

“நல்லா இருந்திச்சா, திருப்தியா?” என்று கேட்கிறாள் சுஜாதா.

“இப்ப உனக்குப் புரியுதா? எனக்கு உன் மேலேயும், திலகன் மேலேயும் கொள்ளை ஆசை” என்றாள்.

காதில் கிசுகிசுத்து ஒலித்த அந்த ரகசியத்தில் ஒரு இடறலுமில்லை. வாழ்க்கைப் பூராவும் நான் அந்தத் தூய்மையான தொனியைக் கேட்டுக் கொண்டே இருக்கிறேன்.

ஒருவேளை இந்த மாயக்குரல் தான், நான் எழுதிய திரைக்கதைக்கு காரணமாக இருந்திருக்கும்.

★★★★★

யாமினி

திரைக்கதை தொடர்ச்சி
இரண்டாம் பகுதி

Sc No : 36

Ext / Int / Day

சாலை.

டீக்கடை.

ஒரு தவளையின் முகம். அது அடிவயிற்றில் இருந்து பெருங்குரலெடுத்து கத்திக் கொண்டிருக்கிறது. சிறு கணம். உடனடியாய் அதன் மீதும், அதன் பக்கத்திலும் ஒன்றிரண்டு மழைத்துளிகள் விழுகின்றன. பின்னர் பெருகி அதிகமாகிறது.

★ ★ ★ ★

மெத்தையைக் கட்டி தலையில் வைத்து நடந்து வந்து கொண்டிருந்த குமார் மழைத்துளிகள் விழவே எங்கே ஒதுங்குவது என்று தடுமாறி வேகவேகமாய் ஓடி அந்த சிறு டீக்கடையோரமாய் வந்து ஒண்டுகிறான். வழக்கம் போலவே இம்மாதிரி இடத்தில் இருக்கக் கூடிய வெட்டி ஆட்கள் இருக்கிறார்கள். சோம்பல் நீங்கி புத்துணர்வு பெற்று கவனிக்கிறார்கள்.

மழையைப் பார்த்தவாறு மெத்தையை ஒரு ஓரமாய் வைக்கிறான் குமார்.

ஆசாமிகள் தங்களுக்குள் பார்த்துக்கொள்வதை அவன் கவனிக்கவில்லை.

கர்ணாவோடு குடித்து விழுந்த ஊர் ஆள், வீணாகத் தொண்டையைச் செருமிக்கொண்டு

ஊர் ஆள்:

மழ! என்ன குமாரு?

குமார்:

ம்

ஊர் ஆள்:

பெருசா புடிச்சிக்கும் போலருக்கே? யாருக்கு பெட்டு? புள்ள பெத்துட்டு வந்தாளே அவளுக்கா?

குமார் அவனது நோக்கத்தைப் புரிந்துகொண்டு பார்க்கிறான்.

ஊர் ஆள் பின்னடையவில்லை. சிறிய விஷமப் புன்னகையுடன்

ஊர் ஆள்:

சொல்ல மாட்டியா?

குமார்:

பூனக்கஞ்சான் செடி மேல வுழுந்து பொரண்டியா. என்ன நமைச்சல் உனக்கு?

ஊர் ஆள்:

என்ன குமாரு. பெட்டு யாருக்குன்னு கேட்டது ஒரு தப்பா?

குமார்:

தப்புதாண்டா. நீ ஏன் அத கேக்கறே?

ஊர் ஆள் உள்பட அத்தனைப் பேர் முகத்திலும் ஒரு மாற்றம்.

குமார்:

என் வூட்டு பெட்டு. தாத்தா காலத்துல இருந்து சும்மா கெடந்தது. இத நான் யாருக்குன்னா குடுத்துட்டுப் போறன்யா, உனக்கு எங்க அரிக்குது?

தயக்கத்துடன்..

ஊர் ஆள்:

இல்ல குமாரு. பழனி காசு ஏதும் அனுப்பி வைக்கிறதில்லயா. அதனால தான் நீ உன் வீடுல இருக்கற பெட்ட...

என்கிறவன் தானாய் பேச்சை நிறுத்தி அதிர்ச்சியுடன் பார்க்க

ஊர் ஆளை குறி பார்த்தவாறு கண்ணாடி கிளாசை தூக்கி, தூக்கிப் போட்டு பிடிக்கிறான் குமார்.

பின்னடைகிற ஊர் ஆள், சற்றே அசட்டு சிரிப்புடன் நகர்ந்து ஓர் இடத்தில் அடக்கமாய் உட்கார்ந்துகொள்ள

கொஞ்சம் அடங்கிய குரலில்..

ஒரு ஆள்:

எல்லாத்துக்கும் கோவப்படக் கூடாதுப்பா. மனுஷாள்னா பாக்கறத கொள்றத என்ன ஏதுன்னு கேட்டுக்கறதில்லயா? உனக்கு தெரிஞ்சா பதில் சொல்லிட்டுப் போ. அவ்ளோ தான்

என்கிறவனை நெருங்கி அவன் கண்களில் பார்த்து..

குமார்:

என்னா பதில் வேணும் உனக்கு?

ஆள் விழிக்கிறான்.

குமார்:

சொண்டி. சூத்து சொறிச்சலெடுத்து நீ கண்டதையும் கேப்ப. நான் நின்னு பதில் சொல்லிட்டுப் போவணுமா? இப்ப நான் ஒரு கேள்வி கேக்கறேன், நீ பதில் சொல்லு. உன் பொண்டாட்டி எதுக்குடா நாயக்கர் வீட்டுல பத்துப் பாத்திரம் தேய்க்கப் போறா? மாசத்துக்கு ரெண்டு புது சீல எடுக்கறாளே, அவ கிட்ட கேட்டியா கேள்வி?

ஆள் அங்கிருந்து நகர்ந்து வெளியேறிச் செல்ல..

குமார் திரும்பி அனைவரையும் பார்க்க..

ஒவ்வொருவரும் வேறெங்கோ பார்த்தும், அசட்டு சிரிப்பு சிரித்தும் பம்முகிறார்கள்.

வெளியே மழை இருக்கிறதா என்று வந்து பார்த்துக்கொண்டு, ஊர் ஆளை நோக்கி..

குமார்:

வாயா, இப்டி

என்று அவனது உதவியோடு மெத்தையைத் தூக்கி தலையில் வைத்துக் கொண்டு வெளியேறி நடக்கிறான், குரல் கொடுத்தவாறே..

குமார்:

ஒக்காளி,அத்தன பேருக்கும் சொல்லி வெக்கிறென்.குமாரு இலேசுப்பட்டவன் இல்ல. பேசிக்கிட்டு கூட இருக்க மாட்டேன். கொட்டய கடிச்சு துப்பிருவேன்.

அவன் நிழலே கூட மறைந்து, வார்த்தைகள் தேய்கிற வரை காத்திருந்து பின்னர் கோணிக் கொள்கிற வக்கிர முகத்துடன்

ஊர் ஆள்:

நான் சொன்னேன் இல்ல? அந்தக் கொழந்த இவனோடது தான். புள்ளப் பாசத்துல தான் இப்படி இவன் பாரம் சொமக்கறான்!

சொல்லி நற நறத்துக் கொள்கிறான்.

★★★★

Sc No : 37

Int / Day

பழனி வீடு.

குமார் மெத்தையை விரித்துப் போட்டு தலயணைகள் வைத்து அழகு பார்க்கிறான்.

★★★★

மண்டியிட்டு வீட்டின் நிலம் துடைத்துக் கொண்டிருக்கிறான்.

★★★★

சாம்பிராணி புகை காட்டி அறையை முகர்ந்து கொள்ளுகிறான்.

★★★★

வேறு சில பொருட்களைத் துடைத்து வைத்துக் கொண்டிருக்கும் போது, அவன் முகம் மீது ஃபோன் அடிக்கிறது. திரும்பிப் பார்க்கிறான்.

புன்னகையோடு..

குமார்:

வேற யாரு? பழனி தான். புள்ளப் பாசம் சும்மா இருக்குமா. எல்லாரும் வீட்டுக்கு வந்தாச்சான்னு கேக்கப் போறான்!

என்றபடி போனை நெருங்கி..

குமார்:

ஹலோ. குமார் பேசறேன். பழனியா?

குரல்:

எல்லாரும் வந்தாச்சா?

குமார்:

இல்ல பழனி. இன்னும் வரல. 10- 11 ராவுகாலம் இப்ப தான் முடியுது. கொஞ்ச நேரத்துல வந்துருவாங்க

குரல்:

ம், சரி, ஆள் இல்லாத வீட்ல நீ என்ன பண்றே?

குமார்:

வீட்ட கழுவி கிழுவி தொடச்சு சுத்தம் பண்ணிகிட்டிருக்கேன் பழனி. புள்ள பெத்தவ கொழந்தையோட பொழங்குற வீடு சுத்தமா இருக்கணும் இல்ல?

குரல்:

தேவ இல்ல. நீ வெளிய போ!

அதிர்ச்சியுடன்

குமார்:

பழனி?

குமாரினுடைய முகத்தின் மீது,

குரல்:

ஏய், நீ தொறைல இருந்துட்டு அப்டியே போவ வேண்டியவன். எதுக்கு வீட்டுக்கு வரே? என் வீட்ல உனக்கு என்னடா வேல? இனிமே நீ என் வீட்டுப் படியேறக் கூடாது. என் குடும்பத்தப் பாத்துக்க எனக்குத் தெரியும். நீ கௌம்பு

எச்சிலை விழுங்கிக் கொண்டு..

குமார்:

பழனீ, நான் ஒரு தப்பும் பண்ணல. உன் ஃபிரண்டுனு ஓர்த்தன் வந்தானே, அதான் அந்த கர்ணா, அவன் ரொம்ப கெட்டவன். அவன் தான் எதையாவது உன் கிட்ட சொல்லியிருப்பான்

குரல்:

டேய்! எவனோ, எதையோ சொல்றத கேட்டுட்டு நான் ஆடறதுல்ல. சோத்துக்கு வக்கில்லாம இருக்கியேன்னு பரிதாபம் பாத்தது தப்பா போச்சி....இப்ப நான் எதையும் பேச விருப்பப்படல. நான் சொல்றது ஒன்னு தான். நீ என் வீட்டுக்கு வரக் கூடாது. நீ வந்து சேவ செஞ்சு என் குடும்பம் விடிய வேணா. சொல்றது புரியுதா?

தத்தளிப்புடன்..

குமார்:

பழனீ...

பழனி:

ஓடிப் போடா. எங்கயாவது ஓடிப் போ

தொலைபேசி சத்தத்துடன் வைக்கப்பட்டு, அது குமாருக்கு எதிரொலிக்கிறது. அசந்தர்ப்பமாய் நின்று கொண்டிருக்கிறான். முகத்தில் வெறுமை. வெளியே வண்டி சத்தம் கேட்கவே நிலைக்கு வருகிறான்.

சற்று நகர்ந்து பார்க்கிறான்.

அப்பா, பாட்டி, ஜமுனா, யாமினியின் அம்மாவுடன் கைகுழந்தையோடு யாமினி வருகிறாள்.

★★★★

பெண்கள் திருஷ்டி கழிக்க, அதற்கிடையே ஓரமாய் ஒதுங்கி நிற்கிற குமாரை ஒரு பார்வை பார்க்கிறாள் யாமினி.

★★★★

Sc No : 38

Ext / Day

பழனி வீடு.

உருள்கிற கிணற்று உருளை. மேலெழுகிற கயிறு.

குரல்:

தோ. தோ. தோடி செல்லம். அழக் கூடாது, அழக்கூடாது. அழாம குளிப்பியாம். குளிச்சி முடிச்சிட்டு நல்லா படுத்துத் தூங்குவியாம். சரியா?

என்று கேட்டிருக்க, கிணற்றிலிருந்து தண்ணீர் எடுத்துக் கொண்டிருப்பது குமார். இறைத்த தண்ணீரை ஏற்கனவே வைக்கப்பட்டிருக்கிற சுடுநீரில் நிதானமாய் ஊற்றுகிறான். குழந்தையை கால்களில் படுக்க வைத்து அமர்ந்திருக்கிற யாமினியின் அம்மா தண்ணீரை விளாவிப் பார்க்கிறாள்.

இவன் மறுபடி தண்ணீர் எடுக்க ஆரம்பிக்க, யாமினி தோளில் துண்டுடன் வந்து அம்மா, குழந்தை இருவருக்கும் அருகே நின்று நோக்கிவிட்ட பிறகு பாத்ரூமுக்குள் சென்று கதவை மூடப் போகிறாள். கண்கள் குமாரின் கண்களை சந்தித்து மீள்கின்றன.

இவன் எச்சிலை விழுங்க, அவள் கதவை அடைக்கும் சப்தம் முகத்தின் மீது கேட்கிறது.

மறுபடியும் இறைத்து எடுத்த தண்ணீரை அருகே இருக்கிற பெரிய அண்டாவில் ஊற்றுகிறான்.

யாமினி அம்மா:

குளிக்கலாமா செல்லம்? ம்? குளிக்கலாமா குட்டி? ஸ்ஸ்... அய்யய்யோ... பாட்டி எண்ணெ எடுக்க மறந்துட்டேனே?

குமார்:

எங்க இருக்குன்னு சொல்லுங்க நான் எடுத்துட்டு வர்ரேன்

யாமினி அம்மா:

என் பையில வச்சுருக்கம்பா. நீ கொழந்தய புடி, நான் கொண்டாரேன்

என்று குழந்தையை அவனிடம் கொடுத்து..

யாமினி அம்மா:

இருடி கண்ணு, உனக்கு மருந்து எண்ணெ கொண்டு வர்றேன். அழாதம்மா, அழக் கூடாது. பாத்துக்க குமாரு

குமார்:

சீக்கிரம் போயிட்டு வாங்க

அம்மா போக, குழந்தை இடைவிடாமல் அழ, சிறு கலவரத்துடன்..

குமார்:

உச் உச் உச்... எதுக்கு இப்படி அழறேன்னே தெரியலையே? அழாத பாப்பா, உச் உச் உச் இங்க பாரு இங்க பாரு நாய் பாரு

அவிழ்த்த முந்தானையுடன் உள்ளே நிற்கிற யாமினி குமாரின் குரலைக் கேட்டிருக்கிறாள். ஒரு புன்னகையோடு. பின்னர் கதவில் எதையோ தேடுகிறாள். ஒரு சிறிய ஓட்டை இருக்கிறது. அதன் வழியாய் பார்க்கிறாள்.

குமார் குழந்தையை பத்திரமாய் பிடித்துக்கொண்டு சுற்றி சுற்றி நடனமாடுவதை பார்க்கிறாள். அவன் குழந்தையை மிக அடங்கிய குரலில் என்னென்னவோ வார்த்தைகளைச் சொல்லி கொஞ்சியவாறு இருக்கிறான். அவைகள் உளறல்கள் போல இருப்பினும் அது சுத்தமான அன்பின் பாஷை.

யாமினி முகத்தில் துடிப்பு.

அவன் குழந்தையை மேலே உயர்த்தி, தன் முகத்துக்கு அருகே வைத்து உற்று நோக்கி, மிகவும் மென்மையாய் முத்தம் வைத்து குழந்தையிடம் ஏதோ கேட்கிறான் கொஞ்சலாய்.

இவள் கிளர்ச்சியடைந்த முகத்துடன் மிகுந்த அவசரமாய் தண்ணீரை மொண்டு தலையில் ஊற்றி, பெருமூச்சு விடுகிறாள். ஒரு கணம் யோசிக்கிறாள். பிறகு யோசிக்க மாட்டாதவள் போல வேகவேகமாய் தண்ணீரை எடுத்து ஊற்றிக் கொள்ள ஆரம்பிக்கிறாள். ஒரு கண இடைவெளியின்றி பேயைப் போல தண்ணீரில் திக்குமுக்காடிய யாமினி சோர்வுடன் மூச்சு வாங்குகிறாள். சுவரில் சாய்ந்து நிற்கிறாள்.

கடவுளே என்கிறாள் அலுப்பாய்.

★★★★

Sc No : 39

Int / Day

பழனி வீடு.

குழந்தையின் முகம்.

ஒரு வளைக்கரம் மென்மையாய் குழந்தையின் முகத்தில் பவுடரை அப்பி, பரவலாய் எல்லா பக்கமும் பூசி விடுகிறது.

அப்படி பவுடரை பூசி விடுகிறவள் ஜமுனா தான். அவளது மடியில் குழந்தை படுத்திருக்கிறது. குழந்தைக்கு நெற்றியிலும், கன்னத்திலும் பொட்டு வைத்து அழகு பார்க்கிறாள். பிறகு

ஜமுனா:

அண்ணி

சற்றுத் தள்ளி நின்று யோசனையுடன் தலை துவட்டிக் கொண்டிருந்த யாமினி திடுக்கிட்டுத் திரும்ப

ஜமுனா:

இவ யாரு மாதிரி இருக்கா சொல்லுங்க

சமாளிப்புக்காக

யாமினி:

உன் அண்ணன் மாதிரியா?

ஜமுனா:

நோ

யாமினி:

பின்ன? என்ன மாதிரியா?

ஜமுனா:

அதயா நான் கேக்கறேன்? மொகம், சிரிப்பு, லிப்ச எல்லாம் பாத்தா நயன்தாரா மாதிரி இல்ல?

எனும்போது குழந்தையின் உடையைக் கொண்டுவந்து தருகிறான் குமார். அவனது கையை ஒரு தடவை கிள்ளி விட்டு அதை வாங்குகிற ஜமுனா யாமினியை நோக்கி

ஜமுனா:

தலய வாரிட்டீங்க இல்ல? வாங்க

யாமினி:

டிரெஸ்ஸ போட்டு விடேன்

ஜமுனா:

நீங்க வந்து போட்டு விடுங்க. நான் எஸ் எஸ் எழுதணும். இல்லன்னா கருவாட்டுக்காரி க்ளாச வுட்டு தொரத்துவா. வாங்க, வாங்க, ப்ளீஸ்?

வேறு வழியின்றி ஜமுனாவின் அருகே அமர்ந்து யாமினி குழந்தையை வாங்கிக் கொள்ள ஜமுனா எஸ் எஸ் பற்றி எதையோ முணுமுணுத்துக் கொண்டு எழுந்து செல்ல

யாமினி:

ஏ, அந்த குங்கும டப்பாவ எடுத்துக் குடுத்துட்டு போ

ஜமுனா:

எங்க இருக்கு?

யாமினி:

இங்க எங்கயாவது தான் இருக்கும். கொஞ்சம் தேடிப் பாரேன்

ஜமுனா:

அய்யோ, எஸ் எஸ் இருக்குன்னு சொன்னேன், இல்ல? ஏ, தடிமாடு! குங்கும டப்பாவ கேக்கறாங்க இல்ல? தேடி எடுத்துக் குடேன்

நான் போறம்பா, எஸ்கியூஸ் மீ?

என்று போகிறாள்.

இப்போது காத்திருந்தது போல, நம்ப முடியாத நிதானத்துடன் இருவர் கண்களும் பார்த்துக் கொள்கின்றன.

அடித்துப் பார்க்கிற அவளது பார்வையின் வீச்சைத் தாங்க ஆகாமல் பின்னடைகிற குமார், குங்கும டப்பாவைத் தேட ஆரம்பிக்க

அவன் எங்கே நகர்கிறானோ அங்கெல்லாம் பின் தொடர்கிறது யாமினியின் பார்வை. அவன் அவளை ஏறிட்டுப் பார்க்க முடியாமல் தவிப்பதை ரசிக்கிற புன்முறுவல்.

இறுதியாய் அவன் அதைக் கண்டடைந்து எடுக்கிறான்.

அதைக் கவனிக்கிறவள், தீவிர பார்வையுடன் வாவென்று தலையசைத்து அழைக்கிறாள்.

அவன் நெருங்குகிறான்.

யாமினியின் அம்மா ஒரு பாத்திரத்துடன் உள்ளேயிருந்து வெளியே செல்லுகிறாள்.

இருவரும் தாமதித்து வேறு பாவனையில் இருந்து

போன பிறகு மீள்கிறார்கள். அவன் அவளை நெருங்கி டப்பாவை நீட்ட

அவள் அதை வாங்க வந்து பிறகு வாங்காமல்

அக்கம் பக்கம் பார்த்துக் கொண்டு

அந்தரங்கமான ஒரு கொஞ்சல் குரலில் ரகசியமாய்

யாமினி:

நான் என்ன பேயா, பிசாசா. இல்ல உன்னப் பிடிச்சி முழுங்கிறப் போறனா? எதுக்கு பயப்படற?

கக் என்று வெளியில் வர முடியாத ஒரு சிரிப்பை சிரிப்பது போலச் செய்து

குமார்:

இந்தாங்க. இத வாங்கிக்கங்க. பொட்டு வெச்சுக்கங்க

அவள் சுற்றும் ஒரு முறை பார்த்துவிட்டு, சட்டென்று முகத்தை மட்டும் அவன் பக்கம் நீட்டி, வை என்பது போல் கண்களால் சைகை செய்கிறாள்.

அவன் முகம் மாறி தத்தளிப்பில் விழிக்க

கோபமாய் ஒரு முறைப்பு முறைக்கிறாள் யாமினி. வை என்பது போல ஆணையிடுகிறாள் கண்களால்.

அவன் பரபரப்படைந்து, டப்பாவில் துழாவி தடுமாறி.. இறுதியில் குங்குமத்தை எடுத்து அவள் நெற்றியில் வைத்து விடுகிறான் ஒரு வழியாய். பிறகு நெருப்பு பற்றிக் கொண்டதைப் போல பரபரவென வெளியேற

யாமினியின் அம்மா உள்ளே நுழைய

யாமினி மிகவும் சாதாரணமாய்..

யாமினி:

ஜோ,ஜோ.. ஜோ,ஜோ.. இங்க பாரு, இங்க பாரு.என்னப் பாருடா கண்ணு. அம்மாவப் பாருடா கண்ணு

என்று ராகம் பாடுகிறாள்.

★★★★

வெளியே மூச்சு வாங்கலுடன் ஒரு சுவரின் மீது ஒன்றுக்கு அடிக்கிறான் குமார். முகம் பேயடித்தது போலவே இருக்கிறது.

★★★★

அம்மா போன திசையைப் பார்த்திருந்து விட்டு சாவதானமாய் நெற்றி மீதிருக்கிற பொட்டை, கண்ணாடியில் பார்த்துக் கொள்கிறாள் யாமினி. பிறகு அந்தக் கண்ணாடியை வைத்துவிட்டு எங்கோ போகிற யோசனையுடன் சற்றே சிரிக்கிறாள்.

குழந்தையை இறுக அணைத்து மூர்க்கத்தனமாய் முத்தமிடுகிறாள்.

★★★★

Sc No : 40

Ext / Night

வெட்ட வெளி.

கருமை கூடிய வானம். துல்லியமற்ற நீலம். மேகங்களின் பின்னாலிருந்து மெல்ல அந்த நிலவு வெளிப்படுகிறது. வர்ணம் மாறி எல்லாம் பொன்னாகிறது. அதே பொன்னணிந்த மரங்கள் அசைகின்றன. இருள் பூச்சிகள் எழுப்புகிற ஒலிப் பின்னணியில் புதர்களுக்கு அருகே மின்மினிப் பூச்சிகள் பறக்கின்றன.

தலைமாட்டில் ஒரு சாராயக் குப்பி இருக்கிறது.

பெரிய பாறை மீது மிகவும் தனியனாய் மல்லாந்து படுத்துக் கிடக்கிறான் குமார். அவனது விழிகள் கூட இமைப்பதில்லை. அவனுக்குள்ளேயிருந்து இனம் தெரியாத இசை எழுந்து, அவனைக் கொன்று கொண்டிருப்பது தெரிகிறது.

லயித்திருந்த குமார் திடுக்கிட்டு எழுந்து அமர்கிறான்.

ஓடிப்போடா. எங்கயாவது ஓடிப்போ என்று பழனியின் குரல் இடி இடிக்கிறது.

★★★★

Sc No : 40A

Ext / Day

வெட்ட வெளி.

ஆற்றங்கரை.

கரித்துண்டால் வரையப்பட்ட ஒரு பெண்ணின் முகம். விலகிப் பார்க்க அதே பாறை. வரையப்பட்ட ஓவியத்தை படுத்தவாறு பார்த்திருக்கிற குமார். அப்படியே பார்த்திருந்தவன் எழுந்து அமர்கிறான்.

சூரிய வெளிச்சம் கண்களில் மோதிக் கூசுகிறது.

வேறு பக்கம் திரும்பி அமர்ந்து சட்டையில் தேடி ஒரு பின்னை எடுக்கிறான். அதை எடுத்து ஒரு விரலில் குத்துகிறான். ரத்தத்தைப் பிதுக்குகிறான். விரல் முனையில் துடித்து நிற்கிற ரத்தத் துளியை புன்னகையோடு ஓவியத்தின் நெற்றியில் திலகமாக வட்டமிடுகிறான்.

★★★★

ஏதோ பாட்டு பாடியவாறு ஆற்றில் நின்று முகம் கழுவிக் கொள்கிறான்.

★★★★

உற்சாகமாய் நடந்து வருகிறான்.

முதலில் கவனிக்கவில்லை. யாரோ ஒருவர் கடந்து போகிறார். கவனம் பெற்று திரும்பிப் பார்க்கிறான்.

சென்று கொண்டிருக்கிறவர் தபால்காரர்.

முகம் மாறி அவர் செல்லுவதையே பார்த்து நிற்கிறான்.

★★★★

Sc No : 41

Int / Ext / Day

பழனி வீடு.

பழனியின் புகைப்படம் பின்னணியில் இருக்க, கடிதத்தை பார்த்துக் கொண்டிருக்கிற யாமினி..

பழனியின் குரல்:

ஆமா யாமு. எப்பவும் ஒன்ன நெனைப்பேன். வேற நெனப்பே இருக்காது. மயிரெல்லாம் பொசுங்கிப் போற வெய்யில்ல வேல செய்றப்ப கஷ்டம் தெரியாம இருக்க உன் மொகத்த மனசுல கொண்டு வருவேன். வேற எதெல்லாமோ கூட தோணி நெஞ்செல்லாம் வலிக்கும். நீ சொன்ன சொல்ல, நீ சிரிச்ச சிரிப்ப, நீ அழுத கண்ணீர எப்படி மறப்பேன்? உன் எச்சிலோட ருசி இப்பவும் என் நாக்குல இருக்கு தெரியுமா. வேர்வ வாசன கூட அப்படியே வந்துட்டு போவும். நீ என்ன நெனச்சுப் பாத்துக்கறே தான? என் நெனப்புல இருக்கற தான? இந்த ஒலகத்துல ஒன்ன முழுசா தெரிஞ்சது நான் மட்டும் தான்னு நம்பறேன். வேற யாருக்கும் தெரியக் கூடாது. நீ எனக்கு எந்தக் கஷ்டமும் குடுக்க மாட்ட தான?

உன் பழனி ஒரு பாவம் யாமினி.

யாமினி வலுவாய் தன்னை அடக்கிக்கொண்டு படிக்காமல் வேறு பக்கம் பார்த்து நிற்கிறாள். ஒரு கரம் நெஞ்சைப் பற்றி இருக்கிறது. மீண்டும் கடிதத்தை பார்க்கிறாள்.

பழனியின் குரல்:

அவனுக்கு உன்ன விட்டா எதுவும் தெரியாது. அவன் உன் கால்ல விழுந்து செத்து போறதுக்குக் கூட தயாரா இருக்கான். ஆமா, யாமு. இது என்ன பயம்ன்னு சொல்லத் தெரியல, என்ன அள்ளி ஆயுள் முழுக்க உன் நெஞ்சோட வெச்சுக்கோ கண்ணம்மா! என்ன எதுக்கும் தவிக்க விட்டுராத.

கடிதத்தை மூர்க்கமாய் கசக்கி வாய்விட்டு அழுகிறாள் யாமினி. கட்டுப்பாடின்றி மனம் விட்டு அழுகிறாள். யோசித்து யோசித்து அழுகிறாள்.

பின்னர் ஒரு வழியாய் அடங்கி, கண்களைத் துடைத்து மூக்கை உறிஞ்சிப் போட்டு தற்செயலாய் திரும்பின பக்கம் ஜன்னலில் குமார்.

அவள் தனக்குத்தானே வேண்டாம் என்று தலையசைத்துக் கொண்டு வேகமாய் வந்து ஜன்னலை மூடுகிறாள்.

மறுபடி அதே இடத்துக்கு வந்து அமர்ந்து அந்தக் கடிதத்தின் சுருக்கங்களை விலக்கி பார்க்கிறவள் சட்டெனத் திரும்பி பழனியின் ஃபோட்டோவை பார்க்கிறாள். கண்ணீருடன் முத்தம் கொடுப்பது போல உதடுகளை குவிக்கிறாள்.

அவை நடுங்குகின்றன.

★★★★

Sc No : 42

Ext / Int / Day

பழனி வீடு.

குமார் மூடப்பட்ட ஜன்னலை பிரமிப்புடன் பார்த்துக் கொண்டிருந்து விட்டு சற்றே தன்னை சுதாரித்து சிரித்துக்கொள்ள முயலுகிறான். அது வரவில்லை. உயிர் துடிப்பில்லாமல் நடக்கிறவன் நிற்கிறான். எதற்கோ குனிந்து பார்க்கிறான்.

அவனது காலைச் சுற்றி சுற்றி வந்து விளையாடுகிறது நாய்க்குட்டி.

அதையே உற்றுப் பார்த்துக் கொண்டிருந்து விட்டு பிறகு அதை விலக்கி நடக்கிறான்.

பழனி வீடு மறைவதற்குள்..

குரல்:

ஏய்..

நின்று திரும்பிப் பார்க்கிறான்.

ஜமுனா கையசைத்து இவனைக் கூப்பிடுவது தெரிகிறது.

போகலாமா வேண்டாமா என்கிற ரெண்டும் கெட்டான் நிலையில்

ஜமுனா:

கூப்புடறேன் இல்ல, வருவியா வர மாட்டியா?

அவளை நோக்கி நடக்கிறான் மெதுவாய்.

ஜமுனா:

என்னவோ நீ பாட்டுக்கு வரே. நீ பாட்டுக்கு போற. இட்லி செஞ்சோம், சாப்பிடறியா?

குமார்:

வேணா

ஜமுனா:

ஏன்?

குமார்:

வேணா

ஜமுனா:

சரி. ஒரு ஹெல்ப் பண்றியா?

★★★★

சட்டை வேஷ்டி புடவைகள் குவிந்து கிடக்க சற்றுத் தள்ளி அயர்ன் செய்து கொண்டிருக்கிறான் குமார். கரம் வேலை செய்தாலும் மனம் எங்கோ பறந்து கொண்டிருப்பது தெரியும்.

ஜமுனா ஒரு சேலையை விரித்துப் போட்டு, பிடி என்பது போல அவனைத் தட்டி சைகை செய்ய

வேறு வழி இல்லாமல் பெட்டியை வைத்து விட்டு சேலையைப் பிடிக்கிறான் குமார்.

இருவருமாய் உதறி

இருவருமாய் மடித்து

நெருங்கி நெருங்கி வந்து நிற்கிற கட்டத்தில் ஜமுனா அவனது மார்பில் வேண்டுமென்றே தன் முலைகளால் இடிக்கிறாள்.

குமார் அவளை வெறித்துப் பார்க்க

அவள் மயக்கும் கண்களுடன்..

ஜமுனா:

எப்டி இருக்கு என் பொருளு? சும்மா திம்ன்னு இல்ல?

அவன் பார்க்க, அவனது செவிக்கருகில் கிசுகிசுப்பாய்

ஜமுனா:

வேணும்ன்னா அவுத்துக் காட்டறேன். தொட்டுப் பாரு

என்று சிரித்தபடி விலக..

குமார் நகர..

இருவருக்கும் எதிரே நின்று இருவரையும் படபடப்புடன் வெறித்து விட்டு வேகமாய் உள்ளே செல்கிறாள் யாமினி. ஜமுனா அய்யையோ என்பது போல கையாட்டி பயத்தைக் காட்டிவிட்டு வெளியேறி சென்றுவிட

இவன் வெறுப்புடன் மீண்டும் துணியை அயர்ன் செய்ய ஆரம்பிக்க

புயல் போல வருகிற யாமினி சுவிச்சை ஆஃப் செய்கிறாள். வயரை பிடுங்கிப் போடுகிறாள். பார்த்திருக்கிற, அவனது கையில் இருக்கும் இஸ்திரி பாக்சை பிடுங்கி ஒரு ஓரமாய் வைத்து விட்டு

யாமினி:

இனிமே இங்க வராத. போ!

என்கிறாள்.

குமார் விதிர்த்துப் போய் அவளையே பார்க்க..

யாமினி:

போ!

என்கிறாள் மீண்டும்.

★★★★

Sc No : 43

Ext / Day

ரோடு.

விசுக் விசுக்கென விறைத்துக் கொண்டு ஆட்டமாய் ஆடுகிறான் குமார். கண்கள் மூடியிருக்கிறதா, திறந்திருக்கிறதா என்பதுகூட புரியவில்லை. அவனோடு மேலும் ஓரிருவர் பெரும் லயிப்பில் பொருந்தி ஆடுவது தெரிய வர, பறை மேளம் நையாண்டித்தனத்துடன் முழங்கியவாறிருக்கிறது.

மரண ஊர்வலம் நகர நகர ஆடி ஆடி வரும் குமார் மெல்ல மெல்ல சோர்வடைய இறுதியில் மற்றவரால் ஒதுக்கப்பட்டு பின்தங்குகிறான். ஜனங்கள் நகர்ந்து மறைந்து விட்ட பிறகு

ஒரு தனியிடத்தில் மூச்சிரைத்தவாறு அமர்ந்து குடிக்கிறான்.

வியர்வை பெருக்கெடுத்து உறக்கம் அவனை உந்துகிறது. அப்படியே படுத்துவிடலாம் என்று சாயப் போகிறவனை ஒரு லத்தியும், இரு பூட்ஸ் கால்களும் நின்று கவனிக்க சலாம் போடுகிறான். தள்ளாட்டத்துடன் எழுந்து நடக்கிறான். எதிரே வருகிற ஆட்களைக் கவனித்து நடந்தாலும் மயக்கமாய்

குமார்:

வணக்கத்துக்குரிய பெரியோரே! பேரன்பு கொண்ட தாய்மாரே! நான் என்ன சொல்லுகிறேன் என்றால் இந்த நாட்டில் நடக்கிற...

சட்டென நிறுத்தி

குமார்:

எல்லா கண்டார ஓழிப் பயலுங்களும் தான் நடக்கறாங்க. அதுவும் என்ன பாத்துக்கிட்டே நடக்கறானுங்க

ஒருத்தனிடம்..

குமார்:

என்னாடா?

அவன்:

என்னா?

குமார்:

ஒன்னும் இல்ல, ஒன்னும் இல்ல. போ!

அவன்:

நீ போ..

குமார்:

சரி, போறேன்..

என்கிறவன் நடந்து ஒரு காரின் மீது மோதி நிற்கிறான். நிமிர்ந்து பார்க்கிறான். ஒரே கலங்கல். பிறகு காட்சி தெளிந்து வர, ஏதோ நான்கு பேர். அப்புறம் ஊர் ஆள்.

அப்புறம் கர்ணா. இவனை ஊடுருவி நோக்கியபடி..

கர்ணா:

சலாம் அலேக்கும் குமார் சாப்

என்கிறான் அரேபிய பாணியில் குனிந்து இழிவான சிரிப்புடன்.

★ ★ ★ ★

Sc No : 44

Int / Ext / Night

ஏதேனும் ஓர் இடம்.

பழனி வீடு.

ரத்த காயங்களுடன் படுத்திருக்கிற குமாரின் கண்கள் நிலைத்திருக்க ஒரு பெண்ணின் முதுகு தெரிகிறது. அவளது கரங்கள் அவனது காயத்தைத் துணியால் ஒற்றி ரத்தத்தைத் துடைத்துக் கொண்டிருக்கின்றன. இப்போது குமாரின் கண்கள் மெல்ல அடைய, முகமெங்கும் நன்றியுணர்ச்சி ஒரு கணம் படர்ந்து மறைந்த பின்னர் திறக்கும் விழிகளில் கண்ணீர். சிரமப்பட்டு அழாமல் தன்னை கட்டுப்படுத்திக் கொள்கிற குமார் ஒரு கணம் யோசனைப் பார்வையால் பெண்ணை வெறித்து விட்டு..

தீர்மானம் செய்தவனாய் சட்டென்று தனது கரத்தின் மணிக்கட்டிலிருக்கிற கறுப்புக் கயிறை அவிழ்க்கிறான்.

அதை எடுத்து அவளின் கழுத்தில் கட்ட புன்னகை செய்கிறவள் ஜமுனா.

★ ★ ★ ★

தூக்கத்தில் இருந்து விழித்து யோசிக்கிறாள் யாமினி. பிறகு மீண்டும் கண்களை மூடிக்கொள்ள அவளை மறுபடி பற்றுகிறது தூக்கம்.

★★★★

கழுத்தில் கறுப்புக் கயிறு தவிர அணிகளோ ஆடையோ இல்லாத ஜமுனா குமாரைத் தழுவுகிறாள். தலைமுடி அவிழ்ந்து புரள, அமர்ந்திருக்கும் அவன் மீது படர்ந்து மெல்ல மெல்ல ஊஞ்சலாட ஆரம்பிக்கிறாள்.

★★★★

ஊஞ்சலாட்டத்தின் பின்னணி, தாளத்துக்கேற்ப ஒரு பிரதிபலிப்பை காட்டுகின்றன உறங்கும் யாமினியின் முகமும் மூடிய கண்களும். சிறு கணம் தான். தூக்கி வாரிப் போடும் அதிர்ச்சியுடன் சரேலென எழுந்து அமருகிறாள் யாமினி. முகத்தில் சீற்றத்தின் ஜ்வாலை. காளியைப் போல, தான் வெறுமையை வெறிக்கிறாள். பற்கள் நற நறக்கின்றன.

என்ன செய்வதென்ற பதட்டத்துடன் கைகளைப் பிசைகிறவள் ஏதோ அதிர்ச்சியில் புயல் போல விசுக்கென எழுந்து முன்னேறி

எட்டிப் பார்க்கிறாள்.

தூங்குகிற ஜமுனா.

மூச்சிரைப்போடு, சீற்றம் அடங்காத வெறி முகத்துடன் நெருங்குகிறாள்.

கண்கள் கூர்மையடைகின்றன. ஊடுருவிப் பார்க்கிறாள்.

ஜமுனாவின் கழுத்து. இல்லை, கழுத்தில் எதுவுமே இல்லை.

மூச்சிரைப்பு தேய்ந்து, சீற்றம் மறைய ஆரம்பிக்கிறது. முகம் சாதாரண நிலைக்கு வருகிறது. மீண்டும் ஜமுனாவை ஒருமுறை பார்த்துக் கொண்டு நீண்ட பெருமூச்சுடன் நிற்கிறாள்.

பிறகு மெதுவாய் நடந்து வந்து முற்றத்தின் கதவைத் திறக்கிறாள்.

வெளியேறி நடக்கிறாள்.

அவளது கண்களில் மாற்றம், நடையில் துரிதம் ஏறுகிறது. எல்லாம் மறந்தவளாய் தன்னை எங்கோ ஒப்படைக்கப் போகிற மாதிரி விறுவிறுவென முன்னேறி நடக்கிறாள்.

அவள் நின்று நோக்கும் திசையில்

பேப்பரால் எச்சில் தொட்டு காயத்தைத் துடைத்திருந்த குமார் இப்போது அவளைப் பார்த்திருக்கிறான். மூச்சு விடவும் மறந்தவன் போல வெறித்துக் கொண்டு.

தன்னை மீறி வரும் ஏதோ அனத்தல் சொல்லோடு யாமினி அவனை அடைகிறாள். அவன் மீது சாய்கிறாள். அப்படியே கிறங்கித் தத்தளிக்கிறாள். அவன் அவளை தழுவி முத்தமிட்டு அவளது மார்பில் புதைய அவள் அவனைப் பொதிந்து இறுக்கிக் கொள்கிறாள்.

இரவின் வெம்மையை, நிசப்தத்தின் குமுறலை அறியாமல் ஒருவரில் ஒருவர் அமிழ்ந்திருக்கிறார்கள்.

யாமினி தான் சுதாரிக்கிறாள். கண்கள் திறந்து, குமாரை தன் நெஞ்சிலிருந்து விடுவித்து அவனது தலையை நிமிர்த்துகிறாள். அவளது கண்கள் ஜொலிக்கின்றன. இப்போது நுட்பமாய் அவளது புன்னகையில் ஓர் அகங்காரம்.

என்ன என்று விழிக்கிற குமாரின் கன்னத்தில் வெள்ளையாய் ஒரு திரவக் கோடு. முலைப் பாலின் ஒரு துளி அது. தயக்கத்துடன் நகர்வதற்கு நின்றிருக்கிறது.

யாமினி தனது ரவிக்கையின் ஈரத்தை ஒரு முறை பார்த்துக் கொண்டு

அவனது கன்னத்தில் முட்டி நிற்கின்ற பால் துளியை விரலில் ஏந்தி அவனது உதட்டில் தடவ, அவன் பெரு வியப்புடன் தன்னையறியாமல் வாய் திறந்ததும் நாவில் தடவுகிறாள். குமாரின் கண்களில் அதன் ருசி. இருவரும் இமைக்கவில்லை. நடுவில் கற்பனைகள் ஓடுகின்றன.

யாமினி அவனது புருவம் மீதிருந்த காயத்தைத் துடைக்கிறாள்.

யாமினி:

சண்ட போட்டியா?

குமாரில் நிராதரவு பொங்க, தவிப்பும் இல்லை போலவும் ஆம் போலவும் தலையசைக்கிறான். அவனது பதிலை சரியாய் எடுத்துக் கொள்ளாமலே மிகுந்த உரிமையுடன்..

யாமினி:

சண்ட போடறத எல்லாம் விட்டிரு

குமார்:

ம்..

யாமினி:

நான் இருக்கேன்

குமார்:

ம்

யாமினி:

போ!

குமார்:

ம்?

யாமினி:

வீட்டுக்குப் போய் நல்லா தூங்கு. காலைல வா

குமார்:

ம்

அவன் அரை மயக்கத்தில் பார்த்திருக்க மின்னல் வேகத்தில் அவனது கழுத்திலிருந்த கயிற்றை அறுத்துக்கொண்டு தன் பாட்டுக்கு போகிறாள். மறைந்தே போகிறாள்.

கதவு அடைந்து குமாரின் முகத்தில் இருள்.

ஆணியடித்த மாதிரி இருந்தவன் கல்சிற்பம் மாதிரி நடக்கிறான். ஒரு சிறிய பள்ளத்தில் கால் தடுக்கி விழுகிறான். அதை எடுத்துக் கொள்ளாமல் உணர்வுகளில் இருந்து வெளிப்பட முடியாதவனாய்

குமார்:

சாமீ..

என்கிறான் நடுக்கத்துடன். உடல் குலுங்குகிறது. குலுங்கி குலுங்கி அழ ஆரம்பிக்கிறான். சாமீ சாமீ என்று தன்னிச்சையாய் பிதற்றியவாறு இருக்கிறது வாய். கண்கள் பொழிகின்றன.

★★★★

Sc No : 45

Int / Day

பழனி வீடு.

குழந்தை ஆங்காரத்துடன் கீச்சிக் கொண்டு அழுகிறது.

வீடு முழுக்க அதன் எதிரொலி முட்டி மோதுகிறது.

வெளியே கிளம்புகிற அப்பா கேள்விக் குறியுடன் பார்த்துக் கொண்டே போகிறார்.

படுக்கையில் இருந்து பாட்டி நிமிருகிறாள்.

ஜமுனா படித்துக் கொண்டிருந்த புத்தகத்தை கோபமாய் எறிந்து விட்டு குழந்தை இருக்கிற இடம் வந்து சேர்ந்து திடுக்கிடுகிறாள்.

குழந்தை படுத்து கால்களை அசைத்து வீறிட்டவாறிருக்க ஓடிச் சென்று அதை தூக்குகிறாள் ஜமுனா. குழந்தையை சமாதானம் செய்தவாறு வெறிக்கும் பக்கத்தில், கண்ணாடிக்கு முன் தன்னைப் பார்த்திருக்கும் யாமினி.

அவள், ஜமுனா தன்னை வெறிப்பதை அறியவில்லை.

சொல்ல முடியாத ஆத்திரத்துடன் பல்லைக் கடித்துக்கொண்டு குழந்தையுடன் ஜமுனா வெளியேறி செல்ல

கண்ணாடியில் இருக்கிற யாமினி தன் கழுத்தில் இருக்கிற கறுப்புக் கயிறை பார்த்துக் கொண்டிருக்கிறாள். சிறு புன்னகை. அப்புறம் அவள் புரட்டுவதில் கறுப்பும் மஞ்சளுமாய் இரண்டு தாலிகள் ததும்புகின்றன.

எங்கோ ஆயிரம் காதம் தூரத்தில் இருக்கிறாள்.

★★★★

Sc No : 46

Ext / Day

குமார் வீடு.

காடு.

கூரையில் மேலிருந்து கத்தி போல் இறங்குகிறது சூரிய ஒளி. அதை நேருக்கு நேர் பார்த்து தரையில் படுத்திருக்கிறான் குமார். திடீரென உருள்கிறான்.

புரள்கிறான். நெளிகிறான். தலையணைக்கு கீழே தட்டுப்படுகிற கத்தியை எடுத்து வைத்துக் கொண்டு அதன் கூர்மையை பார்க்கிறான். ஓங்கி நிறுத்தி பின்னர் சரேலென வயிற்றுக்கு கொண்டு வந்து குத்தாமல் கண் மூடிக் கொள்கிறான்.

கண்களைத் திறக்க

எதிரே பாட்டி. அவனை வினோதமாய் பார்க்கிறாள்.

சகஜமாய்

குமார்:

குத்திக்கட்டா?

பாட்டி:

கொத்து பரோட்டா வாங்கித் தர்றதா பத்து நாளா சொல்லிக்கிட்டிருக்க. வாங்கிக் குடுத்துட்டு குத்திக்க

குமார்:

அடச்சீ, என்ன நடந்திச்சின்னு கேட்டுத் தொலையேன்?

பாட்டி:

ஏதாவது பொட்டச்சி குண்டிய மோந்துட்டு வந்துட்டுருப்ப. காணாதத கண்டுட்டு ஆடற. வேற என்ன புதுசா இருக்கும், போடா!

★★★★

பட்ஷிகள் சிறகடித்து கிளுகிளுக்கிற இளம் வெய்யில் காடு. அவனது சைக்கிள் சிறகு முளைத்தது போல பறக்கிறது.

★★★★

Sc No : 47
Ext / Int / Day

பழனி வீடு.

ரோடு.

மிகவும் இயல்பான முகத்துடன் யாமினி மல்லிகைப் பந்தலுக்கு தண்ணீர் ஊற்றிக் கொண்டிருக்கிறாள். சட்டென்று ஒரு திருட்டுத்தனம் வந்து ஓரக் கண்களால் பார்க்க

ஜமுனா பையை மாட்டிக் கொண்டு போகிறாள். அவளோடு பாட்டியும் போகிறாள்.

ஒரு கணம் வேலை செய்வது போலவே இருந்து விட்டு, நிமிர்ந்து, தெருவை பார்க்கிறாள்.

★★★★

சாலை.

பழனி அப்பா யாரோ ஒருவருடன் அரசியல் பேசுவது.

அதை பக்கவாட்டில் பார்த்துக் கொண்டு குமார் நடக்கிறான்.

கொஞ்சம் வந்து ஒதுங்குகிறான்.

ஜமுனாவும் பாட்டியும் கடக்கிறார்கள்.

அவர்கள் போனவுடன் அவசர அவசரமாய் நடந்து போகிறான் குமார்.

மல்லிகை பந்தல் அருகே யாமினி காத்திருக்கிறாள். குமார் வருவது தெரிகிறது.

தன்னை மிகுந்த மகிழ்ச்சியுடன் பார்க்கிற யாமினியை குமார் நெருங்குகிறான்.

அவள் அசையாதிருக்கவே என்ன செய்வது என்று தெரியாமல் சற்று விலகி வேறு எங்கோ பார்க்க..

தத்தளிப்போடு..

யாமினி:

வர மாட்டியோன்னு பயமா இருந்திச்சி

குமார்:

எனக்கும் பயம். ஒரு வேள போன்னு சொல்லிடுவீங்களோன்னு?

யாமினி:

ராத்திரி எல்லாம் சொட்டு தூங்கல

குமார்:

எனக்கு செத்தே போலாம்னு இருந்திச்சி

யாமினி சிரமப்பட்டு எச்சிலை விழுங்கி எப்படியோ முயன்று மல்லிகைப் பந்தலுக்கு தண்ணீர் ஊற்றுகிறாள். அவன் அவள் பக்கம்

இன்னும் திரும்பவில்லை. இருவருக்கும் பேச்சு வராமலிருக்கவே தண்ணீர் ஒலி மிகவும் பிரம்மாண்டமாய் சளசளக்கிறது.

யாமினி:

தப்பா?

குமார்:

ம்?

யாமினி:

இதெல்லாம் தப்பான்னு கேக்கறேன்

குமார்:

தெரியலையே?

யாமினி:

எனக்கு ஒன்னும் வேணா. நீ எங்கயாவது பக்கத்துல இருந்தா போதும். தூரத்ல இருந்தா கூட போதும். உன்ன தெனமும் பாத்துக்கிட்டிருக்கணும், அவ்வளவு தான். அப்றம்...அப்றம்...

அவளுக்கு மேற்கொண்டு என்ன சொல்லுவது என்றே தெரியவில்லை. எழுகிறவள் திடுக்கிடுகிறாள்.

குமார் அவளைத் துளைத்துக்கொண்டு நிற்கிறான். முகம் பள்ளத்தின் விளிம்பில் நின்று சாகப் போகிறவனைப் போல.

இருவர் பார்வைகளும் கலக்கின்றன.

அவள் தனது ஒரு விரலை நீட்ட அவன் ஒரு விரலால் அதை வருடுகிறான்.

பார்வைகள் தழுவி லயித்திருக்கும்போது அதிருகின்றது தொலைபேசியின் ஒலி. இருவருமே திடுக்கிடுகிறார்கள். அதிர்ந்து போய் பயத்துடன் ஒருவரை ஒருவர் பார்க்கிறார்கள்.

அவள் ஒரு கணம் தாமதித்து, பிறகு பதற்றத்துடன் நகர..

அவன் அவளை எட்டிப் பிடிக்கிறான்.

மறுகணம் இருவரும் கட்டித் தழுவிக் கொள்கிறார்கள். முத்தமிட்டுக் கொள்கிறார்கள். பேயாய் அலறிக் கொண்டிருக்கிறது தொலைபேசி.. யாமினி அதை உணர்ந்து விலக முயல, குமார் விடுவதில்லை.

யாமினி:

குமார்..

குமார்:

ம்?

யாமினி:

விடு. அவரோட ஃபோன் தான்

குமார்:

போவாதீங்க

யாமினி:

சொன்னா கேளு, விடு

குமார்:

மாட்டேன்

யாமினி அதிர்ச்சியடைகிறாள். அவனது பிடியை வலுவாய் உதறுகிறாள். ஒரு கோபமே கூட வந்து, அவனை எரிப்பது போல பார்க்க..

குமார்:

பழனி என்ன சொல்லப் போறான்னு எனக்குத் தெரியும். குமார வீட்டுக்குள்ள ஏத்தாத. அவன் நம்ம வீட்டுப் பக்கம் வரக்கூடாது. அதான். அதத்தான் அவன் சொல்லுவான்

யாமினி பார்க்க..

குமார்:

நீங்க அவன் சொல்றத தான கேப்பீங்க. அவன மாதிரியே போ, எங்கன்னா ஓடிப்போன்னு சொல்லுவீங்க! இனிமே உங்கள மறந்துட்டு எங்கப் போவேன்? அது என்னால முடியாதுங்க. வேணுன்னா ஒன்னு செய்யலாம்

யாமினி பார்க்க..

குமார்:

செத்துப் போலாம்

என்கிறவனை ச்சீ, வாய மூடு என்கிற மாதிரி செய்து அணைத்துக் கொள்ள..

தொலைபேசி கத்துகிறது.

யாமினி அந்தப் பக்கம் பார்த்து தவிப்பதற்குள்..

குமார்:

அடிக்கட்டும், எடுக்காதீங்க. அடிச்சி அடிச்சி அதுவா அடங்கிரும். பயப்படாதீங்க..

எனும்போது தொலைபேசி அமைதியாகிறது.

குமார்:

பாத்தீங்களா?

என்று அவளைத் தழுவ முற்படுகிறவனின் முகம் மாற.. யாமினியும் அவன் அணைப்பிலிருந்து விலகி அவன் பார்க்கிற பக்கம் பார்க்க அதிர்கிறாள்.

அப்பா நின்று கொண்டிருக்கிறார் பீதியடைந்த முகத்துடன்.

பேரமைதி.

மூவரும் ஒருவரையொருவர் நேரிட ஆகாமல் முறுகும் போது, அந்த அமைதியைக் கிழித்துக்கொண்டு முகங்களின் மீது கூச்சலிடுகிறது தொலைபேசி.

அவர் அதை நோக்கி செல்லுகிறார்.

விமானத்தின் கர்ணகடூர சப்தம் திரை முழுக்க எதிரொலிக்கிறது.

★★★★

Sc No : 48

Ext / Int / Day

ஊர்.

பழனி வீடு.

உறுத்துகின்ற அமைதியுடன் ஆட்கள் இல்லாத தெருக்கள். சந்தடியற்ற வீடுகள். ஆங்காங்கே கோழிகள் மேய்கின்றன. மற்றும் ஓரிரு நாய்கள் ஏறிட்டுப் பார்க்கின்றன.

★★★★

பழனியின் வீட்டு வாசலில் ஊரே திரண்டு பார்த்திருக்கிறது.

மழிக்காத முகத்துடன், மிகுந்த சோர்வுடன் பெட்டி கட்டியிருக்கிற டாக்சியிலிருந்து இறங்குகிறான் பழனி. கூட ராமசாமி அவனுக்குத் துணையாய் வந்திருப்பது தெரிகிறது.

பெண்களும் ஆண்களும் கிசுகிசுத்தவாறு இருக்கிறார்கள்.

கர்ணாவின் நண்பனான ஊர் ஆள், ஒரு கோஷ்டியுடன் நின்று ஆவேசமாய் நியாயம் பேசி கொண்டிருக்கிறான். இறங்கி, ஒரு பார்வையால் வட்டமடித்து பார்த்துவிட்டு குறுகிப் போகிற பழனி அதிர்ச்சியைத் தாங்கிக்கொள்ள ஆகாமல் ராமசாமியைப் பற்றிக்கொள்கிறான். வீட்டை நோக்கி தளர்வுடன் நடக்கிறான். அப்பாவைப் பார்க்கிறான். அவர் தலையைக் குனிந்துகொள்ள, மாமனார் மாமியார் எதிர்ப்படுகிறார்கள். மாமியார் விசும்புகிறார்கள். சகோதரிகளும் அவளது கணவர்களும் ஏறிடுகிறார்கள்.

பாரம் தாங்க முடியாதவனாய் பழனி திண்ணையில் அமருகிறான். ஓடி வந்து அவன் காலைப் பற்றுகிற மாமியார் ஓவென அழ, சற்று நேரம் அவளை வெறுமையாய் பார்த்துக் கொண்டிருந்து விட்டு சட்டென எழுகிறான். மாமியாரை விலக்கி எழுப்பி நிறுத்துகிறான். பிறகு மாமனார் பக்கம் திரும்பி..

பழனி:

மாமா..

மாமனார்:

சொல்லுங்க தம்பி

பழனி:

அத்தய கூட்டிக்கிட்டு ஊருக்கு கெளம்புங்க

அவர்கள் இருவரும் அவனைப் பார்க்க..

பழனி:

உங்க பொண்ணுக்கு ஒன்னும் ஆவாது. இப்பவும் அவ நான் தாலி கட்ன பொண்டாட்டி தான். எந்தக் கவலையும் இல்லாம ரெண்டு பேரும் ஊர் போயி சேருங்க

அவர்கள் பார்க்க..

பழனி:

என் மேல உங்களுக்கு நம்பிக்க இருக்கா இல்லயா?

மாமனார்:

என்ன தம்பி அப்படி கேக்கறீங்க? சரி, நீ வாம்மா

இருவரும் நகர, திருமலை வேகமாய் வந்து பழனியைப் பற்றி அவன் காதில் ஏதோ சொல்ல முயல, அவனை மூர்க்கமாய் விலக்கி நிறுத்தி

பழனி:

நீங்க எல்லாம் என்ன சொல்லுவீங்கன்னு எனக்குத் தெரியும். என் பொண்டாட்டிய நான் எங்கயும் அனுப்பி வைக்கப் போறதில்ல. வேற எவ கழுத்திலேயாவது தாலி கட்டப் போறதும் இல்ல

கோதை:

டேய் பழனி. நீ எல்லாத்தையும் யோசிச்சி தான் பேசறியா?

பழனி:

தல புண்ணாவற வர யோசிச்சிட்டேன். இன்னும் யோசிச்சி மயிரப் புடுங்கறதுக்கு இதில ஒன்னும் கெடையாது. நீங்கல்லாம் கூட போலாம். நான் எந்த பஞ்சாயத்துக்கும் தயார் இல்ல

திருமலை:

இது மரியாத இல்ல பழனீ, நீ பண்றது தப்பு

பழனி:

அப்டியே இருந்துட்டு போவட்டும்

அப்பா:

என்னடா, கிறுக்கு புடிச்சிருக்கா உனக்கு? கெட்டுப் போன ஒரு தேவடியாளுக்காக சாதி, சனத்த பகைச்சுக்கறியே, அறிவில்ல? நாம போடற எச்சில் சோத்த தின்ற நாய கட்டிப்புடிச்சிகிட்டு இந்த முத்தத்துல நின்னு சரசமாடறாடா உன் பொண்டாட்டி. இந்த ரெண்டுக் கண்ணாலயும் நான் அந்தக் கண்றாவியப் பாத்தேன். இன்னும் கூட வெச்சுப்பியா அவள? இதுக்கா ஒடனே கௌம்பி வான்னு உன்ன வர வெச்சோம்? தட்டுக் கெட்டவள சப்போட்டு பண்ணத் தான் ஏரோப்ளேன புடிச்சி வந்தியா?

பழனி:

ஆமா

அப்பா அதிர்ச்சியுடன் பார்க்க..

பழனி:

திருவிழா மாதிரி கும்பல் கூடி கை கொட்டி சிரிச்சு அவள உயிரோட சமாதி பண்ணீடுவீங்களே, அந்த பயத்துல தான் ஓடி வந்தேன். அவள காப்பாத்தறதுக்கு தான் வந்தேன்

அப்பா:

அப்படின்னா நீ எங்க பேச்ச எல்லாம்..

பழனி:

கேக்க மாட்டேன். நீங்க அத்தன பேரும் சேந்து எட்டெட்டு அறுவத்தி நாலு குட்டிக் கரணம் போட்டாலும் கேக்க மாட்டேன், கேக்க முடியாது

அப்பா விக்கித்துப் பார்க்கிறார்.

பழனி:

என்ன இப்போ? என்ன ஆயிரும்னு கேக்கறேன்? இனிமே நீ எனக்கு அப்பாவா இருக்க மாட்டியா? தேவ இல்ல. கெளம்பு

என்று உறுமிவிட்டு முற்றத்துக்கு இறங்கி ஜனங்களைப் பார்க்கிறான்.

அவனது கோபம் புரியக்கூடியதாய் இருக்க ஜனம் இலேசாய் பின்னடைகிறது.

நியாயம் பேசி அடங்கியிருந்த ஊர் ஆள் மற்றும் கோஷ்டியை நெருங்கி

பழனி:

உங்களுக்கு எல்லாம் எந்த வேல வெட்டியும் கெடையாதா? என்னவோ வானத்துல இருந்து குதிச்சி வந்தவங்க மாதிரி தர்மத்த நெல நிறுத்த வந்துட்டீங்க? அன்னாடம் கோவணத் துணிய மாத்தலன்னா கப்படிச்சி போற சாதாரண மனுஷங்க தான எல்லாரும்? அப்பறம் இன்னைக்கு என் வீட்டுல விழுந்த இடி நாளைக்கு வேற எவன் வீட்லயும் விழாதுன்னு என்ன நிச்சயம்?

போங்க, போங்க.. போயி அவங்கவங்க வேலயப் பாருங்க

படபடத்து கொட்டிவிட்டு வேகமாய் படியேறி வீட்டுக்கு உள்ளே செல்கிறான். மூச்சிரைத்தவாறு ஒரு சுவரில் சாய்ந்து நிற்கிறான். தன்னை ஆசுவாசம் செய்து கொள்ள முயலுகிறான். தற்செயலாய் பார்க்க

பாட்டி படுத்து கிடப்பது தெரிகிறது.

சைகையால் அவனை அழைக்கிறாள்.

நெருங்குகிறான்.

அவனது கன்னத்தைப் பற்றி இலேசாய் கிள்ளி முத்தம் கொடுக்கிற பாட்டி வாஞ்சையான கண்களுடன்..

பாட்டி:

எனக்கு தெரியும்டா கண்ணு. உனக்கு நல்லது கெட்டது தெரியும். போ. போயி அவள சமாதானப்படுத்து. நீ எந்தத் தப்பும் செய்யலடியம்மான்னு சொல்லி அவள வாழ வைய்யி. போ!

என்கிறாள். அவளது இரு கரங்களையும் பற்றிக்கொண்டு ஓவென்று அழுகிறான் பழனி. கிழவி எதையோ சொல்ல, வாய்விட்டு மனம்விட்டு இருப்பதையெல்லாம் கொட்டுவது போல கதறி அழுகிறான். ராமசாமி வந்து அருகில் அமர்கிறான். பாட்டியைப் பார்க்க அவளது கரம் பழனியைத் தட்டி ஆறுதல் செய்து கொண்டிருக்கிறது. பரவாயில்லை, அழட்டும் என்பது போல ராமசாமியிடம் முகபாவனை காட்டுகிறாள் அவள்.

★★★★

Sc No : 49
Ext / Int / Night

பழனி வீடு.

இரவு.

வீட்டின் வெளிப்புறம். எந்த சந்தடியும் இல்லை. சிறிய நிலவொளியில் மவுனமாய்.

★★★★

பாட்டி தூங்குகிறாள்.

இப்போது வந்த அதே கோலத்திலேயே பழனி உறங்கிக் கொண்டிருந்தான் என்பது தெரிகிறது. கண் விழிக்கிறான். எழுந்து அமர்கிறான். உறங்கிக் கொண்டிருந்த பாட்டியை ஒருமுறை பார்த்துவிட்டு எழுந்து வேறு அறைக்குள் நுழைய, முட்டுக்களில் முகம் பொத்தி அமர்ந்து இருந்த யாமினி நிமிருகிறாள். முகம் திடுக்கிட்டு சற்று நேரத்தில் பரிதாபமாய் மாறி இரக்கத்தை வேண்டுகிறது.

அவளை நேருக்கு நேர் ஒரு கணம் பார்த்திருந்து விட்டு, படுக்கைக்கு சென்று தன் குழந்தையைப் பார்க்கிறான். கண்களில் அன்பும், கண்ணீரும் பெருக்கெடுக்கின்றன. தாங்காத வலியுடன் அந்தக்

குழந்தையை வருடியவாறு அதன் அருகே படுத்துக்கொண்டு கண்களை மூடிக்கொள்கிறான்.

மூடிய கண்கள் துடிக்கின்றன.

நெற்றியை பிசைந்தவாறு புரண்டு படுத்துக்கொள்கிறான்.

யாமினி அவனது அசைவை, அவனது நிம்மதியின்மையை உணருகிறாள். உதடுகள் துடிக்கின்றன. மின்னல் வேகத்தில் புதுமணத் தம்பதிகளாய் இருந்த காலத்தின் ஒவ்வொரு தருணங்களும் வெட்டிச் செல்கின்றன.

எழுகிறாள்.

அவனுக்கு அருகே மிக தயக்கத்துடன் கவனமாய் படுத்துக்கொள்கிறாள்.

அமைதியாயிருந்து விட்டு மெல்ல அவனது பக்கம் திரும்பி, அவனது இடுப்பில் தனது கரத்தை வைக்கிறாள்.

பழனிக்கு தூக்கிவாரிப் போடுகிறது. மிகுந்த கொந்தளிப்புடன் அந்தக் கரத்தின் ஸ்பரிசத்தை ஆழ்ந்து கவனிக்கிறான்.

துடிப்புடன் கரத்தின் அழுத்தத்தை அதிகரிக்கிறாள் யாமினி.

அவன் கவனித்தவாறிருக்கிறான்.

மேலும் அவனை நெருங்கி, வாயில் வந்த ஏதோ அனத்தலுடன் அவள் அவனை முழுவதுமாய் அணைத்துக்கொள்ள முயல

ஆவேசமாய் அவளைத் தூரமாய் தள்ளி விடுகிறான் பழனி.

அவள், குமுறி அழ ஆரம்பிக்க

அவன் மறுபடி முன்பு போலவே படுத்துக்கொண்டு, கண்களை இறுக்கமாய் அடைத்துக் கொள்ளுகிறான். அவனது உடல் அவனை மீறி ஒரு முறை குலுங்கி அடங்குகிறது. முடியாது என்பது போல இலேசான தலையசைப்புடன் பற்களை கடித்துக் கொள்கிறான்.

அவளது விசும்பல் உயர்ந்து கொண்டே இருக்கிறது.

காதுகளைப் பொத்திக் கொள்கிறான்.

★★★★

Sc No : 50

Ext / Int / Day

ரோடு.

வைன் ஷாப்.

ஓடுகிற கால்கள்.

அப்படி ஓடுகிற கால்களுக்கு முன்னே அதை விடவும் வேகமாய் பயத்துடன் ஓடுகிற ஒரு நாய்.

★★★★

பழனி சிந்தனையோடு நடந்து வருகிறான்.

★★★★

துரத்துகிற ஆட்கள் கற்களையும், கம்புகளையும் வைத்திருக்கிறார்கள். கூச்சல். உயிராசையில் பதற பதற ஓடிக் கொண்டிருக்கிறது நாய்.

★★★★

பழனி கவனிக்கிறான்.

★★★★

ஆட்கள் சூழ்ந்து விட்டார்கள்.

நாய் திசையறியாது திணறுகிறது. முன்னும் பின்னும் அலைபாய்கிறது.

ஆட்கள் கூச்சலெழுப்பியவாறு பயத்துடனும், விரோதத்துடனும் அதைத் தாக்க ஆரம்பிக்கிறார்கள்.

வலியால் ஊளையிடுகிற நாய் திடீரென உறுமவும் செய்கிறது.

ஆட்களுக்கு பீதி அதிகரிக்கவே இன்னும் ஆவேசத்துடன் அதைத் தாக்குகிறார்கள். ஓலமிடுகிறது நாய்.

கூட்டத்துக்கு நடுவே எட்டிப் பார்க்கிறான் பழனி.

கலவையான குரல் சத்தங்களுக்கு நடுவே ஒருவனைத் தட்டி, என்னவென்று கேட்க..

ஆள்:

வெறி புடிச்சிப் போச்சி. போற வர்றவங்கள கடிக்குது. கொஞ்ச நேரம் முன்ன ஒரு கொழந்தய கடிச்சி வெச்சுருச்சி

அடிபடுகிற நாயின் உறுமும் முகம்.

பழனி ஆவேசமாய் தேடுகிறான். ஒரு பெரிய கல்லே கிடைக்கிறது. சொல்ல முடியாத வெறியுடன் பற்களைக் கடித்துக்கொண்டு கல்லை ஓங்கி அடிக்கப் போனவன் நிறுத்தி விடுகிறான். முகத்தில் அதிர்ச்சி.

வேறு ஒரு பெரிய கல்லால் நாய் அடங்கி விட்டது. கற்கள் வீசுவதை நிறுத்திக் கொண்டு ஜனங்கள் சொத் சொத்தென தடிகளால் அடித்துக் கொண்டிருக்கிறார்கள்.

எடுத்த கல்லை கீழே போடவும் மறந்து நடந்தவாறிருக்கிறான் பழனி. அந்த நாயின் இறுதி ஈனம் கேட்டுக் கொண்டிருக்கிறது. சிந்தனை கூட இல்லாத வெற்று பார்வையுடன் நடந்தவன் சட்டென நிற்கிறான்.

மணியோசை.

அக்கம் பக்கம் பார்க்கிறவனின் கண்களில் சர்ச் கோபுரம். கல்லைப் போட்டு விட்டு, தளும்புகிற கண்களை நாசூக்காய் துடைத்தவாறு விறுவிறுவென்று நடக்கிறான்.

இப்போது கடைகள் இருக்கிற பகுதியில் நடந்து கொண்டிருக்கிறான்.

வள்ளியைப் பற்றின யாமினியின் வளைக்கரம். யாமினியின் அச்சம். யாமினியின் சிரிப்பு. யாமினியின் கொஞ்சல். உடலுறவில் யாமினியின் மூர்க்கம். ஒரு சந்தடி இல்லை. சைலன்ட் ஷாட்ஸ்.

ஓடி முடிந்தவுடன் பழனி மதுவை விழுங்குவது தெரிகிறது.

அது மூன்றாந்தர பார். பின்னணியில் நிழல்கள் போல் மனிதர்கள். பழனி, நின்று கொண்டே குடிக்கிறான்.

வாயும், வயிறும் எரிந்து கண்களில் நீர் வர சுவாசக் காற்றை ஃபூ ஃபூ வென ஊதுகிறான்.

யாரோ முதுகைத் தொடுகிறார்கள்.

திரும்பியதும்

    ராமசாமி:

    வேணா பழனி. இது நல்லதுக்கில்ல!

என்கிறான்.

★ ★ ★ ★

Sc No : 51

Ext / Int / Night

பழனி வீடு.

அப்பாவின் முகம்.

ஜமுனாவின் முகம்.

இருவர் முகத்தின் மீதும் குழந்தையின் வீறிடல்.

அப்பா, நீ போ என்று கோபமாய் ஜமுனாவிடம் சொல்லுவதற்குள் கனைப்புச் சத்தம்.

பார்க்க, தள்ளாட்டத்துடன் வருகிறான் பழனி.

அவன் அவர்களை லட்சியம் செய்யாமல் அந்த அறைக்கு செல்லுகிறான். பார்க்கிற அப்பாவின் முகத்தில், கதவை ஓங்கி மூடுகிற சத்தம்.

உள்ளே பழனி எப்பக்கமும் பாராமல் அழுகிற குழந்தையை நெருங்குகிறான். பக்குவமாய் தன் கரத்தில் எடுக்கிறான். இப்போது அவன் யாமினியை நெருங்குகிறான். குழந்தையை அவள் மடியில் கிடத்த முயல அவள் அதற்கு இடம் கொடுக்காமல் பலம் பிடிக்கிறாள். அவன் அதை விடவும் பலம் பிரயோகித்து குழந்தையை அவள் மடியில் படுக்க வைக்கிறான்.

அவள் இப்போது அவனை நிமிர்ந்து பார்க்க

   பழனி:

      பால் குடு

அவள் மௌனமாயிருக்க

   பழனி:

      சொல்றன் இல்ல யாமினி, பால் குடு

அவள் முந்தானைக்குள் கைவிட்டு ஜாக்கெட் பித்தானை கழற்றுகிறாள்.

****

குழந்தை தூங்குகிறது.

ஒரு தட்டில் சாப்பாட்டைப் போட்டு கொண்டு வருகிற பழனி அதைப் பிசைந்து உருண்டை செய்து நீட்டுகிறான்.

யாமினி தலை குனிந்து மெத்தையை கீறிக் கொண்டிருக்க வலுக்கட்டாயமாய் அவள் முகத்தை நிமிர்த்தி சாப்பாட்டை வாயில் கொடுக்கிறான். அவள் சற்றே இருமுகிறாள். தண்ணீர் கொடுக்கிறான்.

அவளது கண்கள் அவனை ஓரமாய் பார்த்துக் கொள்கின்றன.

★★★★

ஒரு பெட்டி திறக்கப்படுகிறது.

யாமினி பார்த்திருக்கிறாள்.

பழனி, பெட்டியின் உள்ளேயிருந்து ஒவ்வொன்றாய் நிறைய துணிகளை அள்ளி வெளியே போடுகிறான்.

அவள் அவனையே பார்த்திருக்க

பழனி:

எல்லாம் பொடவைங்க. எடுத்து உன் பெட்டில வெச்சுக்க. எங்க உன் பெட்டி?

அவள் அமைதியாயிருக்கவே அவன் அந்தப் பெட்டியைத் தேடி எடுத்து அந்தப் புடவைகளை அதற்குள் திணித்து மூடி எடுத்த இடத்திலேயே வைத்துவிட்டு நகரப் போகிறவன் குமுறும் முகத்துடன்

பழனி:

எனக்கு அங்க வார சம்பளம். கையில காச வாங்குன ஒடனே யாமினிக்கு ஏதாவது ஒன்ன வாங்கி வைக்கணும்னு தான் மனசு போவும். அதில ஒரு திருப்தி. அது மட்டும் இல்ல. தெனமும் ராத்திரி தூங்கப் போறப்ப வாங்கி வச்சத எல்லாம் ஒரு தடவ பாத்துப்பேன். ஊருக்கு திரும்பி வந்து இதயெல்லாம் உங்கிட்ட குடுக்கறப்ப நீ எப்படியெல்லாம் சந்தோஷப்படுவேன்னு மனசுல சினிமாவே ஓடும்!

மேலே பேச முடியவில்லை. மௌனமாய் தன்னைக் கட்டுகிறான். பிறகு இளக்காரம் நிரம்பிய முகத்துடன்

பழனி:

இந்தக் கதயெல்லாம் உன் கிட்ட எதுக்கு சொல்லணும்? கோடி ஜென்மம் எடுத்தாக் கூட இதயெல்லாம் புரிஞ்சுக்க உன்னால முடியாது. சத்தியமா முடியாது!

என்கிறவன் வெறுப்பாய் விலகிச் செல்கிறான் விறுவிறுவென்று.

அவள் அழவில்லை. அவன் போன திசையை மிகவும் உறுதியாய் பார்த்துக் கொண்டு நிற்கிறாள். மிகவும் நுட்பமான ஒரு கேலிப் புன்னகை வந்து படர்கிறது. அது கண்களில் துருத்திக் கொண்டு நிற்கிறது.

வெளியே கேட்காமல் வாயிற்குள்ளேயே எதையோ சொல்லிக் கொள்கிறாள்.

★★★★

Sc No : 52

Int / Night

பழனி வீடு.

நாயின் தீனமான ஓலம்.

தூங்கிக் கொண்டிருக்கிற பழனியின் முகம் கோணலாகிறது.

ஒரு திக்கும் இல்லாமல் மனம் அலைபாய்வது அது.

அடித்து முடித்து, தடிகள் விலக ரத்த வெள்ளத்தில் செத்து கிடக்கிற நாய்.

மூச்சு பிடித்துக்கொண்டது போல சட்டென எழுந்து அமருகிறான் பழனி. மூச்சை வெளியேற்றும்போது கண்கள் பிதுங்கியிருக்கின்றன. சுற்றும் முற்றும் பார்க்கிறான்.

நிலைக்கிறான்.

ஒரு சடலம் போல அவனையே நீர் மல்கும் கண்களோடு பார்த்திருக்கிற யாமினி. அவளது கண்களில் இருக்கிற சலனமின்மை.

அவனுக்குள்ளே ஏதோ ஒன்று உருகுகிறது. உடைகிறது. பொடிப்பொடியாகிறது. சத்தமே இல்லாமல் யாமினி என்று அசைகின்றன அவனது உதடுகள்.

அவள் விம்ம தொடங்குவதற்குள் வாரி அணைத்துக் கொள்கிறான். அவளும் இறுக்கிக் கொள்ள பரஸ்பரம் கன்னத்தில் முத்தமிட்டுக் கொள்கிறார்கள். பரபரக்கிறார்கள். வேகவேகமாய் தங்களை வாகு செய்துகொண்டு உடலுறவுக்கு தயாராகின்றனர். முரட்டுத்தனமாய் அவளைக் கீழே தள்ளி மேலே படர்ந்து மூர்க்கமாய் செயல்படுகிறான் பழனி. அவளும் அதே வேகத்தில் அவனை ஏற்று ஒத்துழைக்கிறாள். அது அவனுக்காக விரிந்து தன்னை எடுத்துக் கொள் என்பதாய் இருக்கிறது.

ஒரு கண இடைவெளியின்றி ஒன்றையொன்று விழுங்கிக் கொள்ள யத்தனிக்கும் நாகங்கள் போல் பிணைகிறார்கள்.

கடிகாரத்தின் மீது ஏறி நின்று தலைத் தூக்கிப் பார்க்கிறது ஒரு பல்லி. நொடிகளின் முள் துடித்து துடித்து நகர்ந்து கொண்டிருக்கிறது.

பழனி பழி தீர்ப்பது போல தொடங்கி, நின்று நிலைத்து, அடங்கி இறுதியாய் அவளுக்குள் அமிழ விரும்புகிறவன் போல சரிகிறான். வியர்வை வெள்ளம். மெல்ல மெல்ல அடங்குகிற மூச்சிரைப்பு. அவனது முதுகை இதமாய் வருடிக் கொடுத்தவாறிருக்கிற யாமினியின் கரங்கள்.

****

பல்லி நகர்ந்து செல்லுகிறது.

தன் மீதே கிடந்து தூங்கிவிட்ட பழனியை மெதுவாய் சரித்துப் படுக்கையில் படுக்க வைக்கிறாள் யாமினி. அவன் மறுபக்கம் திரும்பி ஒருக்களித்து தூங்குகிறான்.

யாமினி பெருமூச்சு விட்டு இமைக்காத கண்களுடன் விட்டத்தில் நிலைக்கிறாள்.

அவளுக்குள் எதுவோ ஓட ஆரம்பிப்பது அவளது முக மாற்றத்தால் தெரிய வருகிறது.

ஒரு கட்டை வீசப்பட சொத்தென்று அடிபட்டு அய்யோ அம்மா என்று சாய்கிற குமார். முகமெல்லாம் வீங்கி பல இடங்களிலும் கசிகிற ரத்தம்.

அப்பா, மாமனார், அக்காள் புருஷர்கள், ஊர் ஆள் மற்றும் பலர் சேர்ந்து அவனைப் பிளந்து கட்டுகிறார்கள். குமார் வலி தாங்காமல் கத்திக் கொண்டிருக்கிறான்.

நகர, நகர தொடர்ந்து இடைவிடாமல் அடிக்கிறார்கள்.

அடி வாங்கியவாறு கத்திக் கொண்டிருந்தவன் முடியாமல் அனத்தி அதுவும் முடியாமல் பிறகு அடங்குகிறான்.

என்னால் முடியாது என்கிற ரீதியில் யாமினி தலையை அசைத்துக் கொள்கிறாள். தன்னை மீறி அவளது கண்களில் நீர் பெருக்கெடுத்து இறங்கிக் கொண்டிருக்கிறது. தனது கரத்தை உயர்த்தி, ஆதரவாய் முத்தமிட்டு கற்பனை வெளியில் என்ன என்பது போல கேட்கிறாள்.

****

Sc No : 53

Ext / Day / Night

பல்வேறு இடங்கள்.

Montages.

ரொம்ப அடக்கத்துடன் எடுக்கப்பட்ட ஒரு குடும்பப் படத்தின் பாசமான பாடல் காட்சி ஓடுகிறது. எல்லா நகர்விலும் நேசம் தெறித்து வழிந்து கொண்டிருக்கிற ஓர் அபத்த பாடல்.

கைகுழந்தையுடன் பழனி அருகில் அமர்ந்து படம் பார்த்துக் கொண்டிருக்கிறாள் யாமினி. பெண்ணுக்கே உரிய திரைப்பட ஆர்வம் அவளது முகத்தில் இருக்கிறது. இமை கொட்டாமல் திரையைப் பார்த்திருக்கிறாள்.

★★★★

ஒரு புடவைக் கடையில் பழனி அவளுக்கு ஒரு புடவையை விரித்துக் காட்டி இது வேண்டுமா என்று கேட்கிறான். சிறிய புன்னகை. சந்தோஷத்துடன் சரியென்பதாய் தலையசைக்கிறாள் யாமினி.

★★★★

கழுத்தில் வைத்து அழகு பார்க்கப்பட்ட நெக்லசை பேக் செய்ய சொல்கிற பழனி. யாமினி அதைப் பார்திருக்கிறாள். குழந்தையைக் கொஞ்சுகிறாள்.

★★★★

ஓடுகிற சாலையோரங்களை பார்த்தவாறு டாக்சியில் வருகிற தம்பதியினர்.

★★★★

Sc No : 54

Int / Night

பழனி வீடு.

மிதமாய் எரிகிற மிகச் சிறிய விளக்கு.

சிறுசிறு கிசுகிசுக்களுடன் அவன் மீது அமர்ந்து மெதுவாய் இயங்குகிற யாமினி. கண்களில் முந்தி வருகிற பிரியத்துடன் அவனது கன்னங்களைப் பற்றி அவன் கண்களைப் பார்த்திருக்கிறாள்.

அவனும் அப்படியே.

என்ன என்று கேட்டு அவன் உதட்டில் அவள் முத்தமிட

பழனி கிளர்ச்சியடைந்து, அவளது இயக்கத்தை நிறுத்தி அவளையே பார்த்தவாறு

பழனி:

நடந்தது எல்லாம் கனவு. ம்? எதுவுமே நடக்கல. அப்படி நெனச்சுப்போம். எனக்கு நீ. உனக்கு நான். அதானே?

அவளுக்குள் ஏதோ நினைவுகள் வெள்ளமென பாய முகம் கலவரமடைகிறது.

கவனித்துவிட்ட பழனி படபடப்புடன்..

பழனி:

ஒன்ன விட்டு இனிமே நான் எங்கேயும் போவ மாட்டேன். எப்பவும் உன் கூடயே இருப்பேன். பழைய மாதிரி சந்தோஷமா இருக்கலாம். சரியா?

அவள் அவனையே பார்க்க சற்று கூடுதல் விறைப்புடன்

பழனி:

சரியா?

யாமினி:

சரி

அவளைக் கோபத்துடன் பார்த்துக்கொண்டு..

பழனி:

என்ன சரி? நீ முழு மனசோட அத சொல்லலயே?

அவள் அவனைப் பார்க்க, தன்னை மீறி வெடித்து வருகிற ஆத்திரத்துடன்

பழனி:

எனக்கு தெரியும்டி. நீ தேவடியா. அவன தான் மனசுல நெனச்சுகிட்டு இருக்கே. உனக்கு இப்ப நான் வேணா தான?

என்று பற்களைக் கடிக்க, அவள் அவனிடம் இருந்து விலகிப் போக முயலுகிறாள். அவளைத் தடுத்து நிறுத்தி பழையபடியே மூர்க்கமாய் அமர்த்திக்கொண்டு..

பழனி:

பதில் சொல்லு. அவன மறக்க முடியுமா? முடியாதா?

யாமினி:

விடுங்க. எனக்குத் தூக்கம் வருது

பழனி:

சொல்லமாட்ட இல்ல? அவன மறந்துருவன்னு உன்னால சொல்லக்கூட முடியல இல்ல?

என்று தலைமயிரைப் பற்ற, அவள் அதை முழு மூர்க்கத்துடன் விடுவித்துக் கொண்டு தெறிக்கப் போவது போல துருத்தும் விழிகளுடன்

யாமினி:

ஆமா முடியல. மறந்துருவன்னு சொன்னா போதுமா. மறக்க வேணாமா? மறந்துரு, மறந்துருன்னு நான் கூட தான் என் மனசுக்கு சொல்லி சொல்லி பாக்கறேன். முடியலியே? என்னால அவன மறக்க முடியாது. அவன் பாவம். சாவற வரைக்கும் அவன் மொகம் என் மனசுக்குள்ள இருக்கத்தான் செய்யும். வேணுன்னா என்னக் கொன்னுடு. கொன்னு தீத்துடு. அப்ப எல்லா பிரச்சனயும் தீந்து போயிடும், இந்தா கொல்லு கொல்லு கொல்லு

என்று கழுத்தை நீட்டி காளியாய் மூச்சிரைக்க..

பழனி முழுவதுமாய் அடிபட்டு தோற்றுப் போனவனாய் உயிரிழந்த கண்களுடன் அவளை விட்டு வேறு பக்கம் தன் பார்வையால் வெறிக்கிறான். பின்னர் மெதுவாய், அவளைத் தன்னிலிருந்து இறக்கி விலகி எழுந்து செல்லும்போது

எங்கிருந்தோ வரும் பயத்துடன் யாமினி அவனது கரத்தைப் பற்றி..

யாமினி:

இங்க பாருங்க, இங்க பாருங்க.. நான் சொல்றத கேளுங்க....

என்று பதட்டப்பட..

பற்றிய அவளது கரத்தை விலக்கி விட்டு, மெதுவாய் போய்விடுகிறான் பழனி.

ஒரு கணம் நிலைத்திருந்து விட்டு பற்களைக் கடித்தவாறு உறுமலோடு..

யாமினி:

தேவடியா

என்கிறாள்.

யாமினி:

எல்லாரும் சொல்றது உண்ம தான். இப்டி கூறு கெட்ட தேவடியா முண்டயாயிட்டேனே. சீரழிஞ்சு போயிட்டனே?

என்று கூறும்போது விம்முகிறது. ஆனால் அதை அடக்கி வைராக்கியமாய் இறுகுகிறாள்.

★★★★

Sc No : 55

Int / Ext / Day

பழனி வீடு.

கண்ணாடியில் தெரிகிற பழனியின் முகம். வெறித்திருக்கிறான்.

யாரோ வரும் நிழல் தொடர்ந்து வேகவேகமாய் தலை வாருகிறான். காப்பிக் கப்புடன் வந்து, ஒரு சிலைப் போல நிற்கிறாள் யாமினி. அதை வாங்கி சாவதானமாய் கீழே ஊற்றிவிட்டு வெளியேறுகிறான் அவன்.

அவள், காப்பி கோடிழுத்து ஓடிக் கொண்டிருப்பதை பார்த்திருக்கிறாள்.

வெளியேறி வந்த பழனியை குரல் தடுக்கிறது.

குரல்:

அண்ணே..

திரும்பிப் பார்க்க மல்லிகைப் பந்தலருகே ஜமுனா. பழனி எதுவும் பேசாமல் என்ன என்பது போல பார்க்கிறான்.

ஜமுனா:

ஃபீஸ் கட்டணும். எஸ்கேஷன் ஃபீஸு

பழனி:

என்ன ஃபீஸு?

ஜமுனா:

எஸ்கேஷன் ஃபீஸு

பழனி:

எஸ்கேஷன் ஃபீஸு, க்காளி....தீப்பத்தி எரியற வீட்டுக்குள்ள நின்னுக்கிட்டு...

என்றவாறு அந்த மல்லிகைப் பந்தலை பிடித்து இழுத்து கொம்புகளையும் கொடியையும் தாறுமாறாக்கி பிடுங்கி எறிகிறான். ஆத்திரம் தீராமல் அவற்றை போட்டு மிதிக்கிறான். ஜமுனா நடுக்கத்துடன் விலகி வீட்டுக்குள் ஓடுகிறாள்.

ஜன்னல் வழியே யாமினி பார்த்திருக்க, வெறி அடங்காதவனாய் விறுவிறுவென நடக்கிறான்.

★★★★

Sc No : 56

Ext / Day

ஏதோ ஓர் இடம்.

பழனி இப்போது ஒரு பாறை மீது படுத்து இருக்கிறான். கண்களைத் தாக்குகிற ஒளியைத் தாங்கிக்கொள்ள முடியாமல் அவைகளைப் பொத்திக்கொண்டு ஒருக்களித்து சுருண்டு படுக்கிறான்.

சற்று விலகி இருந்துப் பார்த்தால் ஒரு பாறைக் கூட்டத்துக்கிடையே அவன் படுத்திருக்கிற பாறை இருக்கிறது.

இன்னும் சற்று தூரத்தில் இருந்து பார்க்க, குன்றுகள் சூழ்ந்திருக்கிற அமைதியின் பெருவெள்ளத்தில் அந்த பாறைக் கூட்டங்களுக்கு நடுவே ஒரு பாறை மீது தனியனாய் படுத்துக் கிடக்கிறான் பழனி.

★★★★

Sc No : 57

Int / Day

லாட்ஜ்.

ஒரு பையன் சிறு பார்சல்களுடன் லாட்ஜ் காரிடாரில் நடந்து ஓர் அறைக் கதவை திறந்து உள்ளே புக..

ராமசாமி அவற்றை வாங்கிக்கொள்கிறான். அவனது நண்பர்கள் இருக்க, மெத்தை மீது கிளாசுடன் படுத்துக் கிடக்கிறவன் பழனி.

ராமசாமி வந்தவற்றை வைத்து ரெடி செய்ய ஆரம்பிக்க பையன் வெளியேறி செல்ல..

பழனி எழுகிறான்.

கிளாசில் இருப்பதை காலி செய்துவிட்டு வேகவேகமாய் உள்ளறைக்கு செல்லுகிறான். கதவு மூடப்படுகிறது.

ராமசாமி செய்கிற வேலையை நிறுத்திவிட்டு கதவையே பார்க்கிறான்.

நண்பர்கள் அவனைப் பார்க்க, அவர்களை ஏறிட முடியாமல் தன் வேலையை பார்க்கிறான்.

★★★★

அந்தப் பெண்ணைத் தழுவி அவளோடு இணைய வேகவேகமாய் செயல்பட்ட பழனி, இன்னதென்று சொல்ல முடியாத உணர்வுகளால் பிரமித்து அவளிடமிருந்து வெறுப்பாய் விலகுகிறான்.

அவள்:

என்ன கப்பல் நின்னு போச்சி?

என்று முகம் கோணுவதை கவனிக்காமல் எழுகிறான். வாஷ் பேசினுக்கு அருகே சென்று தூவென்று துப்பி குழாய் நீரில் வாயைக் கொப்புளித்து முகம் கழுவுகிறான்.

★★★★

Sc No : 58

Ext / Day

ரோடு.

பழனி நடக்கிறான்.

பின்னணி நிகழ்வுகள் மாறிக்கொண்டே இருக்கின்றன.

★★★★

பழனி நிற்கிறான்.

அந்த முடிவு தோன்றிவிட்டது.

நடக்கிறான். அவன் சென்று சேருகிற இடத்தில் ஒரு புராதானக் கடை. ரொம்ப நேரம் பார்த்து விட்டு ஒரு வினோதமான கத்தியை எடுத்துக் கொண்டு..

பழனி:

அண்ணே, இது எவ்வளவு?

என்கிறான்.

★★★★

Sc No : 59

Ext / Int / Night

குமார் வீடு.

குமாருடைய வீடு கொஞ்சம் கொஞ்சமாய் நெருங்கி வந்துக் கொண்டிருக்கிறது.

நெருங்கி, நெருங்கி இறுதியில் கதவைப் பார்த்தவாறு மூர்க்கத்துடன் நிற்கிறான் பழனி. அவனது மூச்சொலி சீராய் ஒலிப்பது அவனாலே கேட்க முடியும். இறுக்க முகத்தில் வாய்க்குள்ளே பற்கள் கிடுகிடுக்க அதைத் தாங்க முடியாதவனாய் முழு வேகத்துடன் கதவை(க்) காலால் உதைக்கிறான் பழனி. நாராசாரமான கிறீச்சிடலுடன் கதவு முழுமையாய் திறந்து கொள்ளுகிறது.

துல்லியமான அமைதி.

பழனி விரிந்து கிடக்கிற வாயிலின் உள்ளே கடந்து, நடந்து, பின்னர் நிற்கிறான்.

பார்க்கிறான்.

அவனது கண்களில் ஒரு திகைப்பு உறைந்து நிற்கிறது. மூக்கைப் பொத்துகிறான்.

அவன் பார்க்கிற திசையில் கிழவி வாய் பிளந்து செத்துக் கிடக்கிறாள். முகத்தின் மீது ஈக்கள் மொய்த்துக் கொண்டிருக்கின்றன.

★★★★

Sc No : 60

Ext / Day

ரோடு.

வெண்ணிற ஆவி எழும்ப ஓர் இட்லி பாத்திரத்தின் மூடி திறக்கப்படுகிறது.

அது ஒரு தள்ளுவண்டி சிற்றுண்டிக் கடை.

கடைக்காரன் சுடச்சுட முதன்முதல் எடுக்கிற இட்லிகளில் இரண்டு மூன்று

இட்லிகளைப் பிய்த்து ஓர் இலையில் வைத்துத் தள்ளி நின்று கா கா என்று கத்துகிறான்.

இட்லி துண்டுகளை எறிய காக்கைகள் சூழ்கின்றன. கொத்தித் தின்னுகின்றன.

அதைக் கொத்தித் தின்னுகிற இடத்தில் இருந்து சற்றுத் தள்ளி, மூடிக் கிடக்கிற ஒரு கடையோர சிமெண்டு திண்டில் பழனி படுத்துக் கிடப்பது தெரிகிறது.

காக்கைகளின் விருந்துக் கூச்சலால் கண் திறந்து பார்க்கிறான்.

எழுந்து அமருகிறான். இடுப்பில் உறுத்துகிறது. கையை விட்டு கத்தியை ஒருமுறை பார்த்துக்கொண்டு அதைச் சரியாய் செருகி வைத்துக்கொள்கிறான்.

எழுந்து நடக்க ஆரம்பிக்கிறான்.

நடந்து, நடந்து நிற்பது ஓர் அரசு மருத்துவமனை அருகில்.

பார்க்கிறான்.

பெரிய கேட்டைத் தாண்டி வருவது யார்? மொட்டையடித்துக் கொண்டு? அது குமார் தான். முழுக்க முழுக்க கோலம் சிதைந்து, பகுதி ஆறிய காயக் கட்டுக்களுடன் காலை எடுத்து வைத்து விந்தி விந்தி நடந்தவாறு சுத்தமாய் அடையாளமே தெரியாமலிருக்கிறான்.

பழனி ஒதுங்கி நிற்க, அருகிலேயே கவனிக்காமல் கடந்து போகிறான் அவன்.

பார்த்திருந்து, அக்கம் பக்கம் பார்த்துவிட்டு மெல்ல அவனைத் தொடர்ந்து நடக்கிறான் பழனி.

முகத்தில் கொஞ்சம் கொஞ்சமாய் வெறுப்பின் விஷம் ஏறத் தொடங்குகிறது. உடல் விறைப்படைந்து கண்கள் கூர்மையாகின்றன. கத்தியை ஒரு தடவை தொட்டுப்பார்த்து கொள்கிறான். தொடர்ந்து நடக்கிறான்.

குமார் இது ஏதும் அறியவில்லை. அவன் பார்வை, நடக்கிற நிலத்தைத் தவிர்த்து எதையும் கவனிக்கவில்லை. தனது வலியில் ஆழ்ந்து, அதை அனுபவித்து நடக்கும் தோற்றம்.

பழனி, சாலையில் ஆள் அரவமில்லை என்பதைக் கவனிக்கிறான்.

மனம் பரபரப்படைகிறது. சிறிய நடுக்கத்துடன் கத்தியை கையில் எடுத்து மறைத்துக் கொண்டு வேகமாய் நடக்கிறான்.

ஊர்ந்து செல்கிற குமாரை நெருங்கி கத்தியை ஓங்கியவாறு பற்றும்போது குமார் சரிகிறான்.

மயக்கம். பழனியின் கரங்களில் கிடக்கிறான் அவன்.

அவனை அப்படியே தாங்கிப் பிடித்து எதுவும் செய்ய ஆகாமல் விழிக்கிறான் பழனி.

★★★★

Sc No : 61

Int / Day

ஹோட்டல்.

இட்லி மீது சாம்பார் ஊற்றப்பட்டு பிசையப்படுகிறது.

பழனி எதிரே பார்த்திருக்க..

எந்தப் பக்கமும் பாராமல் குமார் முனைப்போடு விழுங்குகிறான்.

பழனியின் பார்வை அவன் மீதுதான் இருக்கிறது. பார்த்துக்கொண்டே இருக்கையில் குமாரின் முதுகுக்குப் பின்னால் தென்படும் இரண்டு, மூன்று மாணவர்கள். நடுவே ஜமுனா.

பழனி வெறிக்கிறான்.

மாணவர்களுடைய பேஸ்ட் அடித்த போலி உற்சாகங்களும், ஜமுனாவின் கிளர்ச்சி மிகுந்த ஆர்வமும் வெளிப்படுகிற நிலை. நட்பின் போர்வையில் அவர்களின் காமம் நொண்டுகிறது.

பழனி பார்த்தவாறிருக்க

ஒரு கட்டத்தில் பழனியைக் கவனித்து திடுக்கிட்டு மாணவர்களை விட்டு விலகி ஹோட்டலில் இருந்து வெளியேறி ஓடுகிறாள் ஜமுனா. மாணவர்களுக்கு விளங்கவில்லை. அவர்களும் வெளியேறுகிறார்கள். பழனி புரிந்துகொண்ட ஒரு விரக்தி புன்னகையோடு குமாரைப் பார்க்கிறான்.

வாரித் தின்று தண்ணீர் குடித்ததால் கண்களில் நீர் தளும்புகிறது குமாருக்கு. இருந்தாலும் அதையும் கடந்து தின்று தண்ணீர் குடிக்கிறவன் எதற்கோ நிமிர பழனியின் கண்களைச் சந்தித்து ஒரு கணம் நிலைக்கிறான்.

பின்னர் குற்றவுணர்ச்சியோடு தன் பார்வையை விலக்கிக் கொண்டு

குமார்:

நீ என்னத் தேடி வருவன்னு எனக்குத் தெரியும்

பழனி:

ஓஹோ?

குமார்:

அப்பன் ஆத்தா இல்லாத அனாத தேவடியா மவனே செத்துப் போடான்னு நடு ரோட்ல வச்சு நீ என்ன கத்தியால குத்தி சாவடிச்சு போட்டுருக்கணும்!

பழனி கிண்டலாய் சிரிக்க..

கண்ணீருடன்..

குமார்:

என்னடான்னா சோறு வாங்கிக் குடுத்து உசிரக் காப்பாத்தி இருக்க. நீ இவ்ளோ அப்பாவியா இருக்கறத என்னால தாங்கிக்க முடியல பழனி. உனக்கு துரோகம் செஞ்சவங்கள சாமி சும்மா விட்டு வைக்காது. நாசம். நாசம் தான் எல்லாம். வேற வழியே இல்ல

என்று துடிக்க..

பழனி அதில் இருந்து விலக நினைத்து..

பழனி:

இன்னும் ரெண்டு இட்லி சொல்லட்டா?

குமார்:

வேணா, மூச்சடைக்குது. ரெண்டு இட்லி பார்சல் கட்ட சொல்லு

பழனி பார்க்க..

குமார்:

கெழவி சாப்புட்டுருக்காது!

என்கிறான். பழனியின் பார்வை அவனை ஊடுருவுகிறது.

★★★★

Sc No : 62

Ext / Day

சுடுகாடு.

படபடவென பொரிந்தவாறு வான் நோக்கி எரிகிறது சிதை.

காரியம் முடிந்து திரும்பிப் போகிற கிராம ஜனங்களின் கால்கள் கறுத்த புகைக்கிடையே மங்கலாய் தெரிகின்றன.

குமாரின் முகம்.

தூரத்தே எரிகிற தீயின் சிகப்பு அவனது இறுக்க முகத்தில் பல்வேறு ஜாலங்கள் செய்கிறது.

பழனி குமாரையே பார்த்திருக்கிறான்.

இருள் அடர்ந்து கொண்டு வர எரியும் சிதைக்கு கொஞ்சம் தள்ளி இருவரும் அமைதியாய் நின்று கொண்டிருக்கிறார்கள்.

****

Sc No : 63

Ext / Evening

பழனி வீடு.

கொடியின் மீது தொங்குகிற பழனியின் சட்டைகளை ஒவ்வொன்றாய் எடுத்துக் கொண்டு நடக்கிறாள் யாமினி. ஒன்றிரண்டை முகர்ந்து நெஞ்சோடு அவற்றை இறுக்கிக் கொள்கிறாள்.

கொடி காலியான பின்னர், நடந்து வீட்டை நெருங்குகிறவள் சட்டென்று நின்று திரும்பிப் பார்க்கிறாள்.

சட்டையைக் கிழித்து தூர எறிந்து அந்த மரத்தில் கட்டிப் போடப்பட்டிருக்கிற குமாரை சுற்றிச் சூழ்ந்து அடித்துக் கொண்டிருக்கிறார்கள் பலரும்.

நடக்கிறாள்.

இன்னும் அடித்துக் கொண்டிருக்கிறார்கள்.

நடக்கிறாள்.

வலி பொறுக்க முடியாத குமார், ரத்த முகத்தோடு என்னென்னவோ சொல்லிக் கதறுகிறான்.

நடக்கிறாள்.

நிற்கிறாள். பார்க்கிறாள்.

வெறுமையில் பரிதாபமாய் காற்றில் அசைந்து நின்று கொண்டிருக்கிறது அந்த மரம். மிகவும் பொல்லாத அமைதி. கிளைகள் ஜிலுஜிலுத்து அசைந்து கொள்கின்றன.

யாமினியின் பார்வை ஒரு முறை திருட்டுத்தனமாய் வட்டமடிக்கிறது. வேகமாய் சென்று கிழிந்து கிடக்கிற அந்த சட்டையை எடுக்கிறாள். அது குமாரின் சட்டை. ஒரு காலத்தில் குமாருக்கு பழனி கொடுத்த சட்டை. சந்தோஷமாய் யாமினிக்கு காட்டிய சட்டை.

அது கிழிந்து நார் நாராயிருக்கிறது.

அதை அப்படியே பார்த்திருந்த யாமினி சட்டென்று வாய் விட்டு சிரிக்கிறாள்.

★★★★

Sc No : 64

Ext / Day

சுடுகாடு.

வானில் கேட்ட அந்த மெல்லிய சிரிப்பு இங்கே குமாருடைய சிரிப்பாய் தொடர்கிறது. வாய் விட்டு சிரித்துக் கொண்டிருக்கிறான்.

பழனி பொறுமையற்று பதட்டத்துடன் பார்த்துக் கொண்டிருக்க

கண்ணில் நீர் வர சிரித்து, ஒருவழியாய் அடங்குகிற குமார் வேகமாய் பழனியை நெருங்கியவன் சட்டையை ஆவேசமாய் பிடித்து

குமார்:

எங்க போவ சொல்ற என்ன? ம்? நீ குடுக்கற பணத்த வாங்கிக்கிட்டு எங்க போவணும்?

பழனியின் கண்கள் அவனையே பார்க்கிறது.

குமார்:

அப்படியே கண் காணாம போயிடுங்கறியா? உயிரோடவே இருக்க வேணா, செத்துப் போயிடுங்கறியா?

பழனியின் பார்வை.

குமார்:

நான் எதுக்கும் நாதியத்து போன நாயி. அதனால நீ சொல்றத எல்லாம் நான் வாலாட்டிக்கிட்டே கேக்கணுமா?

பழனி சற்றும் அசையாமல் அதே பார்வைப் பார்த்துக்கொண்டிருக்க, அவனது கண்களுக்குள் பார்த்துக்கொண்டு அழுத்தம் திருத்தமாய்

குமார்:

முடியாது!

★★★★

Sc No : 65

Int / Day

பழனி வீடு.

கட்டிலின் மீது பழனியின் சட்டையும், குமாரின் சட்டையும் கிடக்கின்றன.

அதை வெறித்தவாறே அமர்ந்திருக்கிற யாமினி.

★★★★

Sc No : 66

Ext / Day

சுடுகாடு.

பழனியின் கரங்கள் இடுப்பிலிருந்து கத்தியை எடுக்கிறது. அதை முதுகுக்கு பின்னால் மறைக்கிறான். தன்னையறியாமல் வரும் சன்னதத் துடிப்புடன்

பழனி:

நில்லுடா...!

தூரமாய் நடந்து போய் கொண்டிருந்த குமார் நிற்பது தெரிகிறது. அவனை நோக்கி மிகவும் அழுத்தமாய் எச்சரிக்கை செய்கிற குரலுடன்

பழனி:

உனக்கு என்னப் பத்தி தெரியாதுடா, நான் அப்பாவி இல்ல..

என்று கத்த..

அவன் அங்கேயிருந்து ஓங்கிய குரலில்..

குமார்:

ஆனா நான் அப்பாவி. சத்தியமா அப்பாவி

என்று கூச்சலிட்டு அமர்ந்து மண்ணில் தன் கரத்தை உயர்த்திக் குத்துகிறான்.

இவன் நெருங்க, நெருங்க இவனைப் பார்த்தவாறே

குமார்:

வீடுங்கற. குடும்பம்ங்கற. அன்பு பாசம்னு எனக்குத் தெரியாத எத எதயோ சொல்ற. நான் கேக்கறேன்.. இதெல்லாம் என்னடா? இதுல எதையாவது ஒன்ன நான் பாத்துருக்கனா?

என்கிறவன் மண்ணைப் பார்த்து யோசிக்கிறான். நிலைக்கிறான். யாரிடமோ சொல்லுவது போல, தனக்குத் தானே சொல்லிக் கொள்வது போல

குமார்:

ஒரு கோயில் திருவிழால வேப்ப மரத்துக்கு அடியில என்ன போட்டுட்டு போனா ஒரு புண்ணியவதி! பே ன்னு அழுதுகிட்டிருந்தனாம். பாலுக்கு அழுதனா. பாசத்துக்கு அழுதனா. இல்லன்னா இந்த மாதிரி ஒரு ஒலகத்துல தனியா எப்பிடி வாழப் போறன்னு மனசொடிஞ்சி அழுதனா?

பாரு. பாத்தியா. இது எவ்ளோ காலமா கொட்டற கண்ணீர் தெரியுமா?

நெறைய சகிச்சிட்டேன் பழனி. இனிமே முடியாது!

என்கிறவன் ஆவேசமாய் எழுகிறான்

குமார்:

வாழணும்டா எனக்கு! சாவற வர என் கண்மணி பாசத்துல முக்குளிச்சி முக்குளிச்சி வாழணும். ஒரே ஒரு நாளாவது வாழணும்டா!

நீ வேற எவளையாவது கல்யாணம் பண்ணிக்க...!

என்பதற்குள் பழனி கத்தியை வீசிச் சுழல..

அது குமாரின் வயிற்றைக் கிழித்து விட, ரத்தம் பீய்ச்சுகிறது. அவன் அதைப் பார்த்தவாறு சுழல, உலகம் சுழல்கிறது. சுழல்கிற பழனி, திகைத்து நிற்பது தெரிகிறது. எல்லாமும் வட்டமடிக்கின்றன.

நின்று நிலத்தைப் பார்த்து உறுமுகிறான் குமார்.

பழனி நிலைக்கு வந்து, படபடப்புடன் நெருங்க..

குமார் அவன் மீது பாய்ந்து, அவனைக் கவிழ்த்து, கத்தியைப் பிடுங்கி, அவன் மீது ஏறி அமர்ந்து அவன் நெஞ்சுக்கு கத்தியை ஓங்குகிறான். அதை மிக ஆவேசமாய் இறக்குகிறவன் திடுக்கிட்டு நிறுத்தி, பார்க்க..

சந்தோஷ முகத்துடன், மரணம் தொடுகிற சிலிர்ப்புடன் கண்களைப் பொத்திக் காத்திருக்கிறான் பழனி.

பின்னர் ஏதும் நடக்கவில்லை என்பதால் கண்களைத் திறந்து பார்க்கிறான்.

கலவர முகத்துடன் அவனையே பார்க்கிற குமார். பழனிக்கு விழிகள் நனைகின்றன.

பழனி:

சாவல இல்ல? ஆ. சாவல. வேணா, என்ன சாவடிச்சுராத. நான் செத்து நீ ஜெயிலுக்கு போனா அப்றம் நம்ம கண்மணிக்கு யார் இருக்கா?

குமார் வெறித்துப் பார்க்கிறான்.

அவனுடைய கரங்கள் தளர்வடைய.. அவனைத் தள்ளிவிட்டு எழுந்து நடக்கிறான் பழனி. குமார் பார்த்திருக்கிறான். போய்க்கொண்டே இருந்தவன் நின்று, திரும்பி, நா தழுதழுக்க..

பழனி:

ஒரு வேள நீங்க ரெண்டு பேரும் என் கொழந்தய ஏதாவது வேப்ப மரத்துக்கு அடில போட்டுட்டு போவ வேண்டி வரலாம். அது வேணா! நான் எடுத்துக்கறேன்! எடுத்துக்கிட்டு எங்கயாவது போயிடறேன்..!

குமார் பார்த்தவாறிருக்க பழனி போய்க்கொண்டிருக்கிறான்.

★★★★

Sc No : 67

Int / Night

பழனி வீடு.

எக்ஸ்ட்ரீம் க்ளோஸப்பில் ஒரு குழந்தை முட்டிப் பால் குடிக்கிறது.

பால் கொடுக்கிறவள் யாமினி. அவள் முகத்தில் கண்டுபிடிக்கக் கூடிய எந்த உணர்வுகளும் இல்லை. ஒருமுறை அதைப் பார்த்துக் கொள்ளுகிறாள். குழந்தை முலையில் இருந்து விலகி விட்டிருக்கிறது. நல்லத் தூக்கம்.

படுக்க வைக்கிறாள்.

நடந்து சென்று கதவைத் தாழிடுகிறாள்.

முகம் பார்க்கும் கண்ணாடிக்கு முன் வந்து நின்று தன் நெஞ்சை பார்த்துக் கொள்ளுகிறாள். ஒரு மஞ்சள் கயிறு, ஒரு கறுப்புக் கயிறு. முகத்தில் ஒரு கேலிப் புன்னகை.

அண்ணாந்து பார்க்கிறாள்.

இரண்டு சட்டைகளால் கோர்த்து இணைக்கப்பட்ட ஒரு தூக்குக் கயிறு தொங்குகிறது.

இப்போது அவள் முகம் விசித்திரமாய் கோணுகிறது. அது சாவு பயமாய் இருக்கலாம். குழந்தை உறங்குகிற கட்டிலின் அருகே ஸ்டூலை வைத்து ஏறி நின்று சுருக்கை மாட்டிக் கொள்ளுகிறாள்.

கண்களில் இருந்து கண்ணீர் இறங்குகிறது.

கயிறை முறுக்க முற்படுகையில் அவள் முகத்தின் மீது கதவு தட்டப்படும் சத்தம். பார்க்கிறாள்.

அவசர அவசரமாய் மேலும் கயிறை முறுக்கி ஒரு கணம் கண்கள் மூடி மவுனிக்கையில் கதவில் இடி இடிக்கிறது.

ஸ்டூலைத் தள்ளுகிறாள்.

தொங்குகிறாள்.

★★★★

Sc No : 68

Ext / Day

குளக்கரை.

குளத்தை சுற்றி ஜனங்கள். சந்தடி. பலரும், பலதும் பேசிக் கொண்டிருக்கிறார்கள். அவர்கள் அனைவருடைய பார்வையும் நிலைத்துப் பரபரக்கிற அந்தத் திசையில்

யாரோ ஓரிரு ஆட்களால், மூழ்கி உயிர் விடப்போகிற ஒரு குழந்தை வெளியே தூக்கப்படுகிறது. நல்லவேளை, மூச்சு வெடிக்கிறது.

ஜனங்களின் வார்த்தைத் தெறிப்புகள் நெளிந்து செல்கிறபோது அவர்கள் அந்தப் பெண் குழந்தையை கரை மண்ணில் கொண்டு வந்து கிடத்துகிறார்கள்.

சூழ்கிற ஜனங்களின் ஒட்டுமொத்த பார்வை.

யாரோ சிலர் விலகிச் செல்லும்படி கண்டிக்கிறார்கள்.

தண்ணீர் குடித்த குழந்தைக்கு முதலுதவி நடக்கிறது.

பெரும் பரபரப்புக்குப் பின்னால் அவள் அசைகிறாள். கண் திறக்கிறாள். பார்க்கிறாள். வாத்தியாரும், வாத்தியாரின் மனைவியும் கண்ணே, கண்மணி, செல்லமே என்று அள்ளுகிறார்கள். அவள் அவர்களை விலக்கித் தள்ள, பார்க்கிறார்கள்.

அவள் தன் கைகளைச் சேர்க்க இரண்டு கைகளிலும் ஒவ்வொரு தாமரை.

யாமினி, யாமினி என்கிற கொஞ்சல்களை மீறி அவள் மலர்களோடு சிரிக்கிறாள்.

★★★★

Sc No : 69

Ext / Day

பல்வேறு இடங்கள்.

Montages.

பரந்த வயல் வெளியில்..

பெரிய பூந்தோட்டங்களுக்கு மத்தியில்..

விரிந்து கிடக்கின்ற ஆற்றின் கரையோரத்தில்..

நீலம் உறைந்த மலைகளின் பின்னணியில்..

அவள் ஓடிக்கொண்டேயிருக்கிறாள். அவளது இரண்டு கரங்களில் அந்த இரண்டு தாமரைகள்.

★★★★

Sc No : 70

Int / Night

பழனி வீடு.

கதவை இடித்து உடைத்துக் கொண்டு அண்ணாந்து நோக்கி திகைக்கின்றனர் பழனியும், குமாரும்.

★★★★

Sc No : 71

Ext / Int / Day

மொத்த கிராமம்.

புதிய குடில்.

வானம். இடி இடிக்கிறது.

மழை பெய்து நனைந்து கொண்டிருக்கும் கிராமத்தின் தெருக்கள். ஆடு, மாடு, கோழி, நாய்கள். மனிதர்கள். எல்லாவற்றையும் தொடர்ந்து பார்த்தவாறு இருக்கிறோம்.

பின்னணியில்..

குரல்:

வானம் போல

சூரியன் போல

அம்புலி மற்றும்

நட்ஷத்திரங்கள் போல

எல்லாமே நிலைத்திருக்க வேண்டும்

என்பது

மனிதனின் ஆசை.
ஏதாவது மாறித் தொலைத்து
நாளய சோற்றில் மண் விழுந்து விடுமோ என
நீங்கள் பயப்படுவது போல
நாங்களும் பயப்படுகிறோம்
எனினும்
மஹா இயற்கையென்பது
நாம் வீட்டில் வைத்துக் கொஞ்சுகிற
பாமரேனியன் நாய்க்குட்டி அல்ல
யுகங்கள் தோறும்
காலங்கள் தோறும்
நம்முடைய அகங்காரங்களை
கணக்கில் எடுத்துக் கொள்ளாமல்
தீராத விளையாட்டுப் பிள்ளையாய்
அது தன் லீலையை நிகழ்த்தி வருகிறது
அதன் சக்திக்கு முன்னே
நீங்களும் நாங்களும்
யார்?

என்று முடிய..

மழையின் சப்தப் பின்னணியில் அடுப்பில் வேர்க்கடலை வறுக்கிற ஒரு சிறுமி.

அவளது கவனம்.

சற்று நேரத்தில் அவளோடு வந்து இணைந்து கொள்கிறாள் கர்ப்பிணியாயிருக்கிற யாமினி.

வறுத்து முடித்து எடுத்து இருவரும் முற்றத்துக்கு வருகிறார்கள்.

பார்க்கிறார்கள்.

புன்னகைக்கிறார்கள்.

அடிக்கிற புயல் மழையைத் தாவிக் கடந்து முற்றத்துக்கு ஓடி வருகின்றனர் பழனியும், குமாரும்.

அம்மாவும் மகளும் அவர்களை நெருங்க, அவர்கள் தலையைத் துவட்டியவாறு மழையைப் பற்றி ஏதோ கூறியபடி ஒரு மூலையில் குந்தி அமர்கின்றனர்.

பிரியம் இழையும் விழிகளுடன் யாமினி, கடலை இருக்கும் பாத்திரத்தை நீட்டுகிறாள்.

பழனியின் கரங்களும், குமாரின் கரங்களும் அதை எடுக்கின்றன.

மழை நனைந்து நின்று கொண்டிருக்கிறது அந்த வீடு. நால்வருடைய சந்தோஷக் குரல்களும் கலவையாய் கேட்டுக் கொண்டிருக்கின்றன.

★

THE END

(End card scrolls up)

A

Script conceived

by

Sivadhasan

மதுர விசாரம்?

*

பாகம் இரண்டு

அத்தியாயம் – 3

யாருமே குடிக்கலாம். திலகனைப் போல குடிக்க முடியாது. அதிலும் சிவதாசன் எல்லாம் திலகன் குடிக்கும்போது பிரமிப்புடன் வேடிக்கைப் பார்க்க மட்டுமே முடியும். என்னடா இது கோயில் பிரசாதம் சாப்பிடுவது மாதிரி என்று அவன் முணுமுணுக்கும்போது பதில் சொல்ல ஒன்றுமிருக்காது. ஒருமுறை சிவதாசன் கொஞ்சம் அதிகமாகக் குடித்து சற்றே போதை அதிகமாகிப் பேச ஆரம்பித்தபோது, அவனைத் தட்டிக் கொடுத்தவாறு இருந்த திலகன் 'இதுதான் உனக்கு லட்ஷணமாயிருக்கிறது' என்பதைக் குறிப்பிடவும் செய்தான். எனினும் பெரும்பாலும் எல்லை கடக்கவில்லை. நிறையக் குடிப்பதென்றால் அதற்கான சந்தர்ப்பங்கள் வேண்டும்.

அந்த முறை, இரண்டு சென்னைப் பையன்களுடன் சிவதாசன் கேரளாவில் இருந்துவிட்டுப் போக வந்தான். மிகவும் உள்ளூர அமைந்த கிராமம் அது. திலகனின் மாமா வீடு. காடு சூழ்ந்த அந்த வீட்டில் அவர் மட்டும் தனியாக இருந்தார். மனைவி போன பிறகு, அவருக்கு வாழ வேண்டும் என்பதற்கோ சாகலாம் என்பதற்கோ சரியான காரணங்களைக் கண்டுபிடிக்க முடியாமல் தேமேயென்று இருந்தார். திலகன் அவருடைய ஆன்ம பலம். அவனைப் பார்த்தால், தான் உயிரோடு இருப்பதற்கு சிலிர்த்துக் கொள்வார். அவனோடு எத்தனைப் பயல்கள் வந்து டேரா போட்டாலும் எத்தனை நாட்கள் கழித்துத் திரும்பிப் போனாலும், அவரது முகத்தில் இருக்கிற சிரிப்பு வேறொன்றாகத் திரியாது. அவருக்குள் வக்கிரங்களுக்கான கிருமிகள் கிடையாது. கோழிகளை அறுக்கலாம். முந்திரிக் கொட்டைகளை, கருவாட்டை வறுக்கலாம். எத்தனைப் பாட்டில்களையும் உடைக்கலாம். காலையில் எல்லோரும் பேய்களைப் போல தூங்கும்போது, அவர் உட்கார்ந்து சமைத்த பாத்திரங்களையும் எச்சில் தட்டுக்களையும் கழுவிக் கொண்டிருப்பார்.

அவரிடம் ஒரு குட்டிக் குடியின் பாசம் பொங்க "மாமா, எனக்கு ஏதாவது ஒரு படம் பாக்கணும்" என்று சிவதாசன் தான் கேட்டுக் கொண்டிருந்தான்.

அந்த ஊரிலிருந்து ஒரே ஒரு தியேட்டருக்கு தான் போகமுடியும். அது நான்கு கிலோமீட்டர் தூரத்துக்கு அப்பாலிருந்தது. பறம்புகள் வழியாக, பாடங்கள் வழியாக பீடி குடித்துக்கொண்டு சென்று சேர்ந்தார்கள்.

தியேட்டரின் கேட்டு கூட திறந்திருக்கவில்லை. மக்கள் யாரையும் காணோம். சுவரொட்டிகளில் மோகன்லாலை மட்டுமே புரிந்தது. படத்தின் பெயர் படிக்க முடியவில்லை. சிவதாசன் நேரம் போக்க வேண்டுமே என்பதற்காக எதாவது ஒரு சாயாக் கடையில் அமரலாமா என்று கேட்டான். மாமாவும், திலகனும் சிரித்தார்கள். மீன் குழம்பு ஊற்றப்பட்ட கப்பையை எடுத்து வாயில் போட்டுக்கொண்டு தென்னங்கள்ளைக் குடிக்கும்போது, இந்த இடத்தில் படம் பார்க்க வருகிறோம் என்றால் இந்த ஷாப்பில் அமர்வதற்கும் நேரம் எடுத்துக்கொண்டு வரவேண்டும் என்றார் மாமா.

ஆம், ரம்மியமான குளுமை. இருந்ததை தெரிவித்துக் கொள்ளாமல் அணைந்திருந்த காற்று. சூரியன் எரிந்து முடிந்துவிட்டானா? ஏதோ மழை புறப்பட்டு வரும் ஒரு திசையின் இருட்டு எல்லோரையும் சூழ்ந்திருந்தது. சுற்றிப் பார்க்கும்போது தான் நிறைய ஜனங்கள் இருப்பது தெரிய வந்தது. என்ன பிரமையோ, எல்லோருமே ஒரு அம்பது சதவீதமேனும் தேவதைகள் போலப் பட்டார்கள். ஆஹா, கள்ளு நுனிநாக்கில் இனித்து, உள்நாக்கில் வருடி இனித்து நெஞ்சில் பாட்டெழுதியவாறு வயிற்றில் இறங்கி சமர்த்தாக அமர்ந்து கொண்டு ஒரு குழந்தையைப் போல புன்னகைத்தது. மத்தியும் ஐலயும் மிளகாய்த் தூளும் எலுமிச்சை ஊறலும் மூளைக்குள் தட்டியது. எந்த நினைப்பு மின்னிப் போயிற்று என்பது தெளியவில்லை. ஆனால், சிவதாசன் கனிந்தான்.

ஓர் ஓரமாக, ஒரு அழுகை போகமாட்டேன் என்று ஒளிந்து கொண்டுவிட்டது.

தியேட்டருக்குள் நுழையும்போது படத்தைப் போட்டு விட்டிருக்கிறார்கள். இருட்டில் இருக்கைகளை அடைந்து அமர்ந்த பிறகுதான் அவன் கவனித்தான். ‘கண்ணீர் பூவின்ட பாட்டு’ ஓடிக் கொண்டிருக்க கிரீடம் படத்தின் வெட்டுக்கள் ஓடிக்கொண்டிருந்தன. என்ன இது, சென்னை ஆட்களுக்கு தான் தெரியவில்லை என்றால் திலகனுக்கும் மாமாவிற்கும்கூட தெரியவில்லை. அவர்களுக்கு குடிப்பதைத் தவிர வேறு எதற்காவது நேரமிருக்கிறதா? செங்கோல் பார்த்து முடித்தார்கள். குடிக்கலாம் என்பதைத் தவிர சிவதாசன் எதையும் சொல்லவில்லை. அன்றுதான் திலகன் தட்டிக் கொடுத்துப் பாராட்டினது.

"ஓர் ஆண் என்றால் இப்படிக் குடிக்க வேண்டும். இப்படி பிரவாகம் எடுத்துப் பேச வேண்டும் தாசா!"

என்னதான் கழுத்துவரைக் குடித்து தாமதமாகப் படுத்திருந்தாலும் திலகன் விடியலில் எழுந்துவிடுவான். பறம்புக்கு நடப்பான். விளிம்பு வரை சென்று வயல்களைக் கொஞ்சநேரம் பார்த்தவாறு பல் தேய்ப்பான். காலைக்கடனை முடித்துக்கொண்டு கிணற்றில் நீர் இறைத்து, வெகுநேரம் குளிப்பான். சுத்தமான சட்டையும் வேட்டியையும் அணிந்துகொண்டு கிளம்புவான். தேவைக்கு ஏற்ப எடுத்துக்கொள்ள பாக்கோ, தேங்காய்களோ இருக்கும். அங்காடியில் கொண்டுசென்று அவைகளை விற்றுவிட்டு அங்கிருந்து ஒன்றரை கிலோமீட்டர் திரும்பி வந்தால் ஒரு ஜங்சன் இருக்கிறது. கள்ளு, சாராயக்கடைகள் உண்டு. எவ்வளவோ நண்பரகள். வந்தவாறும் போனவாறும். இவன் நிரந்தரமாக அங்கேயே இருப்பான். வீடு திரும்புவது ஷாப்புகள் அடைத்த பிறகுதான்.

இதற்கு நடுவே அவன் பம்பாயில் இருந்திருக்கிறான். குஜராத்திலும் இருந்திருக்கிறான். என்ன சொல்வது, துபாயில் கூட இருந்து சம்பாதித்திருக்கிறான். அவைகளைப் பற்றியெல்லாம் அவன் பொருட்படுத்துவதே இல்லை. பேசுவதும் கிடையாது. சிவராத்திரிப் பூரத்துக்கு அவன் டிசைன் பண்ணுகிற பூக்காவடிகளுக்கு ரசிகக் கூட்டமே உண்டு. காவடியை ஏந்தி அவன் சுழலுவதைக் காண பெண்கள் முந்திக் கொண்டிருப்பார்கள். அவனது உடல்வாகு அற்புதமாக இருக்கும். குடித்திருப்பான் என்பது சரி, இசையில் அவன் எவ்வளவு தூரம் லயித்திருக்கிறான் என்பதை அடுத்து வரும் நாட்களில் அவனது மிகச் சிறிய அசைவுகளில் கூட வெறித்திருந்த பெண்களின் கிசுகிசுப்பு மூலம் சிவதாசன் அறிந்திருக்கிறான்.

திலகனுக்கு பெருமைகளே கிடையாது. யாருக்கும் எதையும் செய்வான். அவன் தோளில் தூக்கிப் போட்டு ஓடிய எத்தனையோ குழந்தைகள் உயிர் பிழைத்திருக்கின்றன. யாரேனும் தனது துக்கத்தை அவனிடம் சொல்லும்போது அலட்சியமாக ஒரு திட்டு திட்டுவதுண்டு. அது மிகப் பெரிய ஆறுதலாக இருக்கும் என்கிற அதிசயத்தை எப்படி விளங்கிக் கொள்வது? நந்தினி என்பது அவனுடைய மனைவியின் பெயர். பல நேரங்களிலும் அவளைப் போட்டு உதைப்பது சர்வ சாதாரணம். அம்மாவையும் உதைப்பது உண்டு. பாரபட்சமே கிடையாது. ஆனால் அந்த இரண்டு பெண்களுமே இவனை மடியில் போட்டுக் கொஞ்சக்கூடியவர்கள். முக்கியமாக நந்தினி, எந்த சந்தர்ப்பத்திலும் அவனைக் காதலோடு பார்த்துக் கொண்டே இருப்பதை சிவதாசன் மிரண்டிருக்கிறான்.

என்ன கண்றாவி பெருமிதம் இது? தன்னைவிட பெரியவனாக இருக்கிறான் என்பதால் அல்ல, அவனது முகம் பார்த்து ஏதாவது அறிவுரை சொல்லமுடியும் என்கிற நம்பிக்கையே வந்ததில்லை. இருப்பினும் முயன்றிருக்கிறான்.

"யாரையும் அடிக்கக் கூடாது திலகா."

"கொஞ்சணுமா?"

"அதுவும் நந்தினிய நீ அடிக்கறதப் பாக்க முடியல. அது கொழந்த மாதிரி. அதப் போட்டு அடிக்கிற?"

"டேய். சும்மா இரு. தப்பு செய்வா. அடிப்பேன்."

"அப்ப நீ தப்பு செஞ்சா அவ அடிக்கலாமா?"

"அப்படி அடிச்சா பரவால்லடா. அத நான் நல்லா வாங்கிப்பேன். ரெண்டு மூணு நாள் பேச மாட்டா, சாப்பிட மாட்டா தெரியுமா. நான் அவ கால்ல விழுந்து மன்னிப்பு கேட்டு இருக்கேன்!"

"தாஜா பண்றது மறுபடி அவ தேவைப்படுவா, அதுக்குத் தானே?"

ஒரு மாதிரியாக அவன் சிவதாசனைப் பார்த்தது தாங்க முடியாமல் இருந்தது.

"இல்ல. அவ என் பொண்டாட்டி. அவ மனசு கஷ்டப்பட்டுக்கிட்டு இருக்கக் கூடாது. யாரும் மனசு கஷ்டப்பட்டுக்கிட்டு இருக்கக் கூடாது!"

அவன் சொல்லுவதில் பெரிய பொய்கள் கிடையாது. உண்மைக்கு பக்கத்தில் இருப்பதாகவே இருக்கும். திருவிழா காலங்களில் அவன் எந்த ஊரில் இருப்பான் என்றே சொல்ல முடியாது. எல்லா ஊரிலும் நண்பர்களோ சொந்தக்காரர்களோ இருப்பார்கள். அவர்களுக்கு, இவன் தமது ஊரில் விருந்துபச்சாரம் செய்திருப்பான். அவர்கள் பதிலுக்கு செய்தவாறிருப்பார்கள். அவனுக்குள் ஏதாவது துயர் இருந்து அதை நேரிட முடியாத வண்ணம் தன்னை பிசியாக வைத்துக்கொண்டு சந்தோஷங்களைத் தேடி அனுபவித்துக் கொண்டிருக்கிறானோ என்று சிவதாசன் திலகனை வேவு பார்த்ததுண்டு. கண்டிப்பாக ஒரு குறிப்பு கூட அகப்படவில்லை. அதைப் போலவே அடிதடி சண்டை தகராறுகள் எல்லாமும் கூட மற்றவர்களுக்காகத் தான். சொந்த காரணங்களுக்காக முரட்டுத்தனம் கொள்வதில்லை.

ஒருமுறை பெருத்த மழை பெய்துகொண்டிருந்த மழைக்கால நாளொன்றில் ஒரு தோணியை ஓட்டிக்கொண்டு மோட்டார்

அறைக்கு சென்றார்கள். திலகனின் தம்பி அபியும் அவனது நண்பனும் இருந்தார்கள். பீடி குடிக்க தோதான இடமாதலால் இவ்வயதுப் பையன்கள் இப்படி இங்கே வந்து இருப்பது சகஜமான விஷயம். இவர்கள் நுழைந்ததும் அவர்கள் வெளியேறிக் கொண்டார்கள். நண்பன், சுஜாதாவின் ஊர்க்காரன் என்று கேள்விப்பட்டிருந்ததால் சிவதாசன், சுஜாதா எப்படி இருக்கிறாள் என்பது போல ஒன்றைக் கேட்டான். அவன் பதில் பேசாமல் சிவதாசனைத் திரும்பிப் பார்த்து வெறித்தவாறு போனான். அவனது பேரைக் கேட்டபோதும் சொல்லவில்லை. அபி தான் அவன் பெயர் உமேஷ் என்று சொன்னான். எல்லாவற்றையும் கவனிக்காமல் எங்கேயோ பார்த்திருந்த திலகன், சிவதாசனைத் தட்டி, "உமேஷைக் கூப்பிட்டு வாயை உடைத்து அனுப்புவோமா?" என்று கேட்டான்.

சிவதாசன் "எதற்கு?" என்றான்.

"சொல்லு, உனக்கு ஆசை இருந்தால் ரத்தம் காட்டுகிறேன். வேண்டாமெனில் வேண்டாம்" என்றான்.

கோழிக்கோட்டிலிருந்து குளத்துப்புழைக்கு சிவதாசன் தனது மங்கிய நாட்களை அசை போட்டுக்கொண்டு வந்து சேர்ந்தபோது ஃபோனில் பேசியிருந்தபடி ஏற்கனவே திலகன் தனது ஊரிலிருந்து அங்கே வந்து சேர்ந்து விட்டிருந்தார். ஒரு அறையைக் கூட எடுத்து வைத்திருந்தார். வெறும் முண்டை மட்டும் கட்டிக்கொண்டு, தலை துவட்டுகிற டவல்களையும் எடுத்துக்கொண்டு கிளம்பினார்கள். மழை வரப்போகிற லட்சணங்கள் எல்லாம் கொஞ்சம் கொஞ்சம் இருந்தது. மேலும் அந்தி கறுத்துக்கொண்டிருக்கவே ஆற்றில் தண்ணீருக்கு சரியான குளிர். சுற்றிலும் உயர்ந்து எழும்பி நின்ற மரங்களில் பட்சிகளின் சலசலப்பு ஓடியவாறு இருந்தது.

தூரத்தில் பெண்களின் குழந்தைகளின் சந்தோஷப் பேச்சுக்கள் கேட்டன. அவை சட்டென மறைந்து நிசப்தம் உறைவதை சிவதாசன் கவனித்தவாறு இருந்தார்.

திலகனைப் போல குளியலில் மூழ்க முடியவில்லை. ஒருவிதமான துடிப்பு தானிருப்பதை இடித்தவாறு இருந்தது. அப்புறம், இந்தப் பொல்லாத மீன்கள். பார்க்கவே பயமாக இருந்தன. முழங்கைக்கும் அதிகமான நீளம் உள்ள மீன்கள் தங்களுடைய உடல்களை வளைத்து வாலை அடித்து வாயைத் திறந்துகொண்டு வருவது பூதாகரமாகிக் கொண்டிருந்தது. அவைகள் எதையோ கடித்து வைத்துவிடும் என்கிற பீதி முழுவதுமானபோது மெல்ல கரையேறி உட்கார்ந்து கொண்டுவிட்டார். திலகனுக்கு இந்த மாதிரி பிரச்சினை எதுவும்

கிடையாது. பீடி பிடிக்கும்போது குளத்துப்புழை ஆற்றைப் பற்றின வண்ண நிலவனின் கவிதை ஞாபகம் வந்தது. இல்லை, அப்படியில்லை, அதுதான் இந்த ஊரிற்கு வரும்போதே ஒரு பிரக்ஞையாக ஒளிந்து கொண்டிருந்தது. இப்போது, அதை அவர் எடுத்துக் கொண்டுவிட்டார். அதன் வரிகளை மெல்ல வருடியவாறு இருக்கிறார்.

பாலகனைத் தொழுதுவிட்டு மீண்டும் அறையை நோக்கி நடந்தார்கள். அம்மு, ஐயப்பனின் பக்தை. ஒருமுறை மாளிகப்புறத்தம்மா பற்றி சற்றே முதிராத ஒரு கவிதையை சொல்லப்போக, கண் கலங்கியிருக்கிறாள். அவளது கற்பனையில் உள்ள காடு, யானைகளும் கடுவாப் புலிகளும் செந்நாய்களும் நிரம்பியதாகும். பல இடங்களில் அவள் ஒரு குழந்தை தான். குழந்தையைப் போல பாவனை செய்துகொள்வதும் பெண்களின் வாழ்வில் தவிர்க்க முடியாத ஒன்று. ஆண்களின் விருப்பத்திற்கு மட்டும் வழங்குவது என்று அதைக் கூற முடியாது. மிக சீரிய எச்சரிக்கை உணர்வும்தான். சொல்லப் போனால் உயிர் பிழைப்பு.

சிவதாசன், அந்த இளமைப் பொழுதுகளில் அம்முவின் நினைப்பை சுமந்துகொண்டே அலைந்திருந்தாலும் அவளைச் சந்திக்க ஆகாமல் ஒரு தலைமறைவு வாழ்வை நடத்தியிருக்கிறான். வருடத்தில் ஒருமுறை கண்களில் கண்களைப் பார்த்து விலகிக்கொள்ள ஐயப்பன் விளக்குப் பூஜைகள் வருமே? டிசம்பர் முழுக்க காதலின் கோலாகலம் தான். வேதனையும் கண்ணீரும் மதுரமாகிற நாட்கள்.

கடைசியாக ஒரு ஜனவரியில், வீட்டில் இருந்து சில பொருட்களை எடுத்துக்கொண்டு அவள் படிக்கிற கல்லூரி வாசலில் இருக்கக் கூடிய பஸ் நிறுத்தத்தில் நின்றுகொண்டு விட்டான். அவள் இப்போது, அவன் பார்த்துக் கொண்டே வந்த சிறுமியல்ல. நெஞ்சுக்குள் இருக்கிற உயிர்காற்று விட்டுப் போய்விடும் போலிருந்தது. இதையெல்லாம் வாங்குவதற்கு வந்தேன் என்று அவளைப் பார்த்த வியப்பில் இவனுக்கு அவளது வாஞ்சை கிடைத்தது.

இருவருமாக பல நாட்கள் பல பொழுதுகளில் நடந்தார்கள்.

அவளது தோழிகளுடன் ஒருமுறை சினிமாவிற்கு போனபோது அடுத்த முறை தனியாக வரலாம் என்றாள். அப்போதுதான், அவள் கொடுத்த பாப்கார்னை இவன் எனக்குப் பிடிக்காது என்றான். அவள், இது என்ன பிடிவாதம் என்று முறைத்தபோது இவனும்,

பிடிக்காது என்றால் என்ன செய்ய முடியும் என்று இலேசான வீம்பு காட்டிவிட்டான். இருவரும் ஒருவருக்கொருவர் இணக்கமின்றி ஸ்மிதா பாட்டில் ஓம் பூரியிடம் எதையோ சொல்வதைத் திரையில் பார்த்துக் கொண்டிருந்தபோது, பாப்கார்னை கொறித்துக்கொண்டே இருந்த அம்மு இவன் வாய் மீது வாய் வைத்து முத்தமிட்டு அவன் சற்றே வாயைத் திறந்தவுடன் தான் சாப்பிட்டுக் கொண்டிருந்ததை அவனுக்குக் கொடுத்துவிட்டாள். ஒரு கணம் தான். அவளைப் பிடித்துக்கொண்டு மறுபடி, மறுபடி தனக்குப் பிடிக்காத பாப்கார்னை இவன் சாப்பிட்டுக் கொண்டேயிருந்தான். நான்கு பேர் கவனிக்கக் கூடிய சப்தங்கள் எழுந்து விடவே, அவள் அந்த பாப்கார்ன் பாக்கெட்டை தூக்கிப் போட வேண்டியதாகி விட்டது.

திரும்பி வரும்போது, ஒரு ஐஸ்க்ரீம் கடையில் உட்கார்ந்திருந்த போது இருவருமே முத்தத்தால் சிவந்திருந்தார்கள். அவன் முகத்தில் தீ எரிந்து கொண்டிருந்தது. அவளை எடுத்து ஒரு முட்டாயைப் போல வாயில் போட்டுக்கொள்ள முந்தியிருந்தபோது அதை ஆற்றுப் படுத்தும் விதமாக, அவள் ஆட்காட்டி விரலை அசைத்துக்கொண்டு பொங்கி வருகிற சிரிப்புடன் சொன்னாள்.

"இனிமேல் வாழ்க்கைல உனக்கு ரொம்பப் புடிச்ச பொருளு இந்த பாப்கார்னா தான் இருக்கணும். சொல்லிட்டேன்."

அன்று தான் அவளுக்கு நடந்திருந்தவாறே சிவதாசன், பஷீர் எழுதிய பூவன் பழம் என்கிற சிறுகதையைச் சொன்னான். அவள் அதை அனுபவித்து சிரித்த சிரிப்புகளில் சிறந்த ஒன்று இப்போதும் மறக்க முடியாது கைவசம் இருக்கிறது.

திலகன் அலட்டிக் கொள்ளவில்லை.

"அடப்போடா" என்றார்.

இதில் எல்லாம் வியப்பு கொள்வதற்கு என்ன இருக்கிறது என்பதே அவருக்குப் புரியவில்லை.

நீங்கள் எல்லாம் தேவையில்லாத பல விஷயங்களுக்கும் அலட்டிக் கொள்கிறீர்கள் என்பதுதான் அவருடைய இறுதித் தீர்ப்பு. மேலும், சரக்கு அடிப்பதற்கு பாப்கார்ன் உதவாது என்பதையும் குறிப்பிட்டார். நீயெல்லாம் என்ன மாதிரி சாகித்தியக்காரன் என்பதில் பெரிய சந்தேகம் இருக்கிறது என்றதற்கு சிவதாசன் எதுவும் சொல்லவில்லை. திலகனிடம் அவருக்கு அளவுகடந்த பிரமிப்பு இருந்தது. அவருக்கு என்னவோ தெரியும் என்பதைப் போலவும் அவர் வாயிருந்து அந்த எதையோ கேட்டுவிடவும் முடியும்போல காத்திருப்பார். அவர்

ஒன்றும் சொல்லப் போவதில்லை என்பதை உள்ளுக்குள் அறிந்திருக்கவும் செய்தார்.

நாம் அனைவருமே வாழ்வைப் பற்றி எதையோ சொல்ல விரும்புகிறோம், ஒருவேளை அது நெஞ்சுக்குள், அல்லது தொண்டைக்குள், அல்லது அதையும் கடந்து உதடுகளுக்குள் கூட வந்து உறைந்து நின்றிருக்கிறது. நாம் அதைச் சொல்ல முடியாமல் போகவேதான், மற்றும் பலவற்றை சொல்லிக் கொண்டிருக்கிறோம். இதோ, யாரோ ஒரு புத்த பிக்கு கோப்பைகளைக் கழுவுவது போல திலகன் வேறு எதையோ கழுவிக் கொண்டிருக்கிறார். ஏதாவது ஒரு குறியீட்டுக்குள் இதைப் பொருத்திப் போடவேண்டுமே என்பது சிவதசானின் மலைப்பாக இருக்கலாம்.

முன்பொரு நாள். தரவாட்டு வீட்டில், முற்றத்தில் சாராயம் தூண்டிய ஒரு குட்டிதூக்கம் முடிந்து திலகன், "உள்ளே போ" என்றபோது அந்த அறைக்குள் சுஜாதா இருந்தது ஒரு திடுக்கிடும் சம்பவம்தான்.

சிவதாசன் அந்த வாய்ப்பை விடவில்லை.

அவள் அப்படி இவனை அள்ளி அணைத்திருந்தாள்.

என் மேல் உனக்கு இருக்கிற ஆசையெல்லாம் தெரியும் என் தங்கமே என்று அவள் இவனது காதில் வெப்பமிட்டபோது அந்த உந்துதலில் அவளை கசக்குவது கொஞ்சம் மூர்க்கத்துக்கு கூட போயிற்று. இவனுடைய நறநறப்பை அவள் ஊக்குவித்தாள். அப்படித்தான் என்றாள். அவளைக் காமவெறி கொண்ட ஒரு ராட்சஷியாகக் கற்பனை செய்தவாறு திலகன் எந்தப் பக்கத்து வழியாக இவளை அடைந்திருப்பான் என்கிற குடைச்சல், அவளுக்குள் தன்னைப் பாய்ச்சும் நேரத்தில் கூட இருந்தது. அது தொடர்ந்தது. சாட்டையை சொடுக்கி விரட்டியது. நெஞ்சில் சுழலும் கனலைக் காட்டாமல், கொஞ்சம் கொஞ்சமாக திலகன் மூலமே அதை அடைய சிவதாசன் பிரயத்தனம் செய்தான்.

"ப்ஸ" என்கிற உதட்டுச் சுழிப்பு.

"அப்புறம் என்னடா உனக்கு நான் இதைக் கதையாக சொல்ல வேண்டுமா?" என்கிற மாதிரி ஒரு கேள்வி.

சுஜாதா தான் எப்போதுமே திலகனைப் பார்த்துக் கொண்டிருக்கிறாள். பெண்களுக்குப் பிடிக்கிற ஒரு போக்கிரியின் உடல்மொழி அவளைக் கவர்ந்து இருக்கலாம். முடிந்த வரையில் தனது நோக்கங்களுடன் சென்றுகொண்டே இருக்கிறவனின் முதுகில் அவளது கற்பனைகள் பெருகியிருக்கலாம். எப்பவாவது அவன்

அவளிடம் சொன்ன சொற்களில் அவள் எடுத்து வைத்துக் கொண்ட சொற்கள் தனியான மினுக்கம் கொண்டவை. அவளது ஆர்வங்களுக்கு முன்னால் அவள் காண வேண்டியிருந்த முதிர்ச்சி, மார்பில் சாய்ந்துகொள்ள நெட்டித் தள்ளியது.

அவளது கண்களைப் பார்த்துக்கொண்டே அவன், "என்னடி உனக்கு என் மீது ஆசை இருக்கிறது போலிருக்கிறதே?" என்று ஒரு நாளில் எந்த இடறலுமில்லாமல் கேட்டான். அவள் உடனடியாக அதை ஒப்புக்கொண்டு விட்டாள். "சரி, ஒருநாள் போட்டுக் கொள்வோம்" என்று சொல்லி வைக்கவும் செய்தான்.

சிவதாசனும், திலகனுமாக சகோதரியின் கல்யாணம் சொல்ல அவளது வீட்டிற்குப் போயிருந்தார்கள், இல்லையா? அன்று இரவு முடிந்து விடியும் நேரத்தில், சிவதாசன் தூங்கிக்கொண்டிருந்த நேரத்தில் அவனுக்குப் பக்கத்தில் நின்று இருவரும் முத்தமிட்டுக்கொண்டு இருந்திருக்கிறார்கள்.

திலகனில் தான் அவளுக்கு எல்லாம்.

சிவதாசன், தான் பிற்பகுதியில் வந்து அழுமூஞ்சித்தனம் களித்து அவளைப் பரிதாபம் கொள்ள வைத்திருக்கிறான். இதையெல்லாம் விவரமாக சொன்னது கடைசியில் சுஜாதா தான். சிவதாசனைப் பார்க்கும்போது முதலில் பாவம் தோன்றுமாம். அவளுக்குள் ஒரு பரிதவிப்பு எழுமாம். அவனது முகம் அப்படியாம். அவனைக் கட்டிக்கொண்டு முலையூட்ட வேண்டும் என்பதுபோல ஒன்று அடித்துக்கொள்ளும் என்றாள். என்னிடம் இருந்து சரியான நேரத்துக்கு ஒரு முத்தம் கிடைக்கவில்லை என்று எப்படியெல்லாம் யாரிடமெல்லாம் சண்டை போட்டுக் கொண்டிருந்தாய்! என்று வியந்தாள்.

நள்ளிரவில், ஓர் இடைவெளி கிடைத்தவுடன், வா என்று சைகையில் திலகன் அழைத்திருக்கிறான். பாய்ந்து சென்றேன் என்றாள். முடிந்த பின்னர் திலகன் உடை மாற்றச் சொல்லும் போதுதான் சிவதாசன் பாவம், என்னிடம் தாள் பணிந்து சுருண்டு கொண்டிருக்கிறான். அவனை அழைக்க முடியுமா என்று கேட்டிருக்கிறாள். அவனுக்கும் கொடுத்துவிடுகிறேன் என்று கேட்டு, சற்று அச்சத்துடன் திலகனைப் பார்த்தபோது, அவனிடம் ஒரு சலனமுமில்லை. "கொஞ்சம் வெயிட் பண்ணு, அழைத்து வருகிறேன்" என்றுவிட்டுக் கிளம்பியும் போனான் என்றாள்.

"நான் தொழுகிற மாயக் கிருஷ்ணன் அறிய, நான் எந்தப் பாதகத்தையும் செய்யவில்லையென்று எனக்குத் தெரியும்" என்று

சிவதாசனைக் கூர்மையாக பார்த்தபோது அவன் சற்றே பின்னடைய வேண்டிவந்தது.

"என்னடா, உனக்கு நான் கொடுத்தது நன்றாக இருந்ததா, இல்லையா? எதற்கு இதையெல்லாம் கேட்டுக் கொண்டிருக்கிறாய்? திலகன் மீது உனக்குப் பொறாமையா?"

இல்லை. அது வந்ததில்லை. திலகனை வெறுக்கவே காரணங்கள் இல்லை. இருந்தாலும், அப்படி வெறுப்பு வராது என்று நினைத்துக்கொண்டார் சிவதாசன்.

சென்னையில் இருந்து ஃபோன் வந்தது.

படத்தின் ரிலீஸ் தள்ளிப் போகிறது என்றான் பரமு.

குடும்ப வாழ்க்கைப் பற்றி என்ன சொல்லவேண்டும்? நானும் என் மனைவியும் முன்பு போலவே புது வாழ்வு வாழ்வது போலிருக்கிறது என்றான். உணவகங்கள், மால்கள், பர்சேஸிங், சினிமாக்கள் என்று மிகவும் டைட் ஷெட்யுல்கள் தான். மகிழ்ச்சியாக சிரித்தெல்லாம் கொள்கிறோம் என்றான். ஆனால் எல்லாவற்றிற்கும் அடியில் ஒரு வெறுப்பின் எரிமலை கனன்று கொண்டிருப்பது உறுதி என்று கூறிவிட்டு, அது காலப்போக்கில் அணையுமா அல்லது குடித்தனம் பற்றிக்கொள்ளுமா!? என்பதைச் சொல்ல முடியவில்லை என்றான்.

"ஓர் ஆறுதலான விஷயம் சொல்லட்டுமா திரைக்கதை எழுத்தாளரே! கீர்த்தியும் மனோஜும் திருமணம் செய்துகொண்டு விட்டார்கள். திருப்பதியில் ரிஜிஸ்தர் ஆகியிருக்கிறது. மொத்த மீடியாவையும் வர வைத்து பேட்டிக் கொடுத்து ஃபோட்டோவிற்கு சிரித்து முடிச்சாச்சு. உனக்குப் பத்திரிகை படிக்கிற பழக்கம் இல்லையா? குறைந்தபட்சம் டிவி கூடவா பார்த்திருக்க மாட்டாய்?"

ஓகே, உலகத்தில் வாழ்ந்து போக எல்லாவற்றையும் தான் பார்த்து வைத்திருக்க வேண்டும்.

சிவதாசன் இதைப் பற்றியெல்லாம் பெரிதாக யோசிக்க வேண்டும் என்று நினைக்கவில்லை.

கொல்லூர் குடியிரவில் அந்தப் பெண் கீர்த்தி தொடர்ந்து ஃபோன் அடித்துக்கொண்டு இருந்ததற்கு இதுதான் காரணம். நாம் நம்மை அவிழ்த்துவிட்டுக் கொண்டு விடுதலையாக இருப்போம் என்று சொல்ல விரும்பியிருக்கிறாள். எங்கே போய்விடப் போகிறது இந்தக் காதல், இல்லையா? ஒருமுறை, 'பரமு, நீ நல்லா இரு' என்று சொல்லிவிட்ட பிறகு தாலி கட்டிக்கொள்ளலாம் என்று

நினைத்திருக்கிறாள். ஆனால் அன்றைய இரவில் அது நடந்திருந்தால் என்ன நடந்திருக்கும் என்று சொல்லமுடியாது. பரமு கொந்தளிப்பில் இருந்தான். போதையில், மனமுறிவில், எதையும் தீர்மானம் செய்ய ஆகாதத் தீவில் கரையொதுங்கி இருந்தான்.

இப்போது கீர்த்தி விட்டுப்போனதில் ஒரு மூச்சுக் காற்று கிடைத்திருக்கிறது. மனோஜ் உள்ளே வந்ததில் பெரிய யோசனையில்லை. நெருடல் இல்லை. அது ஒரு கேட்டகிரி. அவர்கள் எங்கேயாவது வந்து, போயி அப்படியே இருந்து கொள்வார்கள். அவர்களுடைய காதல் ஆர்வங்கள் எல்லாம் இளமையின் தற்காலிகக் கண்ணாமூச்சி. அது உடனடியாகத் தீரும். புகழ் வேண்டும். பணம் வேண்டும். பிறருக்குக் காட்சி வைக்க கௌரவமான ஒரு கல்யாண வாழ்க்கை வேண்டும்.

ஓர் இடைவெளி, சந்தர்ப்பம் கிடைக்குமாயின் வேறு பல பெண்களை வெற்றிக் கொண்டு ரகசியமாக அந்த ரகசியத்தை கொண்டு செல்லவேண்டும். இவ்வளவுதான். இதைத் தாண்டி வேறு ஏதாவது இருக்கிறதா? யாராவது இது பற்றி சொல்ல இருப்பார்களா?

எனினும் கீர்த்தி ஓர் அற்புதமான பெண் என்பது நிஜம். அவளுக்குள் எழுந்த ஜ்வாலை பரமுவை எரித்திருக்கக் கூடியது.

காப்பாற்றியிருக்கிறாள்.

தனக்குள் எரிகிற தீயை உடனடியாக அணைத்திருக்க முடியாது. அதை சகித்திருக்கிறாள்.

அவரிடம், அவள் விரும்பி வந்து பேசியதுண்டு. நடிகை என்று அமைந்தது எல்லாம் அப்போது நிகழ்ந்தது. உண்மையில் அவள் ஒரு உடைந்த மனம் கொண்டவள். துன்புற்ற ஆத்மா என்றால் அதன் கனம் விளங்கலாம். நினைத்துப் பார்க்கத் தோதான ஆறுதலான ஒரு விஷயமும் அவளது வாழ்வில் இல்லை. எங்காவது நிமிர்ந்துவிட முடியாமல் கொட்டப்பட்டவாறு இருந்தாள். ஒரு கணமும் தனது உடலை ஆட்டுவதை நிறுத்தாத ஒரு தண்ணிப் பாம்பு போல், அவளைச் சுற்றி ஓர் ஏளனம் இருந்தவாறிருந்தது. வயதுக்கு வந்து அழகின் செருக்குக் கூடியவாறு இருந்தபோது, காதலில் நீந்தி கரையேறும் கனவை அடையாளம் கண்டாள். அக்காதல்களின் பையன்கள் மரமண்டைகளாக இருந்தார்கள். அவளுக்கு எட்டவில்லை.

அவளிடம் கதை சொல்ல வந்தவன் தான், தனக்குள் நிரம்புவது போல உணர்ந்தாள். அவனைக் களிப் பாண்டமாக வைத்து

விளையாடியபோது, அதன் வேதனை ஈடு இணையற்றதாக இருந்தது. வளர்ந்தவள் போல உணர்ந்தாள். தனது எல்லா வதைகளையும் அவனிடம் சொன்னாள். அது அப்படித்தான், அத்தனைப் பேருக்கும் இதுபோல அல்லது இது அல்லாது வேறு ஒன்றுபோல கதைகள் இருக்கவே செய்கின்றன என்று துக்கத்தை நொறுக்கியபோது, அவளுக்கு அதில் ஒரு ஏமாற்றம் வரவில்லை. அவன் சினிமாவை மீறி, கதாநாயகி என்பதை மீறி, ஆர்வமுள்ள ஒரு ஆர்டிஸ்ட் என்பதை மீறி, அழகி, காமத்திற்கான இரை என்பதையெல்லாம் மீறி தொடர்ந்து அவளை மதித்துக் கொண்டிருந்தான் என்பதை, அவள் சிவதாசனுக்குப் புரியவைக்க முயன்றவாறு இருந்தாள் என்பது அறிந்து அவர் பலமுறை “புரிகிறது, புரிகிறது” என்றிருக்கிறார்.

அவளால் சமாதானம் கொள்ள முடியவில்லை. அவரைக் கொஞ்சம் மந்தம் என்றே கூட அவள் நினைத்திருக்கக் கூடும். அல்லது யாரெவரோ அவ்வப்போது கூறுவது போல ‘இவரெல்லாம் என்ன எழுத்தாளர்?’ என்று கூட நினைத்திருக்கலாம். அசலான பொருளில் காதலில் எரிவது என்பது விளங்கவைக்கக் கூடியதோ, விளங்கிக்கொள்ளக் கூடியதோ அல்ல. அது கடவுள் என்கிற கலைஞன் அபூர்வமாக செய்து கூட்டுகிற பொறி.

மரணம் எல்லாம் கூட வெறுமனே கடந்துவிடும்.

ஒரு கதை விவாதத்தில் செந்திலைப் பற்றி சொல்லவேண்டி வந்தது.

அதன் எல்லை என்னவோ, அக்கதையைக் கேட்டதற்கு அங்கிருந்தவர்கள் அதற்கு ஏற்றபடி ரியாக்ஷனும் செய்தார்கள்.

ஆனால், செந்தில் அநியாயத்துக்கு தடயம் இல்லாமல் மறைந்து போனான்.

அவனது திருமணம் ஒரு பெரிய தோல்வி. அந்தப் பெண்ணுக்கு இவனைப் பிடிக்காமல் போக நூறு காரணங்கள் இருந்தன என்று சொல்லி முடிக்கலாம். அவனை மகளிர் காவல் நிலையத்துக்கு இழுத்துப் பொய் புகார் கொடுத்து, கொடுத்த பாத்திரப் பண்டங்களைத் திரும்ப வாங்கி மெல்ல இவனைத் தெருவிற்கு அனுப்பினாள். பிழைப்பிற்கு ஆட்டோ ஓட்டும் தொழில் இருந்தது. நவமணி என்கிற ஒரு விதவையின் தொடர்பு ஏற்பட்டது. அவள் பெயரைப் பச்சைக் குத்திக்கொண்டு, அரசு விற்கிற விஷ மதுவை அன்றாடம் குடித்துக்கொண்டு நள்ளிரவில் அவளது வீட்டுக்குச் சென்று உறங்கி சண்டைகளோடும் சரசங்களோடும் வாழ்ந்து

போவதாக எல்லோரும் பேசுவதில் இருந்து தெரியவந்தது. அவனது காதலைப் பற்றி அவன் பார்க்கிற வழிப்போக்கர்களிடமும் கூட சொல்லத் தவறுவதில்லை. சற்றே மனநிலைப் பிசகிக் கொண்டிருக்கிறதோ என்கிற கவலை சிவதாசனுக்கு தோன்றாமல் இல்லை. யார் இந்த நவமணி? யாருக்கும் ஒன்றும் சொல்லத் தெரியவில்லை. அவனுக்காக அவள் எங்கிருந்தோ வந்தாள் என்று சொல்ல வேண்டும். ஒருநாள் சொந்த ஆட்டோ நழுவிப் போயிற்று. வாடகைக்கு ஆட்டோ எடுத்து ஓட்டுவதில் அவன் நியமம் பாலிக்கவில்லை.

'அவ்வப்போது பார்த்த அவனது முகத்தில் அப்பிக் கிடந்த பயம், இப்போதும் கூட நினைத்த மாத்திரத்தில் திடுக்கிட வைப்பதாக இருந்தது' என்று ஒருநாள் சிவதாசன் டைரியில் எழுதியது விளையாட்டு அல்ல.

ஒருநாள் மூடியிருந்த ஒரு ஹார்ட்வேர் கடை வாசலில் படுத்துக் கிடந்தான். உக்கிரமான காய்ச்சலாக இருக்க வேண்டும். சற்று நேரத் தூக்கம். ஒரு திடுக்கிடல். வாயை விட்டு "முருகா!" என்று ஒரு கூச்சல். மறுபடி தூக்கம். மறுபடி "முருகா!" இது தொடர்ந்து நடந்தது.

மக்கள் தங்கள் வேலையைப் பார்க்கிறார்கள்.

எப்படிப் பார்த்தாலும் அவனுக்கு அம்மா, தங்கை, தம்பி என்று ஒரு குடும்பம் இருக்குமல்லவா! சற்று தேடியலைந்து அவர்களுக்கு ஃபோன் பண்ணிச் சொல்லி, அவர்கள் தங்களுடைய நேரத்துக்கு வந்து சேருவதற்கு முன் செந்தில் தனது உயிரை விட்டான். அது கூட ஒரு விஷயம் அல்ல. முன்னமே சொன்ன மாதிரி யாருக்கும் பெரிய அதிர்ச்சியே இல்லை. இதற்கு காத்திருந்தது போலவும், இதெல்லாம் ஏற்கனவே தமக்குத் தெரியும் என்பது போலவும் நடந்துகொண்டார்கள்.

காலம் காலமாக இப்படித்தான் நடக்கிறதா!

அது எப்படி மனிதர்களின் நினைவில் அந்தச் சம்பவங்கள் தங்கியிருக்கின்றன? அவன் தனது எல்லையில் இருந்து வெகுதூரம் சென்றுவிட்டான், இனி அவனால் திரும்ப முடியாது என்று கைக் கழுவி விடுவது எங்கனம்? ஒரு எலக்ட்ரிக் சுடுகாட்டில் யாருமே பார்க்கவோ, துக்கிக்கவோ, நினைவுகளைப் பேசவோ அவசியமில்லாமல் மிக அமைதியாக கரிந்து சாம்பலாக மிஞ்சினான் அவன். நூறு பேராகக் கிளம்பின இறுதி ஊர்வலத்தில் இருந்தே கூட பலரும் கழட்டிக் கொண்டார்கள்.

சிவதாசனின் நண்பனே கூட அந்த நேரத்தில், 'அந்தலூஷியன் நாய் என்னதான் சொல்ல வருகிறது?' என்று கேட்டுக் கொண்டிருந்தான். அவனை அரக்க சுபாவம் கொண்ட எருமைமாடு என்று பட்டம் சூட்டி விட முடியாது.

கொஞ்சம் யோசித்துப் போனால் சினிமாக்களில் ஒருத்தனின் காதலுக்கு வேண்டின சாவை எல்லாம் ஃபோக்கஸ் செய்து, வெளிச்சம் அடித்து, இசைக் கருவிகளை தலையில் அடித்து அழச்சொல்லி கண்ணீர் கடலை உருவாக்க முடியும். நிஜத்தில் அது தனது ஆவி பறக்க விடுவதைக் கூட பார்க்க முடியாது. ஒரு புதிர் அல்லவா இதெல்லாம் சந்தேகமில்லாமல்!?

சுஜாதா இறந்து போனது கூட மிகத் தாமதமாகத்தான் சிவதாசனுக்கு தெரிய வந்தது. தற்கொலை.

"என்னடா!?" என்று கோபமாகவும் ஆதங்கமாகவும் திலகனிடம் ஃபோன் செய்து கேட்டபோது "என்ன செய்யச் சொல்கிறாய்?" என்று அவர் பதிலுக்கு கேள்வி கேட்டார்.

மிக சாதாரணமான குடும்பத் தகராறுகள், ஏதோ ரோஷத்தில், உணர்ச்சிக் கொந்தளிப்பில் மண்ணெண்ணெய் ஊற்றிக் கொளுத்திக் கொண்டிருக்கிறாள், என்ன செய்ய முடியும் என்றார் அவர்.

யாருக்கும் தெரியாத எப்போதோ மறைந்து போன ஒரு கம்பா நதியைப் பார்த்தவாறு நிற்பதுபோல சிவதாசன் தன்னுடைய சித்தத்தைப் பார்த்து நின்றார்.

எப்போது நினைவில் அந்த மீன்கள் சலசலக்கின்றனவோ அப்போதெல்லாம்.

"திலகா, டேய்!"

"ம்?"

"தூங்கறியா? முழிச்சிருக்கியா?"

"முழிச்சு தான் இருக்கேன். சொல்லு"

"மொதல்ல எனக்கு ஒரு பெக் போடு!"

"சரி"

"அப்புறம் ஏன் எதுக்குன்னு கேக்காம என் கூட இடுக்கிக்கு வா. ஒரு உபகாரம். அதுக்கு மேல உனக்கு நான் எந்தத் தொந்தரவையும் குடுக்க மாட்டேன். போலாமா? முடியாதுன்னு மட்டும் சொல்லிடாதே. ப்ளீஸ்?"

“சுஜாதா கல்லறைல பூ வைக்கணுமா உனக்கு?”

சிவதாசனுக்கு பதில் சொல்லப் பிடிக்கவில்லை.

அதிர்ஷ்டமாக, பேருந்தில் மழையைப் பார்க்கக் கூடிய வசதி இருந்தது. சன்னலுக்கு அந்தப் பக்கத்தில் இருக்கிற மழைக்கும் பார்க்கிறவனுக்கும் நடுவே இருக்கிற கண்ணாடியில் வர்ணங்கள் வினோதங்களை எழுதின. நூறு முத்துக்களில் சிதறின. அப்புறம் மனதில் எதையும் எழுதிப் பார்க்கிற மொழி ஒரு திரளலுக்கு வேண்டி உருண்டவாறிருந்தது. சிவதாசன் எதிலாவது நிலைக்க முயன்றது நழுவிக்கொண்டே சென்றது. மழை ஓங்கி வளரும் என்பதில் சந்தேகமில்லை. கம்பிகள் சில்லிடுகின்றன. உடலும் மெல்ல மெல்ல தணுப்புக்கு செல்வதை உணர்ந்துகொள்ள முடிந்தது. மனமுமே அந்த ஜில்லிப்பில் இறங்கி கண் மயங்க தடுமாறுகிறதோ!?

யாமினி திரைக்கதையை எழுதுவதற்கு சுஜாதா தான் காரணம் என்று மனசில் தீர்மானப்பட்ட அன்று ஒரு வலி தொடங்கிற்று. இல்லை, அது வலியா, அப்படி சொல்ல முடியாது. அது வலி அல்ல. ஒரு நினைப்பு. டார்ச்சின் வெளிச்சம் போல கூர்மையாக ஓர் இருப்பாக இருந்துகொண்டே இருக்கிறது. அல்லது நம்மால் தவிர்க்க முடியாத பெரிய மனிதன், நம் அறைக்கு வெளியே ஒரு நாற்காலியில் உட்கார்ந்து காத்திருப்பது போல. அதுதான். இல்லையா? கிளம்பும்போது இந்தப் பையை வீட்டிலேயே வைத்துவிட்டு வந்திருக்கலாம் என்பது போலவா? அதைக் கணித்துக்கொண்டு தொடர முடியவில்லை.

அந்தத் தேவிடியா முண்டை தன்னை முடித்துக்கொள்ளாமல் இருந்திருந்தால் இந்த சொறிச்சலுக்கு ஒரு முடிவு கிடைத்து இருந்திருக்கலாம். அவளுக்கு அது பற்றி ஒன்றுமே தெரியாதிருந்தாலும் கூட கொஞ்சநேரம் அவளது முகத்தில் எதையாவது துழாவிக் கொண்டிருந்து நம்பும் வண்ணம் ஒரு சமாதானத்தை ஈட்டியிருக்கலாம்.

சிவதாசனுக்கு சிரிப்பு வந்தது. தனக்கு என்ன வேண்டும்? ஒரு பதிலா? அப்படியெனில் அதற்கான கேள்வி எங்கே? இந்தப் பொடி பறத்தலே ஓர் ஆணுக்குரியது. அவனது பெருமிதங்களில் பிதுங்குவது. சுஜாதா என்றால் கனிவுள்ள அந்த வாஞ்சை தான். அவளுக்கு இருந்த மனம் அது. அப்படி ஓர் ஈரத்தில் அவளது பரிவுகள் ஊறிக் கிடந்தன என்பது எல்லோருக்கும் தெரியும். அந்த ஊற்று எங்கிருந்து கிளம்பி வரும் என்பதை அறிய வேண்டியுள்ளதா ஒருவேளை? அது ரத்தத்தில் பர்சென்டேஜ் கணக்கிலாவது தொடர்ந்து வருவது தானா எல்லா பெண்களுக்கும்?

சிவதாசனிடம் வேறு ஒரு பெண், மிகவும் கோபமாகக் கேட்டிருக்கிறாள்.

"உங்க யாமினியோட கருணை உலகம், இந்த அளவுடன் நின்று போகுமா, அல்லது விரிந்துகொண்டே செல்லுமா? மூன்றாவது, நான்காவது ஆளுக்கு என்று அவள் கருணையைப் பகிர்ந்தவாறு சென்றால் அது அவளுக்கு இருக்கிற நோய்மையைத் தான் குறிக்கும், அதனால் கேட்கிறேன்" என்றாள்.

பல பேரை மாறி மாறி திருமணம் செய்துகொண்டு, அவர்களுடைய தொழில் பெருமைகளைப் பேசியவாறு இருக்கிற ஒரு ருஷிய பெண்ணைப் பற்றின செக்காவ் சிறுகதையை சொன்னதும், அவள் 'அடச்சீ' என்று அந்த விஷயத்தை முடித்துக்கொண்டாள். சொல்லப் போனால் அவள் இயல்பாகத்தான் ஆவேசம் கொண்டாளா அல்லது பாவனையா! என்பதையே புரிந்துகொள்ள முடியாமல் போனதில் அவளது கேள்விகளைப் பொருட்படுத்த முடியவில்லை.

ஆனால் இவர்கள் இருவருக்குமாக இடுக்கி காத்திருந்தது. அங்கே, உமேஷ் இவர்களை சந்தித்ததும் பரவசம் கொண்டான். அவன் வேறு யாருமில்லை. சுஜாதாவின் புருஷன் தான். அவள் வாழ்ந்த வீட்டில்தான் அவளைப் புதைத்திருந்தார்கள். அடைமழையில் குடைகளைப் பிடித்துக் கொண்டு சற்றுநேரம் வெறித்திருந்துவிட்டு திலகனும் சிவதாசனும் வீட்டுக்குள் வந்தபோது, உமேஷ் சூடான டீயை ரெடி செய்து வைத்திருந்தான். இருவருக்கும் அவனே கப்புகளை எடுத்துக் கொடுக்கவும் செய்தான். உடனடியாக கிளம்ப இருந்தார்கள். மழை பயமுறுத்திக் கொண்டிருந்தது.

"கொஞ்சம் இருங்கள்" என்றான் உமேஷ்.

உங்கள் ஊரில் உங்கள் சகோதரி தங்கம் என்ற பெண்ணுக்குத் திருமணம் நடந்ததில்லையா, நானும் வந்திருந்தேன் என்றான் அவன். முதலில் திலகனும் அப்புறம் நீயுமாக என் சுஜாதாவை ஓத்து விட்டு வந்தீர்கள் பாருங்கள், நான் அந்த சுற்றுவட்டாரத்தில் தான் இருந்தேன் என்றான். ஒளிந்திருந்தவாறு, பார்க்காத காட்சிகளை எல்லாம் பார்த்தேன் என்றான். அவளுடைய யோனி ரொம்பப் பெக்கூலியர். சில்லென்றிருக்கும். அவளை வைத்து செய்யும்போது நமது தலையின் பக்கவாட்டுகளில் காதோரமாக குளிர் வரும், சரிதானே? என்று அவன் சந்தேகம் கேட்டான். நாம் இயங்கும்போது நமது முதுகில் இருந்து கீழே இறங்கி அவளது கரங்கள் நம்முடைய இடுப்பெலும்பை வருடியவாறு இருக்கும், அது உண்மையா

இல்லையா!? என்று அவன் கண்களை விரித்துக்கொண்டு ஆர்வமாகக் கேட்டான். சம்போகம் முடிகிற நேரத்தில் விடைத்து நாம் துடிதுடித்து அவளுள் நாம் அமிழ்ந்துபோகத் துடிக்கும்போது நம்மை வலுக்கட்டாயமாக அவள் தனது எச்சிலை அருந்தப் பண்ணுவாள், அது ஒரு நாற்றம் தான். யோசித்துப் பாருங்கள் என்று கால அவகாசம் கொடுத்தான்.

அவர்கள் அமைதியைத் தொடர்ந்தார்கள்.

"அது ஒரு பொறி சிவதாசா. அந்த நாற்றம் நம்முள் சுற்றி அது ஒரு டவர் போல மேலேழும்பி உறுதியாகும் வேளையில், அது மணமாக மாறிய தடம் மறைந்திருக்கும்.. செல்லு, செல்லு என்று அது நம்மை கிறக்கிக் கொண்டிருக்கும். நமது குறியை எவ்வளவு கசக்கிப் பிழிந்தாலும் அது சமாதானம் கொள்ளாது. அவளை முகர்ந்து பார்த்தாக வேண்டும். அவளை சுவைத்துப் பார்த்தாக வேண்டும். அவளுக்குள் தன்னை வெட்டி குவித்துப் பிழிந்த குருதியைக் கொடுத்தாக வேண்டும், அப்படித்தானே? இதில் உங்களுக்கு அபிப்ராய பேதம் உள்ளதா?"

இப்போது போக முடியாது, சாப்பாடு கொடுத்து அனுப்புகிறேன் என்று கூறிவிட்டுப் போனான்.

மழையைப் பார்த்திருந்தார்கள்.

ஒரே வேகத்தில் சீராகக் கொட்டிக் கொண்டிருந்தது அது. எப்படி யோசித்தாலும் அதில் நல்ல லட்சணங்கள் இல்லை.

மின்சாரம் போயிற்று.

மொபைல்களுக்கு சிக்னல் இல்லை.

அப்படியே போனது எவ்வளவு நேரம் என்பதைக் கணிக்க முடியாமல் இருவரும் தூங்கி வழிந்திருந்தார்கள். ஒருமுறை விழிப்புவந்த பின்னர் இதற்கு மேல் தூங்க முடியாது என்று உணர்ந்தார் சிவதாசன். மழை பொழிகிற நேரடி சப்தத்தைத் தாண்டி வேறு எங்கிருந்தோ எல்லாம் தண்ணீர் அத்துமீறுகிற சப்தங்கள் வந்துகொண்டிருந்தது. அவர்கள் இருந்த முதல் மாடியில் இருந்து பார்த்த தண்ணீர் இன்னும் சற்று நேரத்துக்குள் ஹாலுக்குள் புகுந்துவிடும். அநேகமாக பரிபூரணமான ஒரு மழையை இப்போதுதான் வாழ்வில் முதல்முறையாக சிவதாசன் பார்த்துக் கொண்டிருந்தார். ஹோவென்றிருக்கிறது. அது, தனக்குள் இருந்துமே கேட்பதாகத்தான் பட்டது. எங்கிருந்தாவது ஒரு தோணி போல ஒரு நினைவு வருமாயின் அதைப் பற்றிக்கொள்ள நினைத்தது சரி.

அதற்கு ஓர் ஒழுங்கு அமரவில்லை. எதைத் தொடர்ந்தும் ஓட முடியாது என்பது உறுதியாயிற்று.

திலகனும் கண் விழித்தார்.

மற்றவன் கண்களில் துடிக்கிற பீதியை அவர் அறிந்துகொள்ளாமல் இருப்பாரா?

வாவென்று உள்ளே கூட்டிப் போனார்.

ஒவ்வொரு அறையாக நடந்தார்கள்.

இருளில் ஒரு சிரமம் இருந்தது. சில நிமிடங்களுக்கு அப்புறம் எதுவுமே புலனாவது புரிந்தது. சகல வசதிகளுடன் தனது குடும்பத்தைப் பார்த்துக் கொண்டு இருந்திருக்கிறான் உமேஷ். சிவதாசன் ஒரு வளைவில், சுவரின் மீது சுஜாதாவின் புகைப்படத்துக்கு மலைத்தார். 'சீ வா' என்பது போல சுழிந்த திலகனின் அழைப்புக்குக் கட்டுப்பட்டு அவரைத் தொடர்ந்தார். இவன் எதைத் தேடுகிறான்? சாப்பாட்டுப் பொருட்கள் என்று ஒன்றுமே கிடையாது. நான்காவது மாடியில் இருந்தது ஒரு சிங்கிள் அறைதான்.

திலகன் ஒரு பெரிய கல்லை எடுத்துப் பூட்டை உடைத்தார். ஏதோ உடம்பு சரியில்லாமல் மருத்துவமனையில் இருப்பதாகச் சொல்லப்பட்ட பையனுடையதாக இருக்கும் அறை. புத்தகங்களை எல்லாம் எடுத்துப் பார்க்க, சிறுவன் தான். ப்ளஸ் டூ? திலகன் சந்து பொந்துகளில் எல்லாம் பீராய்ந்தார். என்ன சொல்லுவது என்று தெரியவில்லை. ஒரு மறைவிடத்தில் இருந்து அந்தப் பொட்டலம் கிடைத்தது. திலகனைப் போல சிவதாசனும் முகர்ந்து பார்த்தார். சந்தேகமென்ன, இடுக்கி கோல்ட்.

திலகனைப் போல அவருக்கு இந்தப் பாதை பொருத்தப்பட்டு வராது என்றாலும், பேய் பறப்பதைப் பார்த்துக் கொண்டிருக்கிற இந்தத் தருணத்தில் எதைச் செய்துதான் மட்டையாகக் கூடாது? இரண்டு இழுப்புக்குப் பிறகு அவருக்கு அது தேவைப்படவில்லை. திலகன் ஐநூறு அடி தூரத்தில் இருப்பதாகத் தோன்றியது. அவரால் அவ்வளவு தூரத்துக்கு கரத்தை நீட்ட முடியாமலும் இருக்கும். ஆஹா, அவர் வாழ்வை நினைத்து சிரிக்க முயன்றார். மிகவும் உயர்ந்த காரியம்தான் என்றாலும் கன்னங்கள் இளகியதாக தெரியவில்லை. அவர் இறப்பைப் பற்றிச் சொல்ல முயன்றது சுழன்று கொண்டுவிட்டது என்பதால், பிறப்பைப் பற்றிச் சொல்லியிருக்க வேண்டும். இரண்டுக்குமே சாத்தியமில்லை என்றானபோது, பிறப்புக்கும் இறப்புக்கும் நடுவே எதையாவது கூட சொல்லி இருக்கலாமே?

ஒன்றை மட்டும்தான் மிகவும் சிரமப்பட்டு திலகனைப் பார்த்து அவரால் சொல்ல முடிந்தது.

"மழை!"

"டேய், இத நீ ஏற்கனவே பத்து தடவ சொல்லிட்டே. வாய சூத்த மூடிக்கிட்டு உக்காரு!"

சிவதாசனுக்கு பேசாமலிருப்பது மிகச் சிறந்த திட்டமாகப் பட்டது. ஒருவன் அலையிலாடிக் கொண்டிருக்கிறான் என்பது வெளியே தெரியாமல் இருக்கட்டுமே? அது அல்ல, அந்த உமேஷ் சுஜாதாவைப் பற்றி என்ன சொன்னான் என்பதை நினைத்துப் பார். கட்டிலில் சாய்ந்தார்.

திலகன் எதுவும் கேட்கவில்லை. சென்றுவிட்டார்.

என்ன சொன்னான்? என்னென்னவோ சொன்னான்? அப்படியா இருந்தது சுஜாதாவின் யோனி? அதை எப்படி தனியாக நினைத்துக் கொண்டிருக்க முடியும்? ஒரு பெண்ணை யோனியாக நினைத்துக்கொண்டிருக்க முடியுமா? உமேஷ், நினைவு தெரிந்த நாளில் இருந்து அவளை மனதால் துரத்திக் கொண்டு இருந்திருக்க வேண்டும். அது மிகவும் இளகிய, மெல்லியதான ஒரு மனதின் ஆர்ப்பரிப்பாக தொடங்கியிருக்கலாம். அவன் அவளைத் தனது கண்ணின் மணியாகக் கூட நினைத்து தன்னைத்தான் கொத்திக்கொண்டு இருந்திருக்க முடியும். அவள் சிரித்தபடி இருந்திருப்பாள். அவனது ஜீவன் தலைக் கலைந்தபடி இருந்து அவன் அந்தக் காற்றில் தன்னை ஒழுங்கு செய்தவாறு களைப்பதை கவனிக்க, அவளுக்கு அவகாசம் கிடைத்திருக்காது.

அவள் சிரித்தபடி இருந்திருப்பாள் என்பது ஒரு கட்டத்தில் பிற பையன்களை நோக்கியும் தான். அவள் ஒரு தூவானத்தும்பியல்லவா? அவள் காலத்தைப் போல, காற்றைப் போல, கடவுளைப் போல அல்லவா? எனக்கு மழை பொழிந்து கொண்டிரு என்று அவளை எந்த லாயத்தில் கட்டிப் போட்டு, கொள்ளு கொடுத்திருக்க முடியும்?

ஓர் உக்கிரமான காட்டுவாசியாக உமேஷ் தீயைக் காப்பாற்றிக்கொண்டு வந்திருக்கிறான். தங்கத்தின் கல்யாணம் வரை வந்திருக்கிறான். இரண்டு ஆண்களை அள்ளி எடுத்துக்கொள்ள விட்டபிறகு அந்த நள்ளிரவில் கொல்லைப்பக்கம் கிணற்றிலிருந்து நீரை அள்ளி அவள் தன்னை அலம்பிக் கொண்டிருந்தபோது அதை அவன் பார்த்துக்கொண்டு நின்றிருக்க வேண்டும். ஒருவன் கூட அல்ல, ஒரே நேரத்தில் இரண்டு பேர்! அவனது ரத்தத்தில் கொதித்த

திராவகம் புகை எழும்பியிருக்க வேண்டும். ஒரு கல்லைத் தூக்கியிருக்கலாம். கத்தியைத் தேடி இருக்கலாம்.

வெளிச்சத்தில் மறுபடி கூட்டத்தில் சேர்ந்து, இவனை எதுமறியாதவனாக, ‘அவனை’ நினைத்துப் புன்னைகைத்தபோது பதிலுக்கு அவனும் புன்முறுவல் செய்திருப்பான். ஒரு மின்னல் பொழுதில், ஓநாய் புதரில் சென்று ஒளிந்திருக்கும். புல்லாங்குழலின் மிருதுவோடு நான் காலமெல்லாம் உன்னைக் காதலித்திருக்கிறேன், கற்பகத் தருவை தொழுது வந்திருக்கிறேன், நீ என்னைத் திருமணம் செய்துகொள்ள சம்மதிப்பாயா? என்று அவனே எதிர்பாராமல் கண்ணீர் மல்கியிருக்கலாம்.

இப்போதுதான் கழுவிக்கொண்டு வந்தேன் என்று அவளால் எப்படிச் சொல்லியிருக்க முடியும்? அவன் ஊமையாக விரட்டிக்கொண்டே இருந்திருப்பான். அவன், அவளை முற்றுகையிட்டவாறே தொடர்ந்திருப்பான். என்ன பார்க்கிறாய், நான் தான், காலமெல்லாம் உனது அலுவல்களில் இணைந்திருந்தவன். விதைக்காமல், விளைவிக்காமல், அறுக்காமல் நின்றிருந்ததில் வந்த களைப்பு இது. நஷ்டப்பட விடுவாயா இன்னமும்? உண்மை. அவள் ஒழுங்கை சிதறடித்து தன்னை வளமுள்ளவளாக நனைத்துக் கொள்ளும்தோறும், இவன் உலகின் அத்தனை சந்தோஷங்களையும் மறுத்து, தனது லட்சியப் பாலையில் வறண்டு வெடித்திருப்பான்.

பையன் நல்ல பையன். நடுவீட்டில் பேண்டு வைக்காத பையன். ஒரு பீடி சிகரட்டு கிடையாது. குடி கும்மாளம் கிடையாது. பெண்களை மாரில் பார்க்காமல் கண்களை மட்டுமே பார்த்து பேசுவான். இந்த வயதில் எத்தனை பக்தி? இந்த சுளுவில் எவ்வளவு சம்பாத்தியம்? படுத்துத் தூங்குகிற கட்டிலின் தலை மாட்டருகே படிக்கவில்லையா, எவ்வளவு நன்னெறி, எப்பேர்ப்பட்ட பழமொழிகள்? ஏதோ ஒரு சந்நிதானத்தில், ஏதோ ஒரு தெய்வத்தின் சாட்சியோடு, ஸ்பஷ்டம் தவறாத மந்திரங்களோடு அவன் அவளுக்கு புனிதத்தைக் கோடு காட்டியிருப்பான். அவள் அந்த அபாயப் பலகையில் மூச்சு திணறியிருக்க வேண்டும். பால் குடித்துப் பழம் சாப்பிட்டு இருட்டில் சீலைகள் அவிழ்க்கப்படுகையில் தோளில் சுட்ட ஓநாயின் கெட்ட வாடையின் சூடுக்கு வெருண்டிருப்பாள்.

அந்த சந்தேகம் அவிழ்ந்திருக்காது. நிற்கும்போது, நடக்கும்போது, தூக்கத்தில் கூட நிழல்கள் விழுந்தவாறு இருந்திருக்கும். கிணற்றில் இருந்து யாரோ எதுவோ சொல்லுவது போல இருந்திருக்கும். கொஞ்சம் கொஞ்சமாக அவனது இளிப்பில் ஒரு நயவஞ்சகத்தின்

கோரைப் பற்கள் தட்டுப்படுவதைத் துணுக்குற்று, ஒருநாள் அவள் தனது களைப்பிலிருந்து துள்ளி விழுந்து அவனைச் சீண்டியிருக்கலாம்.

"என்னடி, ராஜாத்தி. எனது உயிரின் உயிரே! எதற்கு உனது அதரம் சிவக்கிறது? எதற்கு உன் முலைகள் விம்முகின்றன? எதற்கு கண்களில் கவலைக்கொண்டு வருகிறாய்? குடும்ப வாழ்க்கையின் புழுக்கத்தில் இருக்க முடியாமல் அரிக்கிறதா? என்ன வேண்டும்? திலகனை அழைக்கவா? அவனோடு சிவதாசனையும் அழைக்கிறேன். குமிழிகள் வெடித்து மீண்டும் புளுத்துகிற சாக்கடைச் சேற்றில் நீங்கள் மூவரும் புரளுவதை, நான் நமது குடும்ப சகிதம் காணத் தயாராக இருக்கிறேன். எனது அம்மையின் யோனி சுரக்கட்டும். உனது தகப்பனின் குறி தடிக்கட்டும். நமது உண்ணி நமது முத்து மோளுக்கு ராட்டினத் திருவிழா காட்டித் தரட்டும்."

அந்த மலை, மெல்ல எழுந்து அவளது கண்களுக்கு முன் மறைப்பாகிக் கொண்டே வர பன்னெடுங்காலங்களின் எதிரொலிகள் எப்போதும் தலையருகே ஒரு வவ்வாலாக சிறகடித்தவாறு இருந்திருக்கும். ஒருநாள் அவன் அவளை அடித்து வீழ்த்தியிருக்கலாம். பிள்ளைகள் அறம் கேட்டிருக்கலாம். அவன் அந்த உண்மையை அவர்களுடைய மண்டைகளுக்குள் நுழைந்து உடைத்திருக்க முடியாதா? அவர்களின் கற்பனைப் பெருகப் பெருக அவள் குறுகிக்கொண்டே வந்திருப்பாள். ஒரு தரவாடு முழுக்க மார்கழிப் பனியின் குளிர்போல விரவிக் கிடந்தவள், அவ்வீட்டின் இறுதி அறைக்கு ஓர் அகதியைப் போல தஞ்சம் புகுந்திருக்கலாம். அவளது தலைக்குள் தேள்கள் குட்டிப் போடவில்லை என்றோ, அவளது இதயத்தில் ஐந்துத்தலைப் பாம்பு நிமிர்ந்து படம் விரித்துக் காட்டவில்லை என்றோ யார் உறுதி மொழிவீர்கள்? இதோ மழை என்கிற நினைப்புக்கு எதிராக, முற்றிலும் வேறொன்றாக குமுறும் அசுரம் அந்த உத்தமனுக்குள் பேரிடி கொண்டு முழங்கியபோது, அவள் ஊற்றிக்கொள்ள வேண்டிய கெரசின் அவனுக்குக் கிடைத்திருக்கும். அதை அவள்தான் ஊற்றிக்கொள்ள வேண்டும் என்கிற நிர்ப்பந்தமில்லாமல் அவனே அவளுக்கு உதவியிருக்கலாம்.

கதறி அழுதவாறு மட்டுமே அவன் அவளை வழியனுப்பி வைத்திருப்பான் என்பது மறுக்க முடியாத உண்மை. என்னதான் உலகம் வெடி வெடித்து வன்முறைகளைச் சப்புக் கொட்டினாலும் இறுதியில் எல்லா மனிதருக்கும் என்ன தேவை, சாந்தியும் சமாதானமும் அல்லாமல்? உமேஷ் அதைச் சாதித்துவிட்டான்.

இதோ, இந்தப் புயல் மழை எதற்கு? இந்த காரிருள் எதற்கு? இந்த வெள்ளப் பெருக்கு, சீரழிவெல்லாம் வேறு எதற்கு? அடேய்,

சிவதாசா, உனக்கும் உனது ஹீரோ திலகனுக்கும் அந்த சாந்தி சமாதானம் வந்து கொண்டிருக்கிறது பார்.

சிவதாசன் திடுக்கிட்டு எழுந்தார்.

ஹோ. ஹோ. ஹோ. ஹோ.

படுக்கையில் இருந்து எகிறி, கீழே ஓடினார்.

எல்லாம் இருட்டு. நுரைக்கிற பெருவெள்ளம் அப்பட்டமாக புரண்டு ஓடியது. இன்னும் கொஞ்சநேரத்தில் முதல் அடுக்குக்கு தண்ணீர் வந்துவிடும். மூழ்கிவிடும் அல்லது சரிவில் இருக்கிற இந்த வீடு, வேரோடு வேரடி மண்ணோடு பெயர்த்துக்கொண்டு ஆற்றோடு கலந்து நகர்ந்து பொடி கூட பார்க்க முடியாமல் போய்விடும்..

சாப்பாடு வாய்ப்பே இல்லை.

உமேஷ் இவர்களுடைய மரணத்தைக் கண்ணில் கண்டுகொண்டு குடும்பத்தாரோடு அவனது மருத்துவமனையில் இருப்பான்.

சிவதாசன் திலகனைப் பார்த்தார்.

திலகன் இன்னமும் அலட்டிக் கொள்ளாமல் இருப்பது வியப்பாகத்தான் இருந்தது. இரு பார்க்கலாம் என்பது போல தலையை ஆட்டினார். தப்புவதற்கு ஏதாவது வழியிருக்கும் என்று அதைத் தேடிக் கொண்டிருக்கிறார் போல. சொல்லவும் செய்தார். நீந்தத் தெரியுமானால் என்னுடன் வா. மெதுவாக ஒரு பாதுகாப்பான இடத்தைத் தேடிக் கண்டடைய முடியும். சிவதாசன் வெளியே நடந்துகொண்டிருந்த வெடிக்கட்டு திருவிழாவை வெறித்தார். பதில் பேச வாயே வரவில்லை. வாள் வீச்சு போன்ற மின்னல்களின் தெறிப்பில் உடைந்த மரங்கள் அரக்கிக் கொண்டு தண்ணீரில் நகர்ந்து கொண்டிருப்பதைப் பார்க்க மனம் நடுங்கியது. நம்பிக்கை வரவில்லை. திலகன் ஒருவேளை தன்னைத் திடமாகக் காட்டிக் கொள்ளுவதெல்லாம் நடிப்பாகக் கூட இருக்கலாம். மனிதர்களுக்கு அதெல்லாம் வரும். தனது வல்லமையை இறுதிவரை நிலைநிறுத்தி காட்டுவதற்கு பிடிவாதமாக மரணத்தை முகத்தோடு முகம் ஏறிட்டவர்கள் இருக்கிறார்கள்.

“என்ன அப்படி பார்த்துக்கொண்டிருக்கிறாய்?” என்று கேட்டார் திலகன். ஒன்றுமில்லை என்பது போல இவர் பின்வாங்கினார். மீண்டும் சாப்பிடுவதற்கு ஏதாவது கிடைக்குமா என்று தேடினார்கள். போனமுறை பார்த்தபோது வேண்டாமென்று விலகிப் போன நாய் பிஸ்கெட்டுகளை பகிர்ந்துகொண்டு ஆத்திரத்துடன் சாப்பிட்டார்கள்.

சிவதாசனுக்கு தனது பங்கில் இருந்து திலகன் இரண்டு பிஸ்கெட்டுகள் கொடுத்தார். வேண்டாம் என்று சொல்ல மனம் வரவில்லை. மாடி மீது ஓடுகளின் வழியே இறங்கின தண்ணீரைப் பிடித்து எடுத்துக் கொண்டு வந்து கொதிக்க வைத்துக் குடித்தபோது, அது அவ்வளவு சுவையோடு இருந்தது. ஆனால் எங்கேயும் உட்கார முடியவில்லை. சாய்ந்துகொள்ள முடியவில்லை. மெத்தைகள் கூட ஈரமாயிருந்தன போலிருந்தது. சுவர்களில் எல்லாம் தண்ணீர் முத்துக்கள். கிரானைட் தரையில் எங்கிருந்து வருகிறது என்றே கண்டுபிடிக்க முடியாத நீர்க்கோடுகள் வழுக்கியது. தண்ணீரில் திரும்பத் திரும்பப் பட்டு ஊறின பாதங்கள் வலி தாங்காமல் மன்றாடின. உள்ளங்கைகள் குடைந்தன. மழை சப்தம் ஆக்ரோஷம் கொள்ளுவதை அறிய முடிந்தது. யாரோ நம்ப முடியாத ஆகிருதி கொண்ட ஓர் ஆள் இடித்துத் தள்ளிக்கொண்டு வந்து, தோள்களில் கரங்களைப் போட்டுக்கொண்டு அளவற்ற ஏளனத்துடன் ஹோவென்று காதில் கத்துவது போலிருந்தது. அசௌகரியம் என்ற நிலை எல்லாம் தப்பிப் போய் மூச்சு முட்டுகிற நிலைமை ஆனதும் சிவதாசன் படுக்கையில் குப்புற முகம் புதைத்துக்கொண்டார்.

திலகன் பார்ப்பதை, அப்புறம் அவர் எழுந்து போவதை, சட்டை செய்ய முடியவில்லை. அல்லது 'போடா மயிரு' என்று சொல்ல விரும்பினார்.

அட, அதையெல்லாம் நினைத்துக் கொண்டிருப்பானேன்? இரண்டு பேரில் ஒருவருக்குப் பிழைக்க வாய்ப்பு கிடைக்குமாக இருந்தால் நான் தான் தப்பிக்க வேண்டும் என்று, தான் எதற்குப் பல்லைக் கடித்துக்கொள்கிறோம் என்று அவரால் விளங்கிக்கொள்ள முடியவில்லை.

ஒன்று நிச்சயம். மனிதன் எவ்விதத்திலும் தனித்த மிருகம் இல்லை. மிக நேரடியாக அதை அதன் முழுப் பொருளிலும் புரிந்துகொள்ள இப்படி ஒரு பொறி வேண்டும். இப்படி ஏன் நான் படுத்துக் கொண்டிருக்க வேண்டும் என்று அவர் யோசித்தார். சரியாக தெளிந்து வராத மன்றாடலும் தொழுகையும் இடைவிடாமல் தான் செய்து கொண்டிருப்பதை அப்புறம் ஒரு திடுக்கிடலுடன் அறிந்துகொண்டார். என்னத்தான் நடக்கட்டுமே என்று திலகனைக் காட்டிலும் ஆளுமையோடு நடந்துவர வேண்டும் என்று சக்தி பிரவாகித்தபோது எழுந்தார்.

இடுக்கி கோல்ட் மிச்சமிருந்தது. லைட்டரும் கூட.

திலகனைத் தேடிக்கொண்டு போனார். 'திலகா திலகா!' என்று தேவைக்கும் அதிகமாகக் கூச்சலிட்டார். மேலே இல்லை.

இரண்டாவது மாடி, முதல் மாடி பால்கனிகளில் இல்லை. எந்த அறையிலும் துளி வெளிச்சமில்லை. லைட்டரின் துண்டு கீற்றுகளில் ஒளியின் பிரம்மாண்டம் பிரமைகளை உண்டு பண்ணியது. இது என்ன அட்டகாசம்? என்ன நடந்து கொண்டிருக்கிறது? நிற்காதே ஓடு என்று கிழிக்க முனைகிற மழை. இவ்வளவு தூரம் கூட நகரவில்லை, ஒரு பிடி நகர்ந்து கீழே கழுத்தளவு தண்ணீரில் நின்று பயந்து திரும்பினார். மேலே ஏறும்போது அந்த கரண்ட் பாக்ஸின் மீது சுருட்டிக் கொண்டு படுத்திருப்பது என்ன என்று ஊன்றிப் பார்த்தார். கயிறாகக் கூட இருக்கலாம். மறுபடி, முழுமையாக நனைந்து கிளம்பின இடத்துக்குத் திரும்பி வந்ததும் தன்னை ஒழுங்குபடுத்திக்கொள்ள முனையும்போது, திலகன் இங்கிருந்து தப்பிச் சென்றிருக்கிறார் என்பது உறுதியாயிற்று.

"திலகா!" என்று ஆங்காரத்துடன் கத்தினார்.

கைகள் நடுங்குவது போலிருந்தது. இல்லை, உடம்பே நடுங்கிக் கொண்டிருக்கிறது. பயமா, குளிரா என்று பகுத்தறிய முடியவில்லை. தண்ணீரில் இறங்கும்போது கூட மறக்காமல் உயர்த்திப் பிடித்துக் காப்பாற்றியிருந்த இடுக்கி கோல்டை பற்ற வைத்தார். திரண்டு வந்த புகையை அடிவயிற்றுக்கு இழுத்தார். அதைத் தன்னால் முடிந்தவரையில் உடலுக்குள் பரப்பினார். இடைவெளி கொடுக்கவில்லை. உள்ளில் இருக்கிற புகையை வெளியேற்றி முடிப்பதற்குள் அடுத்த இழுப்பை இழுத்து உள்ளை நிரப்பினார். மனம் ஒன்றையேனும் பற்றவில்லை. ஒரு சிறிதும் நகரவில்லை. அவரும் புகையுமாக இருந்தார்கள். யாரோ, ஒரு பெரிய ஆயுதத்தால் மண்டைக்குள் தாக்கினது போல இருந்தது.

சிவதாசன் படுக்கையில் விழுந்தார்.

★★★★★★★★★

"இது என்ன மாதிரி படம் சார்?"

இந்தக் கேள்விக்கு மனோஜ் தயங்கவே இல்லை. வித்தியாசமான கோணல் சிரிப்புடன் எல்லாவற்றிலிருந்தும் தப்பிக்கிற நட்பு சிரிப்புடன்..

"ஒரு மாதிரி படம் சார்! ஹா ஹா" என்றான்.

"பெட் ரூம் சீன்ஸ் நெறையவாமே?"

"ஹா, ஹா - அதெல்லாம் வதந்தி சார்!"

"நீங்க ரெண்டு பேரும் நெருக்கமா நடிக்கவே தான் உங்களுக்கும் கீர்த்திக்கும் காதல் உண்டாச்சுன்னு சொன்னாங்க?"

“அப்படின்னா எனக்கும் சம்சுதீன் சாருக்கும் தான் கல்யாணம் நடந்திருக்கணும். அவங்க வைஃப் என்ன முச்சந்தில வெச்சு செருப்பால அடிச்சிருப்பாங்க!” -இது அதே கார்டனில் வேறு ஒரு செக்சனில் நடந்து கொண்டிருந்த நேர்காணலில் கீர்த்தி சொன்னது.

“உங்க சினிமா லைஃப்ல இது ஒரு முக்கியமான கேரக்டர்னு சொன்னீங்க. இது மூலமா ஜனங்களுக்கு என்ன படிப்பினை கொடுக்கப் போறீங்கன்னு தெரிஞ்சுக்கலாமா?”

“இந்தக் கேள்விய ஒரு நாள் ஷூட்டிங்ல டைரக்டர் கிட்ட கேட்டேன். யாரும் யாருக்கும் படிப்பினை குடுக்கத் தேவையில்லைங்கறது தான் நாம் இதில சொல்றோம்னு சொன்னாரு. நமக்கு இருக்கறது குருவி மண்டை. எதுவும் வெளங்கல. உங்களுக்கு ஏதாவது வெளங்கிச்சா?”

பரமு பெரிதாக எதையும் பேசவில்லை.

வாய் விட்டுவிடக் கூடாது.

என்ன வேண்டுமானாலும் நடந்து விடலாம். பணம் போட்டவன் விக்கித்து நின்றுவிடக் கூடாது. முதலில், செய்தது ஜனங்களிடம் சென்று சேர வேண்டும். தந்திரமாக இல்லாமல், தவளைப் போல மாட்டி முதலுக்கே மோசமாகிவிடக் கூடாது.

“இது முழுக்க முழுக்க சிவதாசன் சார் ஸ்க்ரிப்டு. அவரோட கற்பனை. இப்படி ஒன்னு நடந்தது பாருங்கன்னும் அவர் கத சொல்றார். நம்பாதவங்க இப்படி நடந்தா எப்படி இருக்கும்னும் யோசிக்கலாம்னு அவர் சொல்றார். எனக்கு இதில ஒரு இன்வால்வ்மென்ட் இருந்திச்சு. நேர்மையா பண்ணியிருக்கேன். படம் எடுக்கறப்ப எங்க எங்க என் மனசு கரைஞ்சிச்சோ அந்த இடத்துல ஆடியன்சும் உணர்ச்சி வசப்படுவாங்கன்னு நெனைக்கிறேன். அவ்வளவு தான்!”

மீடியா சிவதாசனைத் தேடியபோது, அவர் தியேட்டருக்கு வந்து சேர்ந்திருக்கவில்லை. பின்னர் தான் வந்தார். மிகவும் தளர்ந்திருந்தார். கூட, அவருடைய மனைவியும் பிள்ளைகளும் வந்திருந்தார்கள். கைத்தாங்கலாக அழைத்து வந்தார்கள். வெகு நாட்களாக மருத்துவமனையில் இருந்து ஏகப்பட்ட மருந்துகளை உட்கொண்ட களைப்பு அல்லது கசப்பு அவரது முகச் சுருக்கங்களில் இருந்தது. யாரிடமும் புன்னைகைத்துவிட முடியாத ஓர் இறுக்கமும் இருந்தது.

வெள்ளத்திலிருந்து உயிர் பிழைத்தது பெரும் புண்ணியம். கேரளா போலீசார் மற்றும் கொஞ்சம் பொதுமக்கள் கண்டுபிடித்துத் தூக்கினார்கள். பத்து நாட்களுக்கு அப்புறம் அங்கேயே இருந்த

மருத்துவமனைக்கு வந்து பார்த்தான் உமேஷ். கடவுள் இருக்கிறான் என்பது இப்போது உங்களுக்குப் புரிகிறதா என்று கேட்டான். அவன் அந்த ஊரில் பெரிய பிரமுகன். மக்கள் சேவை செய்கிறவன். ரத்தத் தான முகாம், தேச பக்தி மாநாடு எல்லாம் உண்டு. தேசத்தை ஆளும் ஒரு கட்சியில் இருக்கவும் செய்கிறான். நல்லது எதையும் என்கரேஜ் செய்வோம் என்றான். மக்களுக்கு விஷம் கொடுக்க வருகிறவர்களை களையெடுக்க தங்களிடம் அதிகாரமுண்டு என்பதை நறுக்கென்று சொன்னான். அவன் முகம் புன்னகை பூத்தவாறு இருந்தது. கடவுளே கூட இவர்களுடைய ஆள் அல்லவா? நாமெல்லாம் இந்த பிரம்மாண்டத்துக்கு முன்னே ஊர்கிற பூச்சிகள் அல்லவா?

சுஜாதா போனாலும் யாமினி இருக்கிறாள் என்று இவர் முனகியது அவனுக்கு சரியாகக் கேட்கவில்லை.

கேட்கத் தேவையும் இல்லை.

சிறிய தியேட்டர் தான். குறைந்த மக்கள் தான் அழைக்கப்பட்டிருக்கிறார்கள். பரமு வந்து, அவர் பக்கத்தில் அமர்ந்து கொண்டான்.

அவரது காதில் கிசுகிசுத்தான்.

"கீர்த்தி சார்!"

"ம்!"

"நிஜமாவே நெஞ்சு அடிச்சுக்குது! பொண்டாட்டி என் மூஞ்சில ஏதாவது தெரியுமான்னு பாத்துக்கிட்டிருக்கா!"

"அதுதானே நாட்டு நடப்பு? ஆனா, நம்மளால காதல் இல்லாம வாழ முடியாது. அவங்களாலயும் தான். ஒருகாலம் வந்தா உக்காந்து பேசித் தீத்துப்போம்!"

"சார், இப்ப காமடியா முக்கியம்? எப்படி சார் மறப்பேன்? என்ன, எப்படி போவுது குடும்ப வாழ்க்கைன்னு அவகிட்ட கேட்டேன். மயிராட்டம் போவுதுன்னு சொல்றா. அவ கண்ல பாக்க முடியல தெரியுமா. ஒருநாள் ஷூட்டிங் அப்ப என்னையே அடிச்சுப் பாத்துக்கிட்டு இருந்தா. வேல செய்றதுக்கே கஷ்டமா இருந்திச்சு. கெழவி அம்மா சரக்கப் போட்டு சுருட்டு புடிக்கற சீனுல ஒரு பிரேக் போட்டோம் ல்ல. அப்ப என்கிட்ட வந்து, என் கண்ணப் பாத்துக்கிட்டே, இப்பவே நீ என்ன டேஸ்ட் பாக்கணும்னு சொன்னா. நெஞ்சு ஒரு அடி கீழே இறங்கினா மாதிரியாய் வேர்த்துட்டேன். வா காருக்குப் போலாம்னு சொன்னா சார். போனோம்!"

“போதும் விடுறா. கேக்கறதுக்கே முடியல!”

“அந்த டேஸ்ட், இல்லன்னா அந்த மணம் பாடைல எரிஞ்சாலும் மறக்காது சார்!”

“பரமு, ப்ளீஸ்!”

கொஞ்சம் அமைதி.

“பரமு, தொட்டால் பூ மலரும்னா என்னன்னு தெரியுமா?”

“கையடிக்கிற வேல. அதுக்கு என்ன இவ்ளோ கௌரவம்? மேல சொல்லுங்க”

“அதுக்கு ஒரு முகம் தேடப் போயி ஊரே அல்லோகலப்பட்டு போன காலேஜ் கதை சொல்லிருக்கேனே. எது எதைப் பத்த வச்சு விட்ரும்னு சொல்ல முடியாது”

“என்ன வேணுன்னா நடக்கட்டும். நான் அடுத்தப் படத்துக்கு கீர்த்திய தான் கேப்பேன். படம் எடுப்பேன்!”

“எப்படியோ சாவு. உன் இஷ்டம். ஆனா உன் புள்ளைங்கள ரோட்ல விட்றாத. அது மட்டும்தான் நான் உனக்கு சொல்ல வேண்டியது.”

அவன் அமைதியாக இருந்தான்.

குழந்தைகள் என்பது விளையாட்டில்லை.

மழை என்ற பேரில் வந்த அந்த மாபெரும் கோரத் தாண்டவத்துக்கு நடுவே, திலகனுக்குத் தனது துடியான மகன் நீலன் செய்யும் அத்துமீறல்கள் நினைவில் வந்திருக்க வேண்டும். அவனைப் பார்க்கிற விழைவு பொங்கிப் பெருகியிருக்க வேண்டும். சாவதற்கு ஒப்புக்கொள்ள மாட்டேன் என்கிற உறுதி முறுகும்போது, ஏழேழு கடல்களையும் நீந்தி முடிக்க முடியும் என்கிற கடப்பாடு தோன்றியிருக்க வேண்டும்.

அவரது அழுகிய சடலத்தை ஒரு மண் சரிவிலிருந்து எடுத்தார்கள்.

சிவதாசன் இறுதி சடங்குக்குப் போயிருந்தார்.

நீலன், தனது தந்தையைச் சுட்டிக்காட்டி அவர் இறந்ததை சலனமில்லாமல் சொன்னான். அவர் குமுறி அழுதபோது அவன் அவரைத் தட்டிக் கொடுத்தான், ரொம்ப பெரிய மனிதன் மாதிரி. அவனது கரங்களில் கடவுளின் சூடு இருப்பதாக சிவதாசன் அப்போது நினைத்தார்.

கிடக்கிறது.

வாழ்வு அனுபவங்களைக் கொடுப்பது, தான் பிறந்த காரணத்தை பூர்த்தி பண்ணுவதற்கு என்று இப்போதைக்கு வைத்து கொள்ளுவோமே.

ஒரு திரைக்கதையை எழுதி முடித்திருக்கிறார்.

நன்றாக சாய்ந்து உட்கார்ந்தார்.

விளக்குகள் அணைக்கப்பட்டன.

சில சம்பிரதாயக் கடமைகளின் எழுத்துக்கள் ஓடின பிறகு, திரையில் 'யாமினி' என்கிற பெயர் விழுந்தது.

●

முற்றும்

பின்னுரை

ஒன்றிலிருந்து இன்னொன்றாக..

ஒரு கதை சொல்லி தன் அனுபவத்தை ஈரம் படர ஓங்கி ஓர் உதறு உதறினால், அதன் சாரலில் ஒரு துளியாவது நம் மீது பட்டுவிடுமல்லவா. அது அபூர்வமாக வாய்த்துவிடும். அது சிவதாசனாக இருந்து, அவர் உதறின துளி ஈரம் பரமுவின் மீது விழுந்துவிட்டது. பரமுவும் ஒரு படைப்பாளனாக, சினிமா இயக்குநராக இருந்ததால் அவன் பல்கிப் பெருக வேண்டியதாயிற்று. அப்படித்தான் அது ஒரு தொடக்கம் கண்டிருக்க முடியும். மனத்தை அறுத்துக்கொண்டிருக்கும் துயரத்தை சுமந்து அலைய வேண்டிய திக்கு இதுதான் என்று உறுதிபட சொல்லிவிட முடிந்தால் எத்தனைக் கொடுத்து வைத்தவர்களாக நாம் எல்லாம் மாறிவிடுவோம்!? ஆனால், அது அப்படி நடக்காது தானே.

சாமான்யனுக்கு சட்டென யாரிடமாவது இறக்கி வைத்துவிட்டாலே போதுமாயிருக்கிறது. கொஞ்சம் ஆசுவாசம் கொள்வானாக இருக்கும். அனைத்து சிக்கல் சிடுக்குகளையும் சதா அடையாளங் கண்டு பின்னிக்கொண்டே ஓவர்டைம் பார்க்கும் மனம் படைப்பை, அதன் பரப்பை நாடுகிறது.

சிவதாசனின் தேடல் யாமினியை கதையாக வார்க்கிறது. அதற்குக் காரணம் அவருடைய வாழ்வில் அதிசயங்களைப் பண்ணிவிட்ட சுஜாதா என்ற தேவதை. அந்த சுஜாதாவுக்குள் அம்முவும் இருந்தாள் என்கிற வேர் பாதை, ஓர் இளைஞனை என்னவெல்லாம் செய்ய இயலுமோ அத்தனையும் நெஞ்சில் பாறாங்கல்லை தூக்கி வைத்ததைப் போல அழுத்திக் கொண்டிருக்கிறது. வாழ்க்கை, போக்கிரித்தனமாக ஒருத்தனை தூக்கிப் போட்டு பந்தாடினால் அவன் என்னவெல்லாம் ஆகிவிடுவான் என்பது ஓர் அக தரிசனம் இங்கே.

எத்தனை எத்தனை பெண்கள் இந்த நாவலில் இருக்கிறார்கள் என்கிற வியப்பு மேலிட, அவர்கள் என்னவாகவெல்லாம் இருக்கிறார்கள் எனும்போது மனம் அண்ணாந்து விடுகிறது. ஒற்றை உயிரி தானே பெண். ஆனால், எத்தனை கோணங்களில் அவளால் பரிணமித்துவிட முடிகிறது! இயற்கை தம் புதிர் கணக்குகள் மொத்தத்தையும் பெண்ணுக்குள் பொட்டலம்

பொதிந்து வைத்து விட்டது என்கிற முடிவுக்கு தாராளமாய் வந்துவிடலாம். அதற்கு, இந்நாவல் வழிகோலுகிறது.

அப்படி நாவலுக்குள் ஊடுபாவி கிளை விரித்திருக்கும் யாமினியும் அதற்கு சாட்சியம் ஆகிறாள். யாமினி, சிவதாசனால் முதலில் கதையாக எழுதப்பட்டு பிறகு அதுவே ஒரு திரைக்கதையாக உருமாற்றம் கொள்கிறது. அத்திரைக்கதையில் யாமினியை இரண்டு ஆண்கள் கொண்டாடுகிறார்கள். அவர்கள் வேறு யாருமல்ல, சொந்த வாழ்வில் இளமையில் சிவதாசனும் திலகனும் தான். பெயரில் என்ன இருக்கிறது? அந்த அன்பும் காதலும் காமமும் சும்மா போகிற போக்கில் அடித்து வீழ்த்தும் ஹார்மோன் விளையாட்டு அல்ல. அடிவாரத்தில் துடிக்கிற ஒற்றைப் புல்லுக்கும் மலையுச்சியை உரசி உச்சி முகரும் மேகப் பஞ்சுக்கும் இருக்கிற உள்ளார்ந்த பந்தம். இப்படியாக வெறும் மனிதக் கண்ணுக்கு புலப்படாத வீரியம், அதிலெல்லாம் உண்டல்லவா. அப்படி.

ஆனால், அதனை நாம் காலத்தின் அயோக்கியத்தனம் என்று எந்த நிமிடமும் சொல்லிவிடத் துடிப்பாகவே இருப்போம். அந்த இரண்டு ஆண்களின் சாரமும், படம் இயக்க முடிவு செய்துவிட்ட பரமுவுக்குள் இறங்கி உன்மத்தமாய் ஆடத் தொடங்கிவிடுகிறது. காரணம், யாமினியை அப்படியே கதாபாத்திரமாக தனக்குள் உள்வாங்கிக் கொண்டுவிட்ட கீர்த்தி, அவனுடைய கண் முன்னே வளைய வந்து அதை, மொத்தமாய் பரமுவின் மீது இறக்கி மோதச் செய்கிறாள். பரமு, தான் படும் பாட்டை சிவதாசனிடம் சொல்லிச் சொல்லி மாய்ந்து போகிறான்.

யாமினி திரைப்படமாக ஆகிக்கொண்டிருக்கும் ஷூட்டிங் ஸ்பாட்டில் எல்லாவற்றையும் நாம் சிவதாசனின் கண்கள் கொண்டே வேடிக்கைப் பார்க்கிறோம். அல்லது அது நமக்குக் காணக் கிடைக்கிற, மணி.எம். கே.மணியின் ஏரியல் வியூ. அடுக்கடுக்காய் ஒரு கதை வெவ்வேறு ரூபங்களில் மேலிருந்து கீழே இறங்குகிறதா அல்லது மேலும் கீழுமென ஈக்வலைஸர் போல இசைத் துடிப்பைக் கொண்டிருக்கிறதா என்றால், ரெண்டுமே தான்.

‘பெண்களே கூட பெண்களைப் பற்றி சரியாக எழுதினதாகத் தெரியவில்லை’ — என்கிற ஆதங்கம் ஓரிடத்தில் சிவதாசனிடமிருந்து வெளிப்படும்போது, அங்கே ஆண்கள் மடக்கழுதைகளாக இருக்கிறார்கள்.

அதையேதான், திரைக்கதையில், பழனியின் நண்பன் ராமசாமி ஒருமுறை அவனிடம் *‘இங்க எந்த பொம்பளையும் பாவம் கெடையாது. உன்ன மாதிரி தலக்காணிய கட்டிப் புடிச்சி தூங்கறவனுக்கெல்லாம் பொம்பளயப் பத்தி என்னடா தெரியும்?’* என்று சாவதானமாய் கேட்கிறான். அதைக் கேட்டுவிட்ட பழனியின் பாட்டி அவனைப் பார்த்து, *‘ஆ. நீ அப்படியே பொம்பளய கரச்சு குடிச்சவன் தான். அதுக்கு தான பொண்ட்டாட்டிய அடிக்க பெரம்பு வாங்கி வச்சுருக்க?’* எனப் பளிச்சென்று சொல்லுகிறாள்.

சினிமாவுக்காக எழுதப்படுகிற வசனங்கள், வெறுமனே கதாபாத்திரங்களின் நியாயத்தையோ ஒரு ஹீரோயிசத்தையோ எழுந்து நின்று தலையிலடிக்கிற வித்தையை மட்டும் செய்துவிடக்கூடாது அல்லவா. அது வாழ்வின் கேடுகளுக்குள் நாம் ஒளிந்துகொள்ளும் தந்திரத்தை வெளியே இழுத்துப் போட்டுவிட வேண்டும். 'நறுக்குன்னு நாலு வார்த்தை கேக்கணும் போல இருந்திச்சி' என்பார்களே அப்படி. அது ஓர் உயிர்ப்பு. அதைப் பிரதி எடுக்கவே ஒரு ஜென்மம் போதாது தான்.

****

மதுர விசாரத்தில், சிவதாசனின் கதையாடலில் இருவேறு உலகங்களை வாசகனானவன் தரிசிக்க கடமைப்பட்டவனாகிறான். ஒன்று நாவல், இன்னொன்று திரைக்கதை. நாவல் கண்ணுக்குப் புலப்பட்டுவிடாத மன அவசங்களை எல்லாம் சித்திரமாக எழுதி எழுதி நம் இருப்பை தம்மோடு அழுத்தி வைத்துக்கொண்டு கவனி கவனி என்கிறது. திரைக்கதையோ, காட்சி காட்சியாக மனக்கண் முன்னே படம் படமாய் விரித்துப் போகிறது. வாசிப்பவன், பார்வையாளனாய் மாறிப் போய்விடுகிற அதிசயம் நிகழாமலில்லை. இந்த எழுத்து உத்தி கைவரப் பெற்ற மணி.எம்.கே.மணி, ஒரு ரசவாதம் செய்து காட்டியிருக்கிறார் என்றே எனக்குக் கொண்டாடத் தோன்றுகிறது.

ரோலான் பார்த் சொல்லுவாரே. Death of the Author மற்றும் The pleasure of the text. அதைத் தான் நான் இதில் உணர்ந்தேன். இந்த நாவலை எடிட் செய்யும் காலம் முழுவதும் 'அவர்களுக்கிடையில்' தான் நானுமிருந்தேன். பரமுவின் ஷூட்டிங் ஸ்பாட்டில் சிவதாசனோடு உட்கார்ந்தபடி மொத்த அரங்கேற்றத்தையும் வேடிக்கைப் பார்த்தபடி இருந்தேன். அல்லது, சிவதாசன் மற்றும் திலகனோடு இடுக்கி வரையிலும் கூட பயணித்தபடி இருந்தேன். முக்கியமாக நாவல், விவரித்துச் செல்லும் நிலப்பரப்பு என்பது ஒரு பயண நீட்டிப்பை மனத்தளவில் நிகழ்த்திக் காட்டுகிறது.

அப்போதெல்லாம், வாசிப்பவனின் பார்வையாளனின் தேர்வு என்பது இதனூடே ஒரு மல்டிப்ளிஸிட்டியை அடைந்துவிடுகிறது. அது தொடர்ந்து அனுபவமாகிக் கொண்டேயிருந்தது. அதன்படி, சிவதாசன், திலகன், மூர்த்தி, ரவி, ஜூட் இவர்களாகவும் பித்தேறி அலையலாம். அல்லது அம்மு, சுஜாதா, விலாசினி, பீனா, தங்கம் மட்டுமல்ல நூறு வயதைத் தாண்டிய தாய்க்கிழவியாக 'பத பத' என, அன்பு மட்டுமே தோய்ந்த மிருகமாகவும் கனியலாம்.

திரைக்கதைக்குள் பழனி, குமார் இருவரும் காதல் பொங்கி காமம் விளைந்திடும் அன்புக்கு ஆட்பட்டு, அது தொடர்ந்து கிடைத்திட ஏங்கிச் சாகிறார்கள் என்றால், யாமினியும் ஜமுனாவும் என்னவாகவெல்லாம் பரிணமிக்கிறார்கள் என்று ஒன்று இருக்கிறது அல்லவா. ஒவ்வொரு தனித்த மனத்துக்கும் அதற்குரிய திசை நோக்கிய பயணம் உண்டல்லவா.

பழனியின் நண்பர்கள் லாட்ஜில் குடியும் பெண்ணுமாக திளைத்திருக்கும் போது, ராமசாமி சொன்னான் என்றதும், அணிந்துள்ள ப்ரா ஜட்டியோடு அவனுடைய மடியில் வந்தமர்ந்தபடி அவனுக்குப் பிடித்த பாடலை, சட்டென திருகிய ரேடியோ போல நாலு வரி பாடிக் காட்டுகிறாளே ஒருத்தி. அவளெல்லாம் யாரோ அல்ல.

அதே மாதிரி, சிவதாசனுக்கு கீழ் திருப்பதியில் செக்ஸ் வொர்க்கராக அறிமுகமாகிற சுனிதா முதலில் தெலுங்கில் பேசி, பிறகு ஆங்கிலத்தில் ஏதோ சொல்லி, அப்புறம் அவனிடம் பட்டென்று சொல்லுகிறாள் *"உன் அத்த தூக்கி என் இத்துல வைய்யி!"* பட்டவர்த்தனமாய் வெளிப்படுவது என்பதெல்லாம் எதன்பொருட்டோ!? ஆனால், அது நேரடியாக விஷயத்துக்கு வந்துவிட்ட அவளுடைய தொழில் உத்தியும் அல்ல. நிச்சயமாக அதில் பாசாங்கு கிடையாது எனலாம். காரணம், காட்சி தொடங்கி விரியும் போக்கு அவ்விதமாக இருக்கிறது.

அங்கிருந்து புறப்படும்போது, வராந்தாவின் இடுக்குகளில் கொத்துக் கொத்தாகப் படுத்துக் கிடக்கும் பெண்களுக்கு மத்தியில் வாய் பிளந்து தூங்கிக்கொண்டிருக்கும் சுனிதாவைப் பார்க்கும்போது சிவதாசனுக்கு ஒன்று தோன்றுகிறது. அவளது முலைகளை கசக்கும்போது பால் சுரந்ததோ!? என்ற எண்ணம். அவளுக்கு ஒரு மகள் இருக்கிறாள். ஊரில் பாட்டியோடு வளருகிறாள் என்பது ஒரு செய்தி.

அவ்விதமாக, படைப்பு மனம் பீறிட்டபடி பொத்துக்கொள்ளும் அவஸ்தைகள் மிக நுட்பம் வாய்ந்தவை. இவ்வாறாக, கணந்தோறும் கிரகித்தவைகளின் வழியே எங்கோ உள்ளுக்குள் ஒளிந்துகொண்டு அவை வெளிப்படுகிற இடமெல்லாம் திட்டமிட முடியாதவை. அப்படி ஓர் இயற்கையின் ஜாலத்தை அறிந்தவன் யாரிங்கே. இதெல்லாம் ஒன்று திரண்டு யாமினியாக விடிவது கீர்த்தியின் தலையில். அதனை, சன்னதம் வந்தது போல ஆடித் தீர்க்க அவளுக்கு வாய்த்த தருணமெல்லாம் சொல்லி மாளாது.

யாமினியானவள், காட்சி—11 ல் பழனியிடம் கேட்கிற 'தப்பா?' வுக்கும், காட்சி—47 ல் குமாரிடம் கேட்கிற 'தப்பா?' வுக்கும் நடுவே உள்ளே தூரம் ஒரு பெரும் வாழ்வின் வெவ்வேறு போக்குகள் புரட்டிப் போட்ட மனத்தின் ஈரம் கசிந்திருப்பதை நம்மால் அவதானித்துக்கொள்ள முடியும்.

இதையெல்லாம் நடித்து வெளிப்படுத்தும் உடல் கீர்த்தியினுடையது எனும்போது, ஸ்பாட்டில் வேடிக்கைப் பார்க்க முடிகிற சிவதாசனுக்கோ நமக்கோ எத்தனையெத்தனை உடல்களை, அது சுமந்தலையும் மனத்தை, வெளியேற்றும் பாவனைகளை எங்கெங்கேயெல்லாமோ இருந்து இழுத்து வந்து கண் முன் நிறுத்திவிடுகிறது இல்லையா. அப்படியாக, சேகரமான மொத்தத்தையும் ஒருசேர பரமுவின் மீது அவள் இறக்கிவிடும்போது அவன் என்ன தான் ஆவான்!?

அதை சிவதாசன் பார்க்கிறார். அதை நாம் பார்க்கிறோம்.

'மனித நாடகங்களை பெயர்த்தெடுத்துக் கொண்டு வருவதில் ஒரு கலைஞனுக்கு தாகம் தோன்றிவிட்டால் அவன் எந்தக் காட்டிலும் வருடக்கணக்கில் படுத்துக் கிடப்பான் என்று தெரிகிற அறிவில்தான் பெண்ணோடு இருக்கிற உண்மையையும் சேர்த்துக்கொள்ள வேண்டும்.' என்பது சிவதாசனின் படைப்புத் தரிசனம்.

'நடந்தது என்ன என்பதை திரும்பத் திரும்ப மனதில் ஓட்டிப்பார்க்கும் போது பல விஷயங்கள் நினைவிற்கு வரவில்லை. ஒருமுறை, சற்றே கால் அகட்டி அவன் நுழைய அவனுக்கு உதவி செய்தபோது அம்முகத்தில் பார்த்த தீவிரம் மறக்கவில்லை. முகம் கோணியிருந்தாள். கண்ணிமைகள் சுருங்கி விரிந்தன. அவன் அதற்கு அப்போது அச்சப்பட்டிருந்தான் என்பதால் தான் அச்சித்திரம் மனதில் விழுந்து விட்டிருக்கிறது. எல்லா வதைகளையும் தாண்டிச் செல்வதற்கு, ஒரு புணர்வு போதாது என்பது புலனாயிற்று.' – இது பரமுவின் தொந்தரவுக்குள்ளான மன நுட்பம்.

"நீ பயங்கர தூக்கத்தில இருக்கறேன்னு நெனைக்கிறேன். ஒரு பொண்ணு மனசுல நெனைக்கறதை எந்த டைம்ல சொல்றான்னு யோசிச்சாவது கொஞ்சம் எரக்கம் காட்டக் கூடாதா? எவளையாவது ரூமுக்கு வரச் சொல்லி அவ கூட படுத்துக்கிட்டிருப்ப. நான் வெக்கறேன்." – இது கீர்த்தி பரமு மீது தொடுக்கத் தொடங்கியிருக்கும் கணையின் முதல் கூர்மைப் பதம்.

"அண்ணே, கடவுள் சாட்சியாக சொல்லுகிறேன். இவன் எந்த வகுப்பில் படிக்கிறான் என்பது அவருக்கு தெரியாது. ஒருவேளை அவருக்கு இவன் பெயர்கூட தெரியாது. என்ன மயிருக்கு நீங்களெல்லாம் சினிமா பண்ண வேண்டும்?" என்று பரமுவின் மனைவி ஷர்மிளா சிவதாசனிடம் கேட்கிறாள்.

"இப்ப உனக்குப் புரியுதா? எனக்கு உன் மேலேயும், திலகன் மேலேயும் கொள்ளை ஆசை" – இது சுஜாதா சம்போகத்துக்குப் பிறகு சொல்லுவது. அதைத் தொடர்ந்து சிவதாசன் என்கிற கதை சொல்லி இப்படிச் சொல்லுகிறான் நம்மிடம்.

'காதில் கிசுகிசுத்து ஒலித்த அந்த ரகசியத்தில் ஒரு இடறலுமில்லை. வாழ்க்கைப் பூராவும் நான் அந்தத் தூய்மையான தொனியைக் கேட்டுக் கொண்டே இருக்கிறேன்.'

****

இதுதான், ஒரு மனிதனை சுமந்தலைய நிர்ப்பந்திக்க முடியும். அது மகா வலியாக பெருகிவிடும்போது எந்த வடிவத்திலாவது சற்று இறக்கி வைக்க வேண்டிய அவசியம் இருக்கிறது. இவர்கள் எல்லாம், ஒரு தீற்றலை குறுக்குவெட்டாக செதுக்கிவிட்டு நம்மிடையே தொலைந்து

போய்விடுவதில்லை. இன்னும் இன்னும் என ரூபங்கள் பெற்று மீண்டும் மீண்டும் வந்தபடியே இருக்கிறார்கள். அது ஒரு சுழற்சி விளைவாக மாறுகிறது. தரிசனங்கள் தொடர்ந்தபடியே இருக்கின்றன.

'யாமினியில் அவர் சாதிக்க நினைத்தது வேறென்ன? ஓர் ஆள் தன்னை வெட்டி எடுக்கிற வலியை, அதில் கொண்டு வரவேண்டும் என்று அவர் நினைத்தார். இதெல்லாம் பெரிய தவறுகளோ? அவரை அப்போது ஒரு பனிப்புகை சூழ்ந்திருந்தது. எந்த முடிவுக்கும் செல்ல, பாதை புலப்படவில்லை. ஒவ்வொரு நாள் விழிப்பிலும் தனக்கு பைத்தியமில்லை என்பதை உறுதிப்படுத்திக் கொண்டே வந்தார்.' - நாவலுக்குள் இதுவே சிவதாசனின் மனப் பாங்கு என்பது மணி.எம்.கே.மணியின் கண்டெடுப்பு.

அதுவே மணி.எம்.கே.மணியின் 'மதுர விசாரமாக?' கேள்விக்குறியுடன் நம் முன் விரிந்திருக்கிறது. முதல் அத்தியாயத்தில் தொடங்கி, நடுவே திரைக்கதைக்குள் ஊடுருவி வெளியேறி இறுதி அத்தியாயத்தில் முடிந்து நிற்கும்போது கதாபாத்திரங்கள் நமக்குள் நிகழ்த்திக் காட்டிய மாயாஜாலத்தில் இருந்து நாம் லேசில் மீண்டுவிட முடியாது. நெஞ்சு அடித்துக்கொள்ளும் வேகத்திலிருந்து தடம் பிசகிட மனதைக் கைப்பற்றி அழைத்தபடியே இருக்கிறது ஒவ்வொரு சம்பவமும். கொஞ்சம் நகன்று கொண்டாலும் கேடாகிவிடும் அபாய விளிம்பெல்லாம் அனாயசமாகக் கையாளப்பட்டிருக்கும் எழுத்து நடையின் உத்தி ஒரு பெரிய விசேஷம்.

அம்மு, சுஜாதா, யாமினி, கீர்த்தி என்கிற கோர்வையில் பழனி, குமார், பரமு, சிவதாசன், திலகன் என்கிற நுட்பச் சரடின் இழைப் பின்னல் அறுந்திடவில்லை.

வாசிக்க வாசிக்க, கதையின் போக்கில் நாம் எதிர்கொள்ள நேரிடும் அத்தனை அல்லல்படலும் அடிப்பட்ட வேட்டைநாய் போல நம்மைப் பின்தொடர்கிறது. அதில் பிரியம் இருப்பது என்பதே ஒரு துர்லபம் அல்லவா.

****

ஒரு நாவலுக்குள் முழுமையாக எழுபத்தியொரு காட்சிகள் கொண்ட திரைக்கதை ஒன்றும் இருக்கிறது என்பது, நானறிய தமிழில் இப்படி ஒரு படைப்பு கிடையாது. இதுவே முதல் முயற்சி. அதே வேளை, அது தனியாகத் துருத்திக் கொண்டிருக்கவில்லை. அதனுள் சொல்லப்பட்ட ஒரு கதையைச் சுற்றி எழுதப்பட்ட இன்னொரு வாழ்க்கையை, நாவல் வெவ்வேறு கட்டமாக நம்மிடம் திறந்து காட்டியபடி முன்னேறுகிறது. அதற்கு அவர் தேர்ந்தெடுத்துக் கொண்ட கதைக் களத்தின் அடித்தளத்திலேயே தனது கதை சொல்லும் உத்தியாலும் லகுவான மொழித் திறனாலும் தன் நோக்கத்தை நிறைவேற்றி, அதில் வென்றிருக்கிறார்.

இது, மணி.எம்.கே.மணியின் முதல் நாவல் என்று சொன்னால், இன்றைய வாசக மனம் நம்ப மறுக்கும். ஆனால், அடுத்த ஒரு தசாப்தத்துக்கும் குறையாமல், வாசக உலகம் தவிர்க்க முடியாத ஒரு நாவலாக, *மதுர விசாரம்?* கொண்டாடப்படும் என அனுமானிக்கிறேன்.

கவிதைக்காரன் **இளங்கோ**

சென்னை.